முஸ்லிம் தேசமும் எதிர்காலமும்

இலங்கை முஸ்லிம்கள் பற்றிய
ஒரு பண்பாட்டு அரசியல் பார்வை

விக்டர்

அடையாளம்

முதல் பதிப்பு 2001
இரண்டாவது மீளச்சு 2021
© பௌஸர்
வெளியீடு: அடையாளம், 1205/1 கருப்பூர் சாலை, புத்தாநத்தம் 621310, திருச்சி மாவட்டம், இந்தியா, தொலைபேசி: 04332 273444
நூல் வடிவம்: த பாபிரஸ், அச்சாக்கம்: அடையாளம் பிரஸ், இந்தியா
ISBN 978 81 7720 003 4
விலை: ₹ 150

> *Muslim thesamum ethirkaalamum* is a politico-cultural study of Srilankan Muslims in Tamil by Victor, Published by Adaiyaalam, 1205/1 Karupur Road, Puthanatham 621310, Trichy Dist., Tamilnadu, India, email: info@adaiyaalam.net

அடையாளம்

முஸ்லிம் தேசமும் எதிர்காலமும் அடையாளத்தின் நான்காவது வெளியீடு. எங்களது முதல் வெளியீடான அ. மார்க்ஸின் இந்துத்துவம் நூல் வாயிலாக அரசியலாலும் பண்பாட்டாலும் ஒதுக்கப்படுபவர்களின் குரல்களைப் பதிவு செய்வது, பார்வைக்குப் புதிய வெளிச்சம் தரும் விமர்சன, தத்துவ நூல்களையும் மொழி பெயர்ப்புகளையும் வெளியிடுவது, ஒடுக்கப்பட்ட மக்களை நுண் அரசியல் தளங்களிலும் தயார் செய்வது போன்ற கனவுகளுடன் தமிழ் பதிப்பு உலகுக்கு புதியவர்களானோம். எங்களின் முயற்சிக்கு கிடைத்த வாசகர்களின் பேராதரவு எங்களை மேலும் நம்பிக்கையுடனும் உறுதியுடனும் செயல்பட வைக்கிறது.

எங்களது முயற்சியின் தொடர்ச்சியாக விக்டர் எழுதிய இலங்கை முஸ்லிம்களின் அரசியல், கலாச்சார, புவியியல் ஆய்வான இந்நூலை உங்கள் முன்வைக்கிறோம். இந்த நூல் 1997ஆம் ஆண்டு தொடக்கத்தில் இலங்கையில் மூன்றாவது மனிதன் வெளியீடாக வந்தது.

தமிழ் வாசகர்களுக்கு இந்த நூலைத் தருவதற்குப் பல்வேறுபட்ட நியாயங்கள் உண்டு. அவற்றுள் தமிழகம் ஈழச் சிக்கல் குறித்து முனைப்பாகப் பேசுமிடமாக இருப்பது, தமிழகத்தில் ஈழப் பிரச்சினை குறித்து அக்கறையாகப் பேசுபவர்கள்கூட தமிழ் மட்டுமே பேசுகிற இலங்கை முஸ்லிம்களின் தனித்துவத்தை மலினப்படுத்துவது அல்லது அறியாமலிருப்பது, ஒரு தேசத்திற்கான இதுவரையிலான வரையறையில் இலங்கை முஸ்லிம்களின் இருப்பு பிடிபடாமல் நழுவுவது போன்றவற்றை முக்கியக் காரணங்களாகக் கூறலாம்.

இலங்கையில் இந்நூல் வெளிவந்து ஏறக்குறைய இருபது ஆண்டுகளாயினும் இன்றுள்ள இருப்புடன் ஒப்பிடும்போது இலங்கை முஸ்லிம்களின் அரசியல் எதிர்காலம் குறித்த அக்கறையில் குறிப்பிடத்தக்க மாற்றம் ஏதும் நிகழவில்லை. ஆனால் வடகிழக்கு இலங்கை முஸ்லிம்களின் தேசிய எழுச்சியினூடாக உருவான

இலங்கை முஸ்லிம் காங்கிரஸ் தலைவர் அஸ்ரப் படுகொலை செய்யப்பட்டதன் மூலம் முஸ்லிம்களுக்காக ஒலித்த குரல், அங்கு இல்லாமல் போய்விட்டது ஒரு பெரும் இழப்பே. இதனால் இலங்கை முஸ்லிம்களிடையே ஓர் அரசியல் தலைமைத்துவ வெற்றிடம்கூட உருவாகி உள்ளது. முஸ்லிம் காங்கிரஸ் கட்சியும் அஸ்ரஃப்க்குப் பின்னர் சிதைவுற்று அடுத்த தலைமையாருக்கு என்கிற போட்டா போட்டியில் சிக்கியுள்ளதை வாசகர்கள் மனதில் கொள்ளவேண்டும். எனவே, வடகிழக்கு முஸ்லிம் மக்கள் தங்களுக்கான அரசியல் எதிர்காலம் குறித்து அதிகமாகச் சிந்திக்க வேண்டிய தருணத்திற்குத் தள்ளப்பட்டுள்ளனர். இந்த நிலையில் இந்த நூல் மீள்பதிப்பாக சிறு பின்னிணைப்புகளுடன் வெளிவருவது குறிப்பிடத்தக்கது.

தங்களது உரிமைக்காகப் போராடும் எந்தவொரு மக்கள் குழுமமும் தமக்கான வரலாற்றைத் தொகுத்துக்கொள்வதும் தேவையான தரவுகளைச் சேகரிப்பதும் அவசியம். தரவுகளைத் தொகுத்தல் (Documentation), வரலாறு எழுதுதல் முதலிய அம்சங்களில் முஸ்லிம்கள் இதுவரை போதிய கவனம் குவித்ததில்லை. இந்த நிலை மாறுதல் அவசியம். இலங்கை முஸ்லிம்களின் அரசியல், கலாச்சாரப் புவியியலை சமூக பொருளாதாரப் பின்னணியில் அணுகும் இந்த நூல், அவர்களின் பிரச்சினையைப் புரிந்துகொள்ளவும் தமிழக முஸ்லிம்கள் எதிர்காலத்தில் தங்களுக்கான அரசியல் வரையறையைப் பற்றிச் சிந்திப்பதற்கான ஒரு தூண்டுகோலாகவும் அமையும் என நம்புகிறோம்.

அடையாளம் தன்னால் இயன்ற அளவுக்கு இவ்வாறு ஆவணங்கள் தொகுப்பதில் சில முக்கியப் பணிகளைச் செய்ய விரும்புகிறது. இதன் தொடக்கமாக, இலங்கை முஸ்லிம்களின் பிரச்சினைகளை அறிந்து கொள்ள உதவும் இந்த நூலை வெளியிடுவதில் மகிழ்ச்சி அடைகிறோம்.

இந்த நூலை தமிழகத்தில் வெளியிடுவதற்கு அனுமதி அளித்த தோழர் பௌசர் அவர்களுக்கும் இந்த நூல் உருவாக்கத்தில் பங்களித்த தோழர்கள் முத்துச்செழியன், களந்தை பீர்முஹம்மது ஆகியோருக்கும் எங்களது நன்றிகள்.

இலங்கையில் சிறுபான்மை மக்களான தமிழ் மக்களும் முஸ்லிம் மக்களும் தொடர்ந்து வரும் சிங்கள ஆட்சியாளர்களினால் அடக்கப் பட்டும் நசுக்கப்பட்டும் சமத்துவ அந்தஸ்து மறுக்கப்பட்டவர்க ளாகவும் நீண்ட காலமாய் நடத்தப்பட்டு வருகின்றனர். சுதந்திரத்தின் பின்னான ஐம்பதாண்டு காலங்களில் தமிழ், முஸ்லிம் மக்களுக்கு இந்த நாட்டில் நீதி வழங்கப்படவில்லை.

அனைத்து வழிகளிலும் புறக்கணிக்கப்பட்ட அடக்கிவைக்கப் பட்ட தமிழ் முஸ்லிம் மக்கள் இலங்கை தேசத்துடன் இணைந்து கொள்ள எடுத்த அனைத்து முயற்சிகளையும் தென்னிலங்கை பௌத்த சிங்கள இனவாத சக்திகள் முறியடித்த நிலையில், சிங்கள ஆட்சியாளர்களால் தமிழ், முஸ்லிம் மக்களுக்கு ஒருபோதும் நியாயமான நீதி வழங்கப்படப் போவதில்லை என்பதை அனைத்து தமிழ் முஸ்லிம் மக்களும் இன்று உணர்ந்து நிற்கின்றனர்.

அந்த உண்மையின் விளைவாக கடந்த இரண்டு தசாப்த காலமாக தமிழ் மக்கள் ஆயுத வழிப் போராட்டத்தில் தங்களது உரிமைகளைப் பெற்றுக்கொள்ள நடத்தும் போராட்டத்தில் தமிழ் மக்களுக்கு அடுத்த சிறுபான்மையான முஸ்லிம்கள் இன்னும் தங்களது உரிமைகளைப் பெற்றுக்கொள்வதற்காகச் சலுகைகளுக்கு அப்பாற்பட்ட சக்தி யொன்றை கட்டியெழுப்ப முன்வராதது வாய்ப்புக்கேடானதே.

முஸ்லிம்கள் தங்களுக்கென்ற அரசியல் பலத்தைத் தனித்துவத் தோடு அடையாளப்படுத்தக்கூடிய வடக்கு கிழக்கு முஸ்லிம்களைப் பொறுத்தவரையில், கடந்தகால அனுபவங்களினூடே அவர்கள் சந்தித்த சவால்கள், விளைவுகள், அனுபவங்கள் காரணமாய் வடக்கு கிழக்கில் வாழும் முஸ்லிம்கள் தங்கள் இருப்பைப் பாதுகாத்துக் கொள்வதற்காக ஒரு தனித்துவ தேசத்தை கோர வேண்டிய அவசியத்திற்குத் தள்ளப்பட்டுவிட்டார்கள். இந்தக் கோரிக்கையானது இன்று வரலாற்றினூடே ஒரு தவிர்க்க முடியாத தேவையாகவும் ஆகிவிட்டது.

பேரினவாத பௌத்த சிங்கள ஆட்சியாளர்களின் மேலாதிக்க மனோபாவம், தென்னிலங்கை முஸ்லிம் அரசியல் தலைமைகளின் கீழான சலுகைகளுக்கான அரசியல், தமிழ், மிதவாத கட்சிகளின் போலித்தனம், ஆயுத அமைப்புகளின் அடக்குமுறைகள், இனச்

சுத்திகரிப்பு நடவடிக்கைகள் போன்ற பல்வேறு காரணிகளால் வெடித்தெழும்பியுள்ள முஸ்லிம்களுக்கான தனித் தேசக் கோரிக்கையின் வழித்தடத்திற்கான கடந்தகால சவால்களை, நிகழ்வுகளை, அனுபவங்களை பரிசீலனைக்கு உட்படுத்துவதன் மூலம் தமிழ் முஸ்லிம் மக்கள் ஒரு நியாயமான முடிவுக்கு வருவதற்கு இந்த ஆய்வு முயற்சி துணை நிற்கும்.

சிறுபான்மை மக்கள் தொடர்பாக நியாயமாக நடந்துகொள்ள மறுத்த சிங்கள ஆட்சியாளர்களுக்கு எதிராக தமிழ், முஸ்லிம் மக்களும் தங்கள் தங்கள் தனித்துவ அடையாளங்களைப் பேணும் அதே நேரம் ஐக்கியப்பட்டுப் போராடுவதைத் தவிர வேறொரு வழியும் இருப்பதாகத் தெரியாத யதார்த்தம் உணரப்பட்ட இந்தச் சூழலில் இந்த ஆய்வு முயற்சி நூலுருவாக்கம் பெறுவது தமிழ் முஸ்லிம் மக்களிடையே ஒரு தெளிவான இணக்கப்பாட்டுடனான முற்போக்கு அணியைக் கட்டி யெழுப்புவதில் பெரும் பங்காற்றும் என்பதில் சந்தேகமில்லை.

லண்டனிலிருந்து வெளிவரும் உயிர்ப்பு சஞ்சிகையின் ஆசிரியர் குழுவின் பெரும் முயற்சியினால் எழுதப்பட்ட இந்த ஆய்வுக் கட்டுரை, உடனடியாக நூலுருவாக்கம் பெறப்படல் வேண்டுமென தமிழ், முஸ்லிம் முற்போக்கு சக்திகள் அதிக ஆர்வம் காட்டின.

சுயவிமர்சனத்தின் மீதும் ஜனநாயகத்தின் மீதும் நம்பிக்கை கொண்ட மக்களும் தலைமைத்துவங்களும் இந்த ஆய்வுக் கட்டுரையில் சொல்லப்பட்டுள்ள கருத்துக்களைப் பக்க சார்பில்லாத நடுநிலையான கண்ணோட்டத்துடன் அணுகி, விமர்சனத்திற்கு உட்படுத்துவதன் மூலம் தமிழ், முஸ்லிம் மக்களிடையே நிலவிவரும் இடைவெளியை தகர்த்தெறிய முடியும்.

இதனை நூலுருவில் வெளியிட அனுமதியளித்த லண்டன் உயிர்ப்பு குழுவினருக்கும் சிரமமெடுத்து அச்சிட்டுத் தந்த நண்பர் தியாராசா அவர்களுக்கும் சரிநிகர் ஆசிரியர் குழுவைச் சேர்ந்த நண்பர் சிவகுமார் அவர்களுக்கும் அட்டைப்பட வடிவமைப்பைச் செய்த நண்பர் ஏ.எம். றஷ்மி அவர்களுக்கும் பல்வேறு வழிகளிலும் துணை நின்ற அனைவருக்கும் எனது மனப்பூர்வமான நன்றிகள்.

எம். பௌசர்

(இலங்கையில் மூன்றாவது மனிதன் வெளியீடாக வந்தபோது இடம்பெற்ற பதிப்புரை).

பொருளடக்கம்

முன்னுரை
1 பூர்வீகமும் தனித்துவமும் — 1
2 குடிசனப் பரம்பலும் சமூகத் தன்மையும் — 5
3 தெற்கு முஸ்லிம்கள் — 12
4 (வட) கிழக்கு முஸ்லிம்கள் — 44
5 புதிய சமூகப் பிரிவினரால் ஏற்பட்ட பாதிப்புகள் — 57
6 கிழக்கு முஸ்லிம்களிடையே தமிழீழ விடுதலைப் போராட்டம் ஏற்படுத்திய தாக்கங்கள் — 68
7 கிழக்கில் தமிழ்-முஸ்லிம் வன்முறை மோதல்கள் — 80
8 மத்திய கிழக்கு வேலை வாய்ப்புகளால் கிழக்கு முஸ்லிம்களிடம் ஏற்பட்ட தாக்கங்கள் — 85
9 ஊர்க்காவல் அமைப்பின் தோற்றம் — 88
10 கிழக்கு முஸ்லிம்களின் தேசிய எழுச்சியும் இலங்கை முஸ்லிம் காங்கிரசும் — 99
முடிவுரை — 129
உசாத்துணை — 147

நன்றி
எம். ஆர் .ஏ. ஜாஹிர், ஏ. எல். அலீ அஹ்மது,
எம். டி. எம். இப்ராலிபி எம். எச். சேகு இஸ்ஸுதீன்,
எம். எம். எம். தாஹியார், ஆர். ராமமூர்த்தி, எச். தாலிப்
ஆகியோருக்கு

முன்னுரை

இலங்கை இனவாத அரசு தமிழ் தேசத்தின் இருப்பை சிதைத்து அழித்துவிட பல்வேறு வழிகளிலும் முயல்கின்றது. தமிழ் தேசத்தை நிராயுதபாணியாக்கி தனது ஆயுதபலம் கொண்டு நசுக்கிவிட கடுமையாகப் பாடுபடுகின்றது. இதன் தொடர்ச்சியாக இன்றைய சந்திரிகா அரசும் தீர்வுத் திட்டப் போர்வையில் யுத்தத்தை தீவிரப் படுத்தி தமிழ் தேசத்தின் மீது தனது மேலாண்மையை நிறுவும் முயற்சியில் இறங்கியுள்ளது. எனவே, சிங்கள அரசின் ஒடுக்கு முறையிலிருந்து தமிழ் தேசம் தன்னை விடுவித்து அது தனக்கென சொந்த அரசை அமைத்துக்கொள்வதே வரலாற்றுத் தேவை என்பது மேலும் துல்லியமாக்கப்பட்டுள்ளது.

எனினும் தமிழ் தேசம் தனது விடுதலையை எளிதாகவும், விரைவாகவும் பெற்றுவிட முடியும் என கற்பனை செய்ய முடியாது. தமிழீழம் இதோ கிடைத்துவிடும் என்று மிதவாத/தீவிரவாத தமிழ் தலைமைகள் கடந்த காலங்களில் பல தடவை நம்பிக்கை தெரிவித்திருந்தும்கூட 15 ஆண்டுகளுக்கும் மேலாக ஆயுதப் போராட்டம் தொடர்வதே யதார்த்தமாயுள்ளது. விடுதலைப் போராட்டம் மேலும் கணிசமான காலம் நீடிக்கும் என்பதை, தமிழ் தேசம் இன்று எதிர்கொள்கின்ற பல்வேறு பிரச்சினைகளின் தீவிர பரிமாணங்கள் உணர்த்துகின்றன.

ஒரு போராட்டம் இறுதி வெற்றியடையும் முன்பு, தனது பாதையில் பல்வேறு பிரச்சினைகளையும், நெருக்கடிகளையும் எதிர்கொள்கின்றது. போராட்டத்தில் பங்குகொண்ட சக்திகள்; புதிதாக இணைகின்ற சக்திகள்; போராட்டத்திலிருந்து ஒதுங்கிச் செல்லும் பிரிவினர்; இவர்களுக்கிடையிலான உறவுகள்; இவற்றின் விளைவாக மேலெழுகின்ற புதிய பிரச்சினைகள், மாறும் புற நிலைமை, அதற்கு ஏற்ப போராட்ட வழிமுறைகளில் ஏற்படுத்த வேண்டிய மாற்றங்கள், என வேறுபட்ட பல அக, புற நெருக்கடிகளை ஒரு போராட்டம்

சந்திக்கிறது. இவற்றைக் கண்டுகொள்ளாமல் ஒதுங்குவதோ இவற்றிற்கான தீர்வுகளை எதிர்காலத்திற்கு என ஒத்திப்போடுவதோ போராட்டத்தின் வெற்றியை உறுதிப்படுத்திவிடாது. மாறாக பலவீனப்படுத்தவே செய்யும். இத்தகைய நெருக்கடிகளை புறநிலையாக எதிர்கொள்வதும் இவற்றிற்கான தீர்வுகளைக் கண்டுகொள்வதுமே போராட்டம் புதிய வலிமையுடனும் புதிய பரிமாணத்திலும் பாய்ச்சல் அடைவதைச் சாத்தியமாக்கும்.

தமிழ் தேசிய விடுதலைப் போராட்டம் இதுவரை பல நெருக்கடி களை எதிர்கொண்டு வந்துள்ளது. சாதிய ஏற்றத் தாழ்வுகள், பிரதேச வேறுபாடுகள், வெகுசனப்படுத்தலின்மை, அராஜகம், பெண்களின் நிலை... என்பவற்றுடன் இப்போது முஸ்லிம் மக்களின் விடயமும் தீர்க்கமான விடயமாக முன் தள்ளப்பட்டுள்ளது.

வடக்கு, கிழக்கு முஸ்லிம் மக்கள் பல நூற்றாண்டுகளாக தமிழ் மக்களுடன் அருகருகே அவர்களுடன் சமூக, பொருளாதார, கலாசார ரீதியில் நெருக்கமாக உறவு கொண்டு வாழ்ந்து வந்திருந்தும், அவர்கள் தமிழ் மக்களின் அரசியலுடன் இணைவதைத் தவிர்த்து வந்திருப்பதை ஒரு வெறுப்பிற்குரிய புதிராகவே தமிழ் தலைவர் களும் பெரும்பாலான தமிழ்மக்களும் கருதிவந்துள்ளனர். ஒரு நூற்றாண்டிற்கு முன்பே, முஸ்லிம்கள் தனியான இனமல்ல (ethnic Group) என்றும், அவர்களும் தமிழர்களே என்றும் தமிழ் தலைவர்கள் வாதித்திருந்த போதிலும். பிற்காலங்களில் பல்வேறு தமிழ் தலைமைகள் முஸ்லிம் மக்களை 'இஸ்லாமிய தமிழர்கள்', 'தமிழ் பேசும் மக்கள்', 'ஈழவர்கள்' என்றெல்லாம் அடையாளப் படுத்திய போதிலும் முஸ்லிம் மக்களின் அரசியல் போக்கு தமிழ் மக்களின் அரசியல் பாதையிலிருந்து வேறுபட்டுச் சென்றுவிட்டதே யதார்த்தமாகும்.

இந்த எதார்த்தத்தைத் தமிழ்த் தலைமைகள் சரியாகப் புரிந்து கொள்ளாதது மட்டுமல்ல, இதனை அவர்கள் அணுகிய முறை யானது, ஒரு வரலாற்று அவமானத்தைச் சுமக்க வேண்டிய நிலைக்கு தமிழ் தேசத்தை இட்டுச் சென்றுள்ளது. தமிழ் மக்களின் அரசியலில் இருந்து வட-கிழக்கு முஸ்லிம்கள் வேறுபட்டு நிற்பதற்கான அடிப்படைக் காரணங்களைப் புரிந்துகொள்ள முயலாமல், தமிழ்த் தலைமைகள்—குறிப்பாக ஆயுதப் போராட்டத்தை முன்னெடுத்த தலைமைகள் வட-கிழக்கு முஸ்லிம்கள் மீது மேற்கொண்டு வந்திருக் கின்ற வன்முறை நடவடிக்கைகள் தமிழ் தேசத்தின் போராட்டத்தின்

நியாயப்பாட்டின் மீதே கேள்வியை எழுப்பியிருக்கின்றன. முஸ்லிம்களை முற்றாகவே வடக்கிலிருந்து வெளியேற்றியிருக்கும் கொடூரமும் கிழக்கு முஸ்லிம்களின் சமூக இருப்பை அச்சுறுத்தி இருப்பதும் வரலாற்றில் இடம்பெற்றுள்ள பிற இன ஒழிப்பு நடவடிக்கைகளுக்கு (ethnic cleansing) எந்த விதத்திலும் குறைந்ததல்ல என்பதையே காட்டுகிறது.

தமிழ் தேசமானது ஒரே தாயகத்துள் வாழும் இன்னோர் தனித்துவமான சமூகமாகிய முஸ்லிம் மக்களை உதாசீனப்படுத்தி விட்டு, தனது விடுதலையை அடைந்துவிட முடியாது. ஏனெனில் முஸ்லிம்கள் தொடர்பான பிரச்சினை என்பது தமிழ் தேசம் தனது விடுதலைக்கான பாதையில் முகங்கொடுத்து தீர்வு கண்டாக வேண்டிய ஓர் அரசியல் பிரச்சினையாகும். ஆதலால் இதனை எதிர்காலத்திற்குரிய பிரச்சினையாக ஒத்திவைப்பதும் சாத்தியப்பட மாட்டாது. இது தமிழ் தேசத்தின் ஜனநாயகப் பண்புடன் நெருக்கமாக தொடர்புற்றிருக் கின்றது. ஒரே தாயகத்துள் வாழும் இன்னொரு சமூகத்துடன் தமிழ் தேசம் எவ்வாறாக உறவைப் பேண விரும்புகின்றது என்பதை உலகிற்கு வெளிப்படுத்துகின்ற விடயமாகும். கடந்த கால தவறுகளை 'மன்னிப்போம் மறப்போம்' என பிரச்சினையை அப்படியே ஒட்டுமொத்தமாக கிடப்பில் போடுவதோ அவ்வப்போது நடை முறையில் எழும் பிரச்சினைகளுக்கு உள்ளூர் மட்டத்தில் அணுகி தீர்வுகண்டு செல்வதோ இதற்கான தீர்வாகமாட்டாது. பதிலாக வடகிழக்கு முஸ்லிம்கள் தொடர்பான விடயங்களை ஒட்டுமொத்தமாக எடுத்துக்கொண்டு, அவற்றை முறையாக மதிப்பிட்டு, அதனடிப்படை யில் அவர்களுடன் தமிழ் தேசம் ஏற்படுத்தக்கூடிய உறவுகள் மீள் வரையறை செய்யப்பட வேண்டும்.

முதலில் வடகிழக்கு முஸ்லிம்கள் தொடர்பாக எழுந்திருக்கின்ற பிரச்சினைகள் அரசியல் பரிமாணம் கொண்டவை என்பது புரிந்து கொள்ளப்பட வேண்டும். இத்தனை காலமும் தமிழ்த் தலைமைகள், வட-கிழக்கு முஸ்லிம்கள் தொடர்பான விடயங்களை அரசியல் ரீதியாக அணுகுவதற்கு தயாராக இருக்கவில்லை. இப்போக்கின் நேரடி விளைவாகவே விடுதலைப் புலிகள் வடக்கு முஸ்லிம்களை ஆயுத முனையில் வெளியேற்றிய நிகழ்வும் அமைந்திருக்கிறது. இதற்கு மேல் தமிழ் தேசத்திற்கும் வட-கிழக்கு முஸ்லிம்களுக்கும் இடையிலான உறவுகள் அரசியல்ரீதியாக தெளிவாக வரையறுக்கப்படுவதே இந்தப் பிரச்சினைகளுக்கான தீர்வாக அமையும்.

இதனை நோக்கமாகக் கொண்ட முயற்சியின் விளைவுதான் இக்கட்டுரை. இந்த ஆய்வு இயன்றவரை முழுமையாக அமைய வேண்டும் என்பதற்காக முழு இலங்கை முஸ்லிம்கள் என்ற அடிப்படையில் தொடங்கி அவர்களின் பூர்வீகம், குடிசனப்பரப்பல், பொருளாதாரம் என ஊடறுத்து வடகிழக்கு முஸ்லிம்களின் தனித்துவத்தை வெளிப்படுத்தி, அவர்களின் அரசியல் போக்குகள் குறித்து அதிக கவனம் செலுத்தப்பட்டுள்ளது. வட-கிழக்கு முஸ்லிம் களின் சமூகத் தன்மைகளில் ஏற்பட்டு வந்திருக்கின்ற மாற்றங் களையும் அவற்றுடன் இணைந்ததாக அவர்களின் அரசியல் போக்குகளில் ஏற்பட்ட மாற்றங்களையும் இறுதியில் அவர்கள் தமக்கென தனியான அரசியல் இயக்கத்தையும், அரசியல் கட்சியையும் உருவாக்கியிருப்பதோடு, தமக்கென தனியான அரசியல் அதிகார அலகைக் கோருகின்ற நிலையை அடைந்திருப்பதையும் இந்தக் கட்டுரை வெளிப்படுத்துகிறது. இவற்றினூடாக வட-கிழக்கு முஸ்லிம்கள் ஒரு தனியான தேசமாக உருவாகி இருக்கின்றார்கள் என்ற உண்மையும் கட்டுரையில் வெளிப்படுத்தப்படுகின்றது. இத்தகைய பின்னணியில் இந்தக் கட்டுரை வட-கிழக்கு முஸ்லிம்களின் தேச உருவாக்கத்தை வெளிப்படுத்துவதாயும் இதனடிப்படையில் வட-கிழக்கில் தமிழ் முஸ்லிம் மக்களிடையே இனிமேல் ஏற்படவிருக்கும் உறவுகள் சமத்துவமுள்ள இரு தேசங்களுக்கு இடையிலான உறவுகளாகவே அமைய வேண்டும் என்ற முடிவை முன்வைப்பதாகவும் அமைகிறது.

1

பூர்வீகமும் தனித்துவமும்

அறிவியல்துறையில் பூர்வீகமானது ஒரு சமூகத்தின் வரலாற்று இருப்புடன் தொடர்புபடுத்தப்படுகின்றது. ஒரு குறிப்பிட்ட சூழலில், ஒரு சமூகம் எத்தனை கால இருப்பைக் கொண்டுள்ளது, அச்சூழலுடன் குறிப்பிட்ட சமூகம் எத்தகைய இடையீட்டுத் தொடர்புகளைப் பேணி வருகின்றது போன்றவற்றை மதிப்பிடுகின்ற வரலாற்று அளவுகோலாக பூர்வீகம் விளங்குகிறது. பொதுவான நிலைமையில் ஒரு சமூகம் தனது பூர்வீகம் குறித்துப் பெருமிதம் கொண்டிருக்கும் சில சந்தர்ப்பங்களில் தனது பூர்வீகத்தை மறந்த நிலையிலும்கூட ஒரு சமூகம் வாழக்கூடும்.

என்றாலும், இந்த வரலாற்று அம்சத்தோடு எழுச்சியுடன் கூடிய அரசியல் அம்சத்தையும் பூர்வீகம் தன்னளவில் கொண்டிருக்கிறது. பூர்வீகத்தை ஆதாரமாகக் கொண்டு கிளர்ந்தெழுந்த பல்வேறு அரசியல் இயக்கங்களை வரலாறு வெளிப்படுத்தியுள்ளது.

தனது வாழ்வுச் சூழலில் தனக்குரிய வளங்களையும் வாய்ப்பு களையும் அனுபவிப்பதற்கான உரிமை, தனது சுயத்தைப் பேணுவதற்கான உரிமை, ஒரு சமூகத்திற்கு மறுக்கப்படுகின்ற போது, அச்சமூகம் அங்கு தனக்குள்ள உரிமைகளையும் பாத்தியதைகளையும் நிலைநாட்டுவதற்காக தனது பூர்வீகத்தை ஆதாரமாகக் கொள்கின்றது. தான் ஒரு தனியான சமூகம் என்றும், ஏனைய சமூகங்களைப் போன்று தமக்கும் சமத்துவமான உரிமைகள் உண்டு என்றும் நிலை நாட்டுவதற்காக வரலாற்றில் இருந்து தனக்குரிய அடையாளங்களை அச்சமூகம் கண்டெடுக்கிறது. இத்தகைய பூர்வீக அடையாளங்கள் விஞ்ஞான கண்ணோட்டத்தில் பகுத்தறிவுக்குப் பொருந்தாதவை யாகக்கூட இருக்கலாம். எனினும் குறித்த சமூகம் தனது தனித்துவத்தையும் உரிமைகளையும் நிலைநாட்டுகின்ற போராட்டத்தில் தன்னை இறுக்கமாக ஒன்றிணைக்கவும், அதற்கான ஆன்மிக வலிமையைப் பெற்றுக்கொள்ளவும் உதவுகின்ற ஒரு சாதனமாக

பூர்வீகத்தை உயர்த்திப் பிடிக்கின்றது. இதன் பின்னர் பூர்வீகமானது அந்தச் சமூகத்தின் கடந்தகால இருப்பைக் குறிக்கின்ற வரலாற்று அளவு கோல் என்பதிலிருந்து அதன் எதிர்கால இருப்புடன் பிணைந்து விடுகின்ற ஓர் அரசியல் காரணி என்ற நிலைக்கு மாறுகின்றது.

இலங்கையிலுள்ள முஸ்லிம்கள் தமது பூர்வீகம் பற்றிய உணர்வு பூர்வமான தேடலை ஒரு நூற்றாண்டிற்கு முன்பே தொடங்கிவிட்டனர். முஸ்லிம்கள் மீது சிங்கள, தமிழ்த் தலைமைகள் கொண்டிருந்த விரோதமும் மேலாதிக்க மனோபாவமும் இத்தகைய தேடலுக்கு காரணமாகின. 19ஆம் நூற்றாண்டின் பிற்பகுதியில் இவ்விரு சமூகத் தலைமைகளும் இலங்கை முஸ்லிம்களின் தனித்துவத்தையும், உரிமைகளையும் மறுக்கின்ற போக்கை எடுத்தனர். ஒருபுறம், தென்னிலங்கை முஸ்லிம்களின் ஒரு பிரிவினர் வணிகத்தில் பெற்றிருந்த செல்வாக்கின் காரணமாக, அவர்கள் மீது சிங்கள வணிகர்களும், சிங்கள இனவாதிகளும் இவர்களின் அரசியல் பிரதிநிதிகளும் விரோதம் கொண்டிருந்தனர். இவர்கள் தென்னிலங்கை முஸ்லிம் பிரிவினரின் வணிக மேலாண்மையை அகற்றி அங்கு தமது மேலாண்மையை ஏற்படுத்த முயன்றனர். இதன் நிமித்தம் இலங்கை முஸ்லிம்களின் பூர்வீகத்தைக் கொச்சைப்படுத்தினர். முஸ்லிம்களுக்கு இந்நாட்டில் உரிமையில்லை என நிரூபிப்பதற்காக அவர்களைக் 'கள்ளத் தோணிகள்' என்றும் 'மரக்கல மினிசுகள்' (மரக்கலத்தில் வந்தோர்) என்றும் கேவலப்படுத்தி வந்தனர். மறுபுறம், 19ஆம் நூற்றாண்டின் பிற்பகுதியில், தமிழ் மக்களினதும் முஸ்லிம் மக்களினதும் சார்பில் சட்டசபை பிரதிநிதிகளாக நியமிக்கப்பட்டு, அரசியல் அதிகாரங்களை அனுபவித்த தமிழ்த் தலைமை இந்த அதிகாரங்கள் தொடர்ந்தும் தமது பிடிக்குள் வைத்திருக்கும் நோக்குடன் இலங்கை முஸ்லிம்களின் தனித்துவத்தை மறுத்து அவர்களும் தமிழர்களே என வகைப்படுத்த முயன்றனர். சிங்கள, தமிழ்த் தலைமைகளின் இத்தகைய முயற்சிகளுக்கு எதிராக அன்றைய முஸ்லிம் தலைவர்கள் உறுதியாகச் செயற்பட்டனர்.

இவர்கள் தமது சந்ததியை மதிப்பிடுவதில் ஆண்வழித் தொடர்பிற்கு முதன்மையளித்து தாம் பல நூற்றாண்டுகளுக்கு முன்பு இலங்கையில் குடியேறிய செல்வமும், வீரமும் மிக்க அரேபியர்களின் ஆண்வழித் தோற்றல்கள் எனவும், தாம் இந்த நாட்டிற்கு ஆக்கிரமிப்பாளர்களாக வரவில்லை எனவும், மாறாக இந்த நாட்டின் வளர்ச்சிக்கு பொருளாதாரம், மருத்துவம், கலாச்சாரம் எனப் பல்வேறு

துறைகளிலும் பங்களிப்புச் செய்தவர்களெனவும், இந்த நாட்டின் சிறப்புகளைப் பிற நாடுகளுக்கும் பரப்பியவர்கள் எனவும், பலவாறாக தமது முக்கியத்துவத்தை வெளிப்படுத்தினர். தென்னிந்திய மற்றும் ஐரோப்பிய ஆக்கிரமிப்பாளர்களுக்கு எதிராகத் தாம் தனித்தும் சிங்கள மன்னர்களுடன் தோள் கொடுத்தும் போராடியவர்கள் என்ற தமது வீரவரலாற்றை எடுத்துக் கூறினார்கள்.

இவ்வாறு தமது பூர்வீகத்தை ஆதாரபிடியாகக்கொண்டு, உரிமைகளை மறுக்க முனைந்த சிங்கள, தமிழ்த் தலைமைகளுக்கு எதிராகத் தமது தனித்துவமான பூர்வீகத்தையும் மாண்பையும் அன்றைய முஸ்லிம் தலைமை உயர்த்திப் பிடித்தது. இதன் மூலமாக இந்நாட்டில் சிங்கள தமிழ் சமூகங்களைப் போலவே தமக்கும் சகல உரிமைகளும் உண்டு என முஸ்லிம் தலைமை விடாப்பிடியாக வாதிட்டது. இத்தகைய விவாதங்களினூடாக தமது தனித்துவத்தை உறுதியாக நிலைநாட்டிய இலங்கை முஸ்லிம்கள் பின்னர் தம்மை அரசியல் ரீதியாகவும் சட்ட ரீதியாகவும் தனியான சமூகமென அடையாளப்படுத்துவதில் வெற்றி கண்டனர்.

வரலாற்று ஆதாரங்களின்படி, கி.பி. 8ஆம் நூற்றாண்டு அளவில் இலங்கையில் முஸ்லிம்களின் குடியேற்றம் இடம் பெற்றதாக அறிய முடிகிறது. இதற்கு மிக நீண்ட காலங்களுக்கு முன்னரே, அதாவது அரேபியாவில் இஸ்லாம் தோன்றுவதற்கு முன்பே அரேபியர் இலங்கையுடன் நெருக்கமான வணிகத் தொடர்புகளைக் கொண்டிருந்த போதிலும், அவர்களில் எவரும் இலங்கையில் குடியேறி வாழ்ந்ததாக வரலாற்றுச் சான்றுகள் இல்லை. கி.பி. 8ஆம் நூற்றாண்டில் இருந்து படிப்படியே இலங்கையில் முஸ்லிம்கள் குடியேறியுள்ளனர். தொடக்கத்தில் முழு இலங்கையையும் தழுவியதாக கிட்டதட்ட எட்டு பிரதான இடங்களில் முஸ்லிம்கள் குடியேறியதாக அறியப் பட்டுள்ளது. அரேபியாவில் அதிகாரப் போட்டியின் காரணமாக வெவ்வேறு குலப் பிரிவினரிடையே ஏற்பட்ட மோதல்களின் விளைவாக ஹாசீம் பிரிவைச் சேர்ந்த சில நூறு அராபிய முஸ்லிம்கள் இலங்கையில் குடியேறியதாக சில வரலாற்று ஆய்வாளர்கள் குறிப்பிடுகின்றனர். இதேவேளை தென்னிந்தியாவைச் சேர்ந்த முஸ்லிம்களும் பல நூற்றாண்டுகளுக்கு முன்பு பல்வேறு சந்தர்ப்பங்களில் இலங்கையில் குடியேறியமை வரலாற்றுரீதியில் நிரூபிக்கப்பட்டுள்ளது. இலங்கையிலுள்ள மிகப் பெரும்பாலான முஸ்லிம்கள் (முற்றிலும் சிங்கள மக்கள் மத்தியில் சிறியளவில்

வாழும் முஸ்லிம்களும்கூட) தமிழ்மொழியைத் தாய்மொழியாகக் கொண்டு இருப்பதையும் இலங்கை முஸ்லிம்களின் பல கலாச்சார அம்சங்கள் தென்னிந்திய முஸ்லிம்களினதும், இலங்கைத் தமிழர்களினதும் கலாச்சார கூறுகளுடன் ஒத்த தன்மையைக் கொண்டிருப்பதையும் கவனத்தில் கொள்ளும் போது இலங்கை முஸ்லிம்களின் பூர்வீகத்தில் தென்னிந்திய வருகை முக்கிய பாத்திரம் வகித்திருப்பதை அறிய முடிகிறது.

இந்த வகையில் இலங்கை முஸ்லிம்களின் பூர்வீகத்தை அராபியப் பாரம்பரியத்துடன் முக்கியமாக தென்னிந்திய முஸ்லிம்களின் இடப்பெயர்வையும் இணைத்தே விளங்கிக்கொள்ள வேண்டும். எவ்வாறாயினும் முஸ்லிம்களின் பூர்வீகம் குறித்து எதிர்காலத்தில் எழக்கூடிய எந்த சர்ச்சைகளும் முஸ்லிம்களின் தனித்துவத்தை நிராகரிப்பதாக ஆகிவிடாது. ஏனெனில் அவர்களின் தனித்துவம் என்பது அடையப்பட்டுவிட்டது; அரசியல்ரீதியில் நிலைநாட்டப் பட்டுவிட்ட ஒன்றாகும்.

2

குடிசனப் பரம்பலும் சமூகத் தன்மையும்

1981ஆம் ஆண்டு மக்கள்தொகை கணக்கெடுப்பின்படி இலங்கை முஸ்லிம்களின் மக்கள்தொகைச் செறிவு என்பன மாவட்ட அடிப்படையில் எவ்வாறு அமைந்திருந்தது என்பதை அட்டவணை - 1 காட்டுகின்றது. இலங்கையின் நிர்வாக அலகுகளாக தற்போது மாகாணங்கள் அமைவதால் மாகாண மட்டத்தில் இலங்கை முஸ்லிம்களின் மக்கள்தொகை எண்ணிக்கையும் செறிவையும் கூடவே பொருளாதார அடிப்படைகளையும் தெரிந்துகொள்வது இங்கு பொருத்தமாகும்.

அட்டவணை - 1இலிருந்து இலங்கை முஸ்லிம்களின் மக்கள் தொகையை மாவட்ட அடிப்படையில் அறிந்துகொள்ளலாம். கிழக்கு மாகாணத்திலுள்ள மூன்று மாவட்டங்களிலும் வன்னியிலுள்ள மன்னார் மாவட்டத்திலும் முஸ்லிம்கள் கவனத்தில் கொள்ளக்கூடிய அளவு கணிசமான செறிவுடன் வாழ்கின்றனர். வட-கிழக்கிற்கு வெளியே கொழும்பு (8.27), களுத்துறை (7.46), கண்டி (9.95), மாத்தளை (7.23), புத்தளம் (9.72), அனுராதபுரம் (7.12) ஆகிய மாவட்டங்களில் தமது தேசிய அளவில் வீதாசாரமான 7.12 வீதம் என்ற செறிவைவிட கூடிய செறிவில் காணப்படுகின்றனர்.

மாகாண அளவில் பரம்பலைக் காட்டும் அட்டவணை - 2 இலிருந்து இலங்கை முஸ்லிம்கள் கிழக்கு மாகாணத்தில் மட்டுமே குறிப்பிடத் தக்க செறிவில் வாழ்கின்றனர் என்பதை அறியலாம். இலங்கை முஸ்லிம்கள் மாவட்ட, மாகாண ரீதியில் மேற்படி செறிவைக் கொண்டிருந்த போதிலும்கூட அவர்களது எதார்த்தமான குடிப் பரம்பலானது குறிப்பான தன்மைகளைக் கொண்டதாக அமைகிறது. குறிப்பாக வடகிழக்கிற்கு வெளியே வாழும் முஸ்லிம்களின் குடிப் பரம்பலில் இத்தகைய தன்மையை தெளிவாகக் காணலாம்.

வட கிழக்கிற்கு வெளியே வாழும் முஸ்லிம்கள் (இவர்கள் இந்தக் கட்டுரையில் பொதுவாக 'தெற்கு முஸ்லிம்கள்' என்று

அட்டவணை - 1

மாவட்டம்	முஸ்லிம்களின் எண்ணிக்கை	இலங்கையின் மொத்த மக்கள்தொகையில் முஸ்லிம்களின் வீதம்
1. அம்பாறை	161481	41.53*
2. மட்டக்களப்பு	79317	23.97*
3. திருகோணமலை	74403	28.97*
4. யாழ்ப்பாணம்	13757	1.66
5. வன்னி-மன்னார்	28464	26.62
-வவுனியா	6640	6.92*
-முல்லைத்தீவு	3777	4.87
6. கொழும்பு	140461	8.27
7. கம்பஹா	38607	2.78
8. களுத்துறை	61706	7.46
9. கண்டி	112052	9.95
10. மாத்தளை	25836	7.23
11. நுவரெலியா	14688	2.81
12. புத்தளம்	47959	9.72
13. குருநாகல்	61342	5.05
14. காலி	25896	3.18
15. மாத்தறை	16457	2.55
16. அம்பாந்தோட்டை	4732	1.12
17. அனுராதபுரம்	41833	7.12
18. பொலனறுவை	17095	6.50
19. இரத்தினபுரி	13531	1.70
20. கேகாலை	34852	5.10
21. பதுளை	26808	4.17
21. மொனராகலை	5322	1.90

* (1981ஆம் ஆண்டு கணக்கெடுப்பின்படி, இலங்கையிலுள்ள மொத்த முஸ்லிம்களின் எண்ணிக்கை 1056972 ஆகவும் மொத்த மக்கள்தொகையில் இது 7.12 வீதமாகவும் அமைகிறது.)

அழைக்கப்படுகின்றனர்) ஆங்காங்கே சிறு சிறு எண்ணிக்கையில் சிதறிய நிலையில் வாழ்கின்றார்கள். இதனால் இவர்களிடையே இறுக்கமான சமூகத் தொடர்புகள் ஏற்பட முடிவதில்லை. இவர்களது

அட்டவணை - 2

மாகாணம்	மொத்த மக்கள் தொகை	முஸ்லிம்களின் எண்ணிக்கை	மொத்த மக்கள் தொகையில் முஸ்லிம் வீதம்	பொருளாதார அடித்தளம்
1. கிழக்கு	976475	316164	33.0	விவசாயம், மீன்பிடி, கால்நடை வளர்ப்பு,
2. வடக்கு	1109404	50831	4.06	வியாபாரம், நெசவு, குடிசைக் கைத் தொழில் காட்டுத் தொழில்
3. மேற்கு	3919807	238728	6.10	மொத்த வியாபாரம்
4. தென்	1882661	46699	2.50	நகர்ப்புற கூலித் தொழில்
5. மத்திய	2009348	146937	7.30	சிறு தோட்டப் பயிர்,
6. வடமேல்	1704334	109791	6.40	இரத்தினக்கல் அகழ்வு
7. வட மத்திய	831408	53729	6.50	சிறு கைத்தொழில்
8. ஊவா	914522	31912	3.50	
9. சப்ரகமுவ	1482031	43180	3.30	

நலன்களை உண்மையாகவே பிரதிபலிக்கின்ற சமூக இயக்கங்களும் அமைப்புகளும் உருவாக முடிவதில்லை. தெற்கில் குறைந்த எண்ணிக்கையில் வாழுகின்ற மாகாணங்களில் மட்டுமின்றி இரண்டு இலட்சத்திற்கும் கூடுதலாக வாழ்கின்ற மேல் மாகாணத்திலும், ஒன்றரை இலட்சம் அளவில் வாழ்கின்ற மத்திய மாகாணத்திலும் இவர்களின் மிகவும் அடர்த்தி குறைந்த குடிசனப் பரம்பல் காரணமாக பல இடங்களில் முஸ்லிம்களுக்கென தனியான கிராம சேவையாளர் பிரிவுகள்கூட அமைக்கப்பட முடியவில்லை. இதனால் ஒரு சமூகத்திற்கு அவசியமான அடிப்படை நிர்வாகத் தேவைகளில்கூட இவர்கள் ஒதுக்கப்பட்டுவருவது நிகழ்ந்துவருகின்றது. வாசக சாலைகள், பாடசாலைகள், கலாசார செயற்பாட்டு வசதிகள், வீதி அபிவிருத்திகள்,

சுகாதார வசதிகள் போன்ற உள்ளகக் கட்டமைப்புகள் சார்ந்த அபிவிருத்திகளிலிருந்து (Infrastructural development) இந்த முஸ்லிகள் ஒதுக்கப்பட்டிருக்கின்றார்கள். இவற்றின் விளைவாக பொதுவில் தெற்கு முஸ்லிம்கள் மாகாண, மாவட்ட மட்டத்தில் மாத்திரமன்றி தொகுதி அல்லது உதவி அரசாங்க அதிபர் பிரிவு மட்டத்தில்கூட நெருக்கமாக பிணைக்கப்படாத சமூகமாகவே வாழ்கின்றனர்.

தெற்கு முஸ்லிம்களின் பொருளாதாரம் பெரும்பாலும் வர்த்தகம் சார்ந்தவையாக இருப்பதால் அது போட்டியை அடிப்படையாகக் கொண்டது. இப்பொருளாதாரம் பெரிதும் நிலம் சாராததாகவும், நேரடி உற்பத்தியுடன் தொடர்புபடாததாயும் இருக்கிறது. பெரிதும் வாங்கி விற்றல் என்ற இடையீட்டுச் செயற்பாட்டுக்குரியதாகவும், ஒருவரின் வீழ்ச்சியே மற்றவருக்கான உயர்ச்சி என்ற நிலைமையும் இங்கு காணப்படுகிறது. மேலும் இப்பொருளாதார நடவடிக்கைகளில் பரபரப்பும் அவசரமும் தொடர்ச்சியான பங்கு பெற்றலும் அவசியப்படுகின்றன. இவற்றின் காரணமாக சக நபர்களுடன் சமூக உணர்வுடன்கூடிய நெருக்கமான உறவுகளை ஏற்படுத்துவதும் சாத்தியமற்றதாகிறது. மறுபுறமும், இந்தப் பொருளாதாரத் தளங்கள் முற்றிலும் சந்தையை இலக்காகக் கொண்டிருப்பதால், தெற்கு முஸ்லிம்கள் தமது அவசிய தேவைகளை நிறைவேற்றுவதற்கு ஏனைய சமூகங்களில் தங்கியிருக்க வேண்டியுள்ளது. இவ்வாறு தெற்கு முஸ்லிம்களின் பொருளாதாரமானது அவர்களிடையே ஒத்த நலன்கள் சார்ந்த நெருக்கமான உறவுகள் ஏற்பட முடியாமலும், சுயசார்புமிக்க சமூகமாக நிலைக்க முடியாமலும் அவர்களைத் தடுக்கின்றது.

தெற்கு முஸ்லிம்கள் இவ்வாறு சமூக பொருளாதார ரீதியில் பொதுவான நலன்களும், சுயசார்பும் கொண்ட சமூகமாக தம்மை உருவாக்க முடியாமலிருப்பதால், அவர்களது அரசியற் செயற்பாடுகள் முற்றிலும் பலவீனமாக இருந்து வந்துள்ளன. ஒரு சமூகத்தின் அரசியல் பலமானது அந்தச் சமூகத்தின் ஆள் எண்ணிக்கையினாலோ சில தனி நபர்கள் கொண்டிருக்கின்ற பொருளாதார பலத்தினாலோ தீர்மானிக்கப்படுவதில்லை. பதிலாக, அந்தச் சமூகம் எத்துணைச் செறிவாக வாழ்கின்றது என்பதிலும், எவ்வளவு இறுக்கமாக தம்மிடையே தொடர்புகளை ஏற்படுத்திக் கொள்கிறார்கள் என்பதிலும், பொதுவான நலன்கள் சார்ந்து எவ்வாறு தமக்கிடையே ஐக்கியத்தையும் அமைப்பு வடிவங்களையும் எற்படுத்துகிறார்கள் என்பதிலுமே பெரிதும் தங்கி யுள்ளது. ஆனால் இத்தகைய அம்சங்களில் பலவீனப்பட்டிருக்கின்ற

தெற்கு முஸ்லிம்கள் தமக்கென தனியான அரசியல் இயக்கங்களை முன்னெடுக்க முடியாதவர்களாகவுள்ளனர். அத்துடன் தமது செறிவற்ற, சிதறிய பரம்பலின் காரணமாக தாம் வாழ்கின்ற பிரதேசங்களின் பொதுவான செயற்பாடுகளில்கூட வலுவான தாக்கம் ஏற்படுத்த முடியாதவர்களாகவும், இதனால் அரசியல் முக்கியத்தும் அற்றவர்வர் களாவுமே இருக்கின்றனர். தெற்கு முஸ்லிம்கள் தலைமையின் வழிகாட்டலில் பிரதான சிங்கள கட்சிகளுக்கு ஆதரவளிப்பதாக மட்டுமே இவர்களது அரசியல் செயற்பாடுகள் எல்லைப் பட்டிருக்கின்றன.

1981 மக்கள்தொகை கணக்கெடுப்பின்படி, இலங்கை முழுவதிலும் முஸ்லிம்களின் மொத்த எண்ணிக்கை 1056972 ஆகும். இதில் தெற்கு முஸ்லிம்கள் மக்கள்தொகை வீதம் 60 ஆகும். வட-கிழக்கு முஸ்லிம்கள் மக்கள்தொகை வீதம் 40 ஆகும். இருந்தபோதிலும், தெற்கு முஸ்லிம்கள் தெற்கு மொத்த மக்கள் தொகையில் 5.4 வீதம் மட்டுமே. அதேசமயம் வடகிழக்கு முஸ்லிம்கள் வடகிழக்கு மொத்த மக்கள்தொகையில் 17.59 வீதமாகும். கிழக்கை மட்டும் எடுத்துக்கொண்டால் முஸ்லிம்கள், கிழக்கு மக்கள்தொகையில் 32 வீதமாகும். இவ்வாறு எண்ணிக்கையில் அதிகமாக இருக்கின்ற தெற்கு முஸ்லிம்கள் சிதறுண்டவர்களாயும், தமது சமூக, பொருளாதார அரசியல் தன்மைகளின் அடிப்படையில் ஒரு 'தேசிய சிறுபான்மை' என்ற எல்லைக்குள் தமது நலன்களையும் உரிமைகளையும் பேணிப் பாதுகாக்கும் அவசியத்திலும் உள்ளனர்.

(வட) கிழக்கு முஸ்லிம்களின் எதார்த்த நிலையை எடுத்துக் கொண்டால், அது தெற்கு முஸ்லிம்களில் இருந்தும் முற்றிலும் வேறுபட்டதாக இருக்கின்றது. கிழக்கின் மூன்று மாவட்டங்களிலும், வடக்கின் மன்னார் மாவட்டத்திலும் கணிசமான செறிவுடன் வாழ்கின்ற இவர்கள் அங்கு தாம் வாழ்கின்ற பிரதேசங்களில் அரசியல், நிர்வாக அமைப்புகளைத் தாமே சுயமாக உருவாக்கக் கூடியவர்களாக இருக்கின்றார்கள். தமக்கென கிராம, உதவி அரசாங்க அதிபர் பிரிவுகள் என்பவற்றையும் அவற்றில் தமது அதிகாரத்தையும் கொண்டிருக்கின்றனர். இதன் காரணமாக இத்தகைய நிர்வாக மற்றும் அதிகார அலகுகளில் பரிச்சயம் உள்ளவர்களாயும், இவற்றின் அவசியம் குறித்து உணர்வுபூர்வமான புரிதல் கொண்டவர்களாகவும் உள்ளனர். தமக்குரிய உள்ளகக் கட்டமைப்புகளின் அபிவிருத்தியில் கரிசனை கொண்டவர்களாயும், அவை குறித்து கேள்வியெழுப்பக் கூடியவர்களாயும் உள்ளனர். குறிப்பாக பிரதேச மட்டத்தில் தமக்கென

பல்வேறுபட்ட சுயமான சமூக நிறுவனங்களையும், அமைப்புகளையும் ஏற்படுத்தி, அவற்றின் மூலமாக காத்திரமான சமூகப் பாதிப்புகளை நிகழ்த்தக் கூடியவர்களாக உள்ளனர்.

(வட) கிழக்கு முஸ்லிம்களின் பொருளாதாரம் அவர்களிடையே நெருக்கமான உறவுகளை ஏற்படுத்துவதாகவும், அவர்களது சுயசார்பை உறுதிப்படுத்துவதாகவும் அமைந்திருக்கிறது. இவர்கள் ஒரு தனியான இருப்பாக (seperate Entity) திகழ்வதை சாத்தியமாக்கும் வகையில் ஒரு சுயசார்புப் பொருளாதாரத்தைக் கொண்டுள்ளனர். மேலும் இப்பொருளதாரத் தளங்கள் பரஸ்பர ஒத்துழைப்பை அவசியப்படுத்துவதோடு இதனூடாக கூட்டு அக்கறையும் கூட்டான நலன்களையும் உருவாக்குகின்றன. இவ்வாறு (வட) கிழக்கு முஸ்லிம்களின் பொருளாதாரம், இயல்பாகவே அவர்களிடையே பொதுவான நலன்களையும் தோற்றுவிக்கின்றது.

(வட) கிழக்கு முஸ்லிம்களின் செறிவான குடிப் பரம்பலும், சமூக நிறுவனங்கள், நிர்வாக இயந்திரங்கள் என்பவை தொடர்பாக அவர்கள் கொண்டிருக்கின்ற அவசியமும், பரிச்சயமும் பொருளாதாரம் ஏற்படுத்திய நெருக்கமான உறவு களும், பொதுவான நலன்களும் அவர்களின் அரசியல் வாழ்வை பலமிக்கதாக மாற்றுகின்றன. தமக்கிடையே தனியான அரசியல் இயக்கங்களை ஏற்படுத்துவதும், தனியான அரசியல் அபிலாசைகளையும், கோரிக்கைகளையும் முன்வைப்பதும் இவற்றினூடாக பொதுவான நலன்களின் அடிப்படையில் ஒன்று திரள்வதும் இவர்களுக்கு சாத்தியமாகிறது. இறுதியில் தாம் பொதுவான அரசியல் தலைவிதியால் பிணைக்கப் பட்டிருக்கின்ற சமூகம் என்ற அடையாளத்தைப் பெறுவதும், இவர்களுக்கு சாத்திய மாகிறது. இவ்வாறாக வட-கிழக்கு முஸ்லிம்கள் இலங்கை முஸ்லிம்களில் எண்ணிக்கை வகையில் தெற்கு முஸ்லிம்களிலும் பார்க்க தொகையில் குறைந்தவர்களாக இருந்த போதிலும், ஒரு தனியான தேசமாக தம்மை உருவாக்குகின்ற வாய்ப்பைப் பெற்றுள்ளனர். தமது அரசியல் வாழ்வைத் தாமே தீர்மானிக்கின்ற சுய நிர்ணய உரிமையை இவர்கள் கொண்டிருக் கின்றனர்.

இந்த வகையில் தெற்கு முஸ்லிம்களிடையிலும், வட-கிழக்கு முஸ்லிம்களிடையிலும் சமூக பொருளாதார, அரசியல் நிலைமை களில் காணப்படுகின்ற இத்தகைய வேறுபட்ட தன்மைகள் புறநிலையாகவும் தெளிவாகவும் புரிந்து கொள்ளப்பட வேண்டும். இவ்விரு முஸ்லிம் தரப்புகளிடையேயும் மதம், மொழி, கலாச்சாரம்,

பூர்வீகம் போன்றவற்றில் ஒத்த தன்மைகள் காணப்படுகின்ற போதிலும் அவர்களது சமூக, பொருளதார, அரசியல் வாழ்வானது இருவேறு திசைகளில் அமைந்திருக்கின்ற எதார்த்தம் ஏற்றுக் கொள்ளப்பட வேண்டும். இத்தகைய வேறுபாடுகளை ஏற்றுக் கொள்வதும் அவற்றின் அடிப்படையில் தத்தமக்குரிய இருப்பைத் தீர்மானிப்பதும் இலங்கை முஸ்லிம்களுக்கு எவ்விதத்திலும் பாதகமாக அமையப் போவதில்லை. மாறாக, இவற்றின் மூலமே அவர்கள் தமது நலன்களையும், உரிமைகளையும், பூரணமாக பெற்றுக்கொள்வது சாத்தியமாகும். இவ்வளவு காலமும் இந்த உண்மையைப் புரிந்துகொள்ளாமல், மேற்கொள்ளப்பட்ட நடவடிக்கைகளினால் இலங்கையிலுள்ள இரு முஸ்லிம் பிரிவுகளதும் சமூக, பொருளாதார, அரசியல் வாழ்வில் ஏற்பட்டிருக்கின்ற பாதிப்புகள் இங்கு கவனத்தில் கொள்ளப்பட வேண்டும்.

குறிப்பிட்ட பல அம்சங்களிலும் ஒத்த சமூகங்களிடையே இத்தகைய பிரிவினை ஏற்படுவது வரலாற்றில் பல சந்தர்ப்பங்களில் இடம் பெற்றுள்ளன. உதாரணமாக இந்தியாவில் இருந்து பாகிஸ்தான் பிரிந்தபோது அரைப் பங்குக்கும் அதிகமான முஸ்லிம்கள் இந்தியாவிலேயே இருந்துள்ளனர். பின்னர், பாகிஸ்தானில் இருந்து பங்களாதேஷ் முஸ்லிம்கள் தம்மைப் பிரித்துக்கொண்டார்கள். இன்று முஸ்லிம் மக்கள்தொகை அதிகமுள்ள நாடுகளில் இரண்டாம் இடத்தில் இருக்கும் இந்தியாவிலிருந்து (மொத்த இந்திய முஸ்லிம் மக்கள்தொகையில் கிட்டத்தட்ட பத்தில் ஒரு பங்கினராக மட்டுமே உள்ள) காஷ்மீர் முஸ்லிம்கள் தமது பிரிவினைக்காக போராடு கிறார்கள். இத்தகைய அரசியல் வகை பிரிவினைகள் முஸ்லிம்களுக் கிடையிலான பிரிவினைகள் அல்ல என்பதும், அவை ஒடுக்கும் ஆதிக்க சக்திகளின் பிடியிலிருந்து தம்மை விடுவிப்பதை இலக்காகக் கொண்டவை என்பதும் புரிந்துகொள்ளப்பட வேண்டும்.

இலங்கையிலும்கூட, சிங்கள-தமிழ் இனவாத ஒடுக்குமுறைகளுக்கு உள்ளாக்கப்படுகின்ற முஸ்லிம்கள் தமக்கிடையில் எதார்த்தமாக நிலவும், தெற்கு, வட-கிழக்கு என்ற வேறுபாடுகளை அங்கீகரித்து, இதனடிப்படையில் தமக்கென தனியான அரசியல் இயக்கங்களை முன்னெடுப்பதன் மூலமே இத்தகைய அடக்குமுறையிலிருந்து தம்மை விடுவித்துக் கொள்ள முடியும். இத்தகைய பின்புலத்தில் இந்தக் கட்டுரை தெற்கு முஸ்லிம்களையும் வட-கிழக்கு முஸ்லிம்களையும் தனித்தனியாக ஆய்வு செய்கின்றது.

3
தெற்கு முஸ்லிம்கள்

இங்கு 'தெற்கு முஸ்லிம்கள்' என்று குறிப்பிடப்படுபவர்கள் வட-கிழக்கு மாகாணங்கள் தவிர்ந்த, இலங்கையின் ஏனைய மாகாணங்களில் வாழ்கின்ற முஸ்லிம்களாகும். இலங்கை முஸ்லிம்களில் கிட்டத்தட்ட அறுபது வீதத்தினராக (60) இருக்கின்ற இவர்கள் தென்னிலங்கை எங்கும், அதாவது புத்தளத்திலிருந்து அம்பாந்தோட்டை வரையும், பொலநறுவையிலிருந்து கொழும்பு வரையும் பரந்து சிறு சிறு எண்ணிக்கையில் வாழ்கிறார்கள். இவ்வாறான செறிவற்ற சிதறிய குடிப்பரம்பல் காரணமாக தெற்கு முஸ்லிம்களிடையே வலிமையான பிணைப்புடன்கூடிய சமூக உறவுகள் ஏற்பட முடியாதிருக்கின்றது. மேலும் இவர்களின் பொருளாதாரம் நிலத்திலிருந்து விடுபட்டதாகவும் சந்தையுடன் பிணைக்கப்பட்டதாகவும் இருப்பதால் பொருளாதார ரீதியான பொது நலன்களின் அடிப்படையிலும் இவர்களிடையே நெருங்கிய உறவுகள் ஏற்பட முடியாதிருக்கின்றது. இவற்றின் விளைவாக, தமக்கென சுயமான அரசியல் நிறுவனங்கள் உருவாக்கக்கூடிய சாத்தியங்களைத் தெற்கு முஸ்லிம்கள் இழந்துள்ளார்கள். மேலும் பௌத்த சிங்கள இனவாதம் தம்மீது தொடர்ச்சியாக மேற்கொண்டு வருகின்ற ஒடுக்குமுறைகளுக்கு எதிராக, ஒன்றுதிரண்ட உணர்வெழுச்சியை வெளிப்படுத்த முடியாதவர்களாகவும் போராட முடியாதவர்களாவும் இருக்கின்றனர். இவ்வாறு இலங்கை முஸ்லிம்களில், எண்ணிக்கையில் பெரும்பான்மையினராக இருக்கின்ற தெற்கு முஸ்லிம்கள் தமது அரசியல் தலைவிதியை தமக்குரிய வழியில் தீர்மானிக்க முடியாதவர்களாகவும் பௌத்த-சிங்கள இனவாதத்திற்கு கட்டுப்பட வேண்டிய வர்களாகவும் இருக்கின்றனர்.

எனினும் ஒரு நூற்றாண்டிற்கு மேலாக, முழு இலங்கை முஸ்லிம்களின் அரசியல் தலைமையாக, தெற்கு முஸ்லிம் தலைமை

(குறிப்பாக கொழும்புசார் முஸ்லிம் தலைமை) செயற்பட முடிந்தமை கவனத்திற்குரியது. இதைச் சாதிப்பதில் தெற்கு முஸ்லிம் தலைமையின் பொருளாதார பலம் அவர்கள் கல்வியில் பெற்றிருந்த உயர்நிலை, பிரித்தானிய ஆட்சியாளர்களால் இலங்கையில் அறிமுகப்படுத்தப்பட்ட முதலாளித்துவ அரச வடிவம் என்பவற்றோடு, கடந்த காலங்களில் கிழக்கு முஸ்லிம்கள் அரசியல் விழிப்புணர்வற்ற நிலை காணப்பட்டதும் காரணமாகியிருந்தன.

தெற்கு முஸ்லிம் தலைமையும் அதன் அரசியல் பண்புகளும்

பிரித்தானியர் இலங்கையை ஆதிக்கத்திற்கு உட்படுத்திய பின்னர் அவர்களால் இங்கு அறிமுகப்படுத்தப்பட்ட முதலாளித்துவ அரசு முறைக்குள் தெற்கு முஸ்லிம் தலைமை தன்னைப் படிப்படியாகவே நிலைப்படுத்திக் கொண்டது. இதன் பின்னர், முழு இலங்கை முஸ்லிம்களினதும் அரசியல் தலைமையாக தன்னை உறுதிப் படுத்திக்கொண்ட தெற்கு முஸ்லிம் தலைமையின் அரசியல் பண்புகளைப் புரிந்துகொள்வதற்கு போர்த்துக்கீசர் இலங்கையை கைப்பற்றிய காலம்வரை பின்செல்வது அவசியமாகின்றது.

16ஆம் நூற்றாண்டின் தொடக்கத்தில் போர்த்துக்கீசர் இலங்கையை கைப்பற்றித் தமது வர்த்தக ஆதிக்கத்தை நிலை நாட்ட முனைந்தபோது இங்கு ஏற்கனவே வர்த்தகத்தில் பலம் பெற்றவர்களாக முஸ்லிம்கள் இருந்தனர். முஸ்லிம்களுக்கும் கத்தோலிக்கருக்குமிடையே நிகழ்ந்த சிலுவைப் போரின் ஆழமான வடுக்கள் இன்னமும் மறையாதிருந்தாலும், வர்த்தக மேலாண்மைக்காக இவர்கள் தரையிலும், கடலிரும் மோதலில் ஈடுபட்டுவந்தாலும், போர்த்துக்கீசரும் முஸ்லிம்களும் பரம்பரை எதிரிகளாக அப்போது விளங்கினார்கள். 17 கப்பல்களைக் கொண்ட ஒரு கப்பல் படையுடனும் ஒரு இராணுவப் பிரிவுடனும், எராளமான பீரங்கி களுடனும் இலங்கையை ஆக்கிரமித்த போர்த்துக்கீசரை முதன் முதலாக எதிர்த்தவர்கள் தெற்கு முஸ்லிம்கள்தான். அப்போது கோட்டை இராச்சியத்தின் அரசனாக இருந்த 9ஆம் தர்ம பராக்கிரபாகு போர்த்துக்கீசருக்கு பணிந்து, அவர்களுடன் ஒப்பந்தம் செய்ய முன் வந்த நிலையில், அங்கிருந்த முஸ்லிம்கள்தான் போர்த்துக்கீசரை யுத்தகளத்தில் எதிர்த்தார்கள். எனினும், போர்த்துக்கீசர் தமது படைபலத்தினாலும், நவீன ஆயுதங்களின் துணையுடனும் முஸ்லிம் மக்களைத் தோற்கடித்து அவர்கள் வாழ்ந்த நகரையும் எரித்தனர்.

இதன் பின்னர் தெற்கு முஸ்லிம்கள் சீதாவாக்க இராச்சியத்தின் அரசனான மயாதுன்னவுடன் இணைந்து போர்த்துக்கீசருக்கு எதிராகப் போரிட்டனர். எனினும் இப்போரிலும் போர்த்துக்கீசரே வெற்றி பெற்றனர். இவ்வாறு இலங்கையின் தென் கரையோரப் பிரதேசம் போர்த்துக்கீசரின் கட்டுப்பாட்டிற்குள் வந்த பின்னர் தெற்கு முஸ்லிம்களின் சமூக, பொருளாதார, கலாசார இருப்பு போர்த்துக்கீசரினால் சீர் குலைக்கப்பட்டது. தெற்கு முஸ்லிம்களின் வர்த்தகத் தளங்களைப் போர்த்துக்கீசர் தமது உடைமையாக்கியதோடு, முஸ்லிம்களின் சமூக, கலாசார நடவடிக்கைகளையும், வர்த்தகத்தையும் சிதைப்பதற்காக பல்வேறு சட்டங்களையும், கூடுதல் வரியையும் விதித்தனர். பின்னர் 1926இல் போர்த்துக்கீசர் தமது ஆட்சிப் பகுதியிலிருந்து முஸ்லிம்களை வெளியேறும்படி உத்தர விட்டனர். கிட்டத்தட்ட 4,000 (நாலாயிரம்) முஸ்லிம்கள் தென் கரையோரப் பகுதிகளில் இருந்து கண்டியை நோக்கி இடம் பெயர்ந்தார்கள்.

(தெற்கு முஸ்லிம்களைப் போன்று, வடக்கு-கிழக்கு முஸ்லிம் களும் போர்த்துக்கீசருக்கு எதிராகப் போரிட்டனர். வடக்கில் காதர் லாலா என்பவரின் தலைமையிலும், கிழக்கில் குஞ்சாலி மரைக்கார் என்பவரின் தலைமையிலும் இவர்கள் போரில் ஈடுபட்டனர். எனினும், தெற்கு முஸ்லிம்களைப் போன்றே இங்கும் அவர்கள் போர்த்துக்கீசரினால் தோற்கடிக்கப்பட்டனர்.)

போர்த்துக்கீசருக்குப் பின்னர் இலங்கையின் கரையோரப் பகுதிகளை ஒல்லாந்தர் கைப்பற்றினர். இவர்கள் பொருளாதாரச் சுரண்டலில் மிகத் தீவிரமாக ஈடுபட்டதால், இவர்களின் ஆட்சியின் போதும், தெற்கு முஸ்லிம்கள் சமூக பொருளாதார ரீதியில் பின்தள்ளப்பட்டார்கள். கிறிஸ்தவ மதத்தினரான இந்த ஐரோப்பியர் களால் சமூக பொருளாதார ரீதியில் ஒடுக்கப்பட்ட தெற்கு முஸ்லிம் களிடையே இவற்றின் எதிர்வினையாக மதநம்பிக்கையும், மதம் சார்ந்த கலாசார அம்சங்களும் மேலும் ஆழமாக ஊடுருவின.

போர்த்துக்கீசர் வர்த்தக மேலாண்மையை அடையும் நோக்கில் பிற நாடுகளைக் கைப்பற்றினர். கைப்பற்றிய நாடுகளில் தமது சுரண்டலைத் தொடர்வதற்கு வசதியாக தமது 'அந்நிய' தன்மையைக் களைய அங்கு தமது கத்தோலிக்க மதத்தைப் பரப்புவதிலும் தீவிரம் காட்டினர். இலங்கையின் கரையோரப் பகுதிகளைத் தமது கட்டுப் பாட்டுக்குள் கொண்டுவந்து அங்கு தமது பொருளாதார

சுரண்டலுக்குரிய நிலைமைகளை ஏற்படுத்திய பின்னர், தமது மதத்தைப் பரப்பும் நடவடிக்கைகளில் போர்த்துக்கீசர் தீவிரமாக ஈடுபட்டனர். சலுகைகள் வழங்குதல், நிர்ப்பந்தித்தல் என்பவற்றோடு கல்வியையும் மதமாற்றத்திற்குரிய ஒரு முக்கிய கருவியாக போர்த்துக்கீசர் மேற்கொண்டனர். பாடசாலைகளில் எழுதுதல், வாசித்தல் என்பவற்றோடு, கத்தோலிக்கமும் கற்பிக்கப்பட்டது. கத்தோலிக்கராக மதம் மாறியவர்களே ஆசிரியர்களாக நியமிக்கப் பட்டார்கள். பாடசாலைகளில் கத்தோலிக்கம் சார்ந்த மத நடவடிக்கைகளும், கலாசார அம்சங்களும் மட்டுமே பின்பற்றப் பட்டன. சில பாடசாலைகளிலும், பயிற்சி நிறுவனங்களிலும் கத்தோலிக்கர் மட்டுமே கற்பதற்கு அனுமதிக்கப்பட்டார்கள். வேலை வாய்ப்புகள் வழங்கப்பட்டன. இவ்வாறு போர்ததுக்கீசர் கல்வியை அடிப்படையில் மதமாற்றத்திற்கான ஒரு கருவியாகவே இங்கு அறிமுகப்படுத்தினர். போர்த்துக்கீசருக்குப் பின்னர் வந்த ஒல்லாந்தரும் கூட கல்வியை இதே நோக்கத்திற்கே பயன்படுத்தினர்.

இத்தகைய கல்வியைக் கற்பதில், தெற்கு முஸ்லிம்கள் நாட்டம் செலுத்தாமல் இருந்ததை எளிதாகப் புரிந்துகொள்ள முடியும். வரலாற்றுரீதியாக முஸ்லிம்கள் கிறிஸ்தவத்தின் எதிரிகளாக விளங்கியதாலும், தெற்கு முஸ்லிம்களைப் பொறுத்தவரை அவர்கள் போர்த்துக்கீசரினால் சமூக, பொருளாதார, கலாசார ரீதியில் கடுமையாக அடக்கப்பட்டிருந்ததாலும், இயல்பாகவே முஸ்லிம்கள் தமது மதத்துடன் இறுக்கமாகப் பிணைக்கப்பட்டிருந்ததாலும், கிறிஸ்தவத்திற்கு மதம் மாற அவர்களில் யாரும் தயாராக இருக்கவில்லை. இதனால் கத்தோலிக்க, கிறிஸ்தவ மிஷனரிகளின் பூரணக் கட்டுப்பாட்டின் கீழ் நடத்தப்பட்ட கல்வியைக் கற்பதிலிருந்து இரண்டரை நூற்றாண்டுகளுக்கும் மேலாக தெற்கு முஸ்லிம்கள் ஒதுங்கியிருந்தார்கள். இதன் விளைவாக போர்த்துக்கீசருக்கும், ஒல்லாந்தருக்கும் பின்னர் இலங்கையை கைப்பற்றிய பிரித்தானியர் இங்கு அறிமுகப்படுத்திய முதலாளித்துவ முறையிலான நிர்வாக மற்றும் அரசு நிறுவனங்களில், தெற்கு முஸ்லிம்களினால் கணிசமான காலத்திற்கு பங்குகொள்ள முடியவில்லை.

முதன்முதலாக முழு இலங்கையையும் கைப்பற்றிய அந்நியரான பிரித்தானியர், இலங்கையின் சமூக, பொருளாதார, கலாசார, அரசியல் அமைப்புகளில் பாரிய மாற்றங்களை ஏற்படுத்தினார்கள். தமக்கு முந்திய ஐரோப்பிய ஆக்கிரமிப்பாளர்களைப் போன்று, இவர்கள்

வர்த்தகத் துறையில் மட்டும் ஆதிக்கத்தைச் செலுத்தவில்லை. மாறாக இந்நாட்டின் முழு பொருளாதாரத்திலும் தமது ஆதிக்கத்தை ஏற்படுத்தினர். இலங்கையின் பொருளாதாரத்தை முதலாளித்துவ முறைக்கு மாற்றியமைத்தனர். தமது பொருளாதாரச் சுரண்டலை எவ்விதத் தடையுமின்றி, முழு அளவில் மேற்கொள்வதற்கு ஏற்ற வகையில் முதலாளித்துவ முறையிலான நிர்வாக, அரசு அமைப்புகளை இங்கு புகுத்தினர்.

சுதேச மக்களின் எதிர்ப்புகளைப் படிப்படியே அகற்று வதற்கும், அவர்கள் உணராமலேயே அவர்களைத் தமது அதிகாரத்தின் கீழ் தொடர்ந்து வைத்திருப்பதற்கும் இத்தகைய நிர்வாக அரசு அமைப்பு களில் கல்வி கற்ற சுதேசிகளையும் பங்குகொள்ளச் செய்வது அவசியமாக இருந்தது. சிங்கள தமிழ் மக்களிடையே காணப்பட்ட படித்த உயர் பிரிவுகளைச் சேர்ந்த நபர்கள் பிரித்தானியர் அறிமுகப் படுத்திய நிர்வாக அரசு நிறுவனங்களுக்குள் இணைந்துகொண்டனர். ஆரம்ப காலங்களில், சிவில் சேவையிலும், நிபுணத்துவத் துறையிலும், அரசு நிறுவனங்களிலும் இணைந்துகொள்வதற்குத் தேவையான கல்வி அறிவை இலங்கை முஸ்லிம்களில் எவருமே பெற்றிராததால் அவர்களில் யாரும் இவற்றில் இணைக்கப்படவில்லை. குறிப்பாக 1830களில் முதல்முதலாக இங்கு அறிமுகப்படுத்தப்பட்ட சட்ட சபைக்கு (Legislative Council) இலங்கை முஸ்லிம்களின் சார்பில் யாருமே நியமிக்கப்படவில்லை.

போர்த்துக்கீசர், ஒல்லாந்தர் போலன்றி பிரித்தானியர் இலங்கை முஸ்லிம்களுடன் சுமூகமான உறவுகளை ஏற்படுத்தினர். வர்த்தகத்தில் முஸ்லிம்களுக்கிருந்த ஆற்றலையும் அதன் காரணமாக இலங்கையைத் தமக்குரிய சந்தையாக மாற்றுவதில் முஸ்லிம்கள் வகிக்கக்கூடிய பாத்திரத்தையும் உணர்ந்துகொண்ட பிரித்தானியர் இலங்கை முஸ்லிம்களுடன் சுமூகமான உறவுகளை வளர்க்கத் தொடங்கினர். பிரித்தானியர் மதரீதியில் அதிக தாராளவாதப் போக்குகள் கொண்டவர்களாக இருந்தார்கள். இவர்கள் கல்வித்துறையில், கிறிஸ்தவ மிஷனரிகள் ஆதிக்கம் செலுத்துவதைப் படிப்படியே தளர்த்தி வந்தனர். சுதேச மக்கள் தமது மத, கலாசார அம்சங்களுக்கு பாதிப்பு ஏற்படாத வகையில் கல்வி கற்பதற்கும், கல்விக் கூடங்களை அமைப்பதற்கும் பிரித்தானியர் அனுமதி வழங்கினர்.

இலங்கை முஸ்லிம்களுக்கும் பிரித்தானியருக்கும் இடையே ஏற்பட்ட நல்லுறவின் விளைவாகவும், கல்வித்துறையில் ஏற்பட்ட

மாற்றங்களினாலும், ஆங்கிலக் கல்வியைக் கற்பதில் நாட்டம் கொண்ட ஒரு பிரிவினர் தெற்கு முஸ்லிம்களிடையில் உருவாகத் தொடங்கினார்கள். எகிப்திலிருந்து நாடுகடத்தப்பட்ட ஒராபி பாஷாவும், தெற்கைச் சேர்ந்த சித்திலெப்பை, வப்புச்சி மரைக்கார் (ஐஎல்எம்) அஸீஸ் போன்றோரும் ஆங்கிலக் கல்வி கற்கும்படி முஸ்லிம்கள் மத்தியில் தீவிர பிரச்சாரத்தை மேற்கொண்டனர். இவற்றின் விளைவாக 'ஸாஹிராக் கல்லூரி' என்ற பெயரில், முஸ்லிம்களுக்கென தனியான பாடசாலை ஒன்று கொழும்பில் அமைக்கப்பட்டது.

இவ்வாறு தெற்கு முஸ்லிம்கள் படிப்படியே ஆங்கிலக் கல்வி கற்பதில் ஆர்வம் கொள்ளத் தொடங்கினார்கள். 19ஆம் நூற்றாண்டின் பிற்பகுதியில், தெற்கு முஸ்லிம்களிடையே கல்வி கற்ற முஸ்லிம்கள் ஒரு சிறு எண்ணிக்கையில் உருவாகி இருந்தார்கள். இவர்கள்தாம் இலங்கை முஸ்லிம்களின் தனித்துவத்தையும், அதுவரைக்கும் இலங்கை முஸ்லிம்களுக்கு வழங்கப்படாதிருந்த சட்டசபை பிரதி நிதித்துவத்தையும் விடாப்பிடியாக கோரினார்கள்.

1889ஆம் ஆண்டுவரை சட்டசபை பிரதிநிதித்துவமானது இலங்கைத் தமிழர்களுக்கும், முஸ்லிம்களுக்கும் எனத் தனித் தனியாக வழங்கப்படவில்லை. மாறாக அவ்விரு சமூகங்களுக்குமென ஒன்றிணைந்த பிரதிநிதித்துவத்திற்கு 1889 வரை தமிழ்த் தலைவர்களே நியமிக்கப்பட்டு வந்தார்கள். எனினும் 1880களில் தெற்கு முஸ்லிம்களிடையே புதிதாக உருவாகிய படித்த பிரிவினர் 'இலங்கை முஸ்லிம்கள்' (அதாவது 'இலங்கைச் சோனகர்') தனித்துவமான சமூகம் என்றும், எனவே தமக்கென தனியான சட்டசபை பிரதிநிதித்துவம் வழங்கப்படவேண்டும் என்றும் கோரிக்கை எழுப்பினார்கள். இதற்கு எதிராக, 'இலங்கை முஸ்லிம்கள் தமிழர்களே' என்றும் எனவே அவர்களுக்குத் தனியான சட்டசபை பிரதிநிதித்துவம் வழங்கப்படத் தேவையில்லை என்றும் பொன். இராமநாதன் போன்ற தமிழ்த் தலைவர்கள் வாதிட்டார்கள். எனினும் இவர்களின் வாதங்களைத் தொடர்ச்சியாகவும் உறுதியாகவும் எதிர்த்ததினூடாக, தெற்கு முஸ்லிம் தலைமை இலங்கை முஸ்லிம் களுக்கு என தனியான சட்டசபைப் பிரதிநிதித்துவத்தை 1889இல் பெற்றுக் கொண்டது. இவ்வாறு முதன் முதலாக இலங்கை முஸ்லிம்களுக்கும் தமிழ் மக்களுக்கும் இடையில் அரசியல் ரீதியான பிளவு தோன்றியது.

இலங்கை முஸ்லிம்கள், 'இலங்கைச் சோனகர்' என்னும் தனித்துவமான சமூகம் என்று நிரூபிப்பதற்கான போராட்டத்தில், முஸ்லிம்களின் உருவ அமைப்பையும், ஒரு முக்கிய வாதப் பொருளாக தெற்கு முஸ்லிம் தலைமை முன்வைத்தது. இலங்கைத் தமிழர்களின் பொதுவான திராவிட தோற்ற அமைப்பிலிருந்து தெற்கில் வாழ்ந்த சில முஸ்லிம்களின் உருவ அமைப்பானது வேறுபட்டு அராபியச் சாயலைக் கொண்டு இருப்பதாக ஆதாரமாகக் காட்டி 'இலங்கைச் சோனகர்' அராபிய ஆண்வழித் தோன்றல்கள் (Racial Origin) என்று இவர்கள் வாதிட்டனர்.

தெற்கில் ஆங்காங்கே காணக்கூடியதாக இருந்த இத்தகைய உருவ அமைப்புச் சான்றானது வடக்கு-கிழக்கு முஸ்லிம்களைப் பொறுத்தவரை பொருந்தக்கூடியதாக இருக்கவில்லை. வடக்கு-கிழக்கு முஸ்லிம்களின் உருவமைப்பு பெரிதும் திராவிடத் தன்மையைக் கொண்டிருந்தது. மொழி, பிரதேசம், கணிசமான கலாசாரக் கூறுகள் என்பவற்றோடு உருவ அமைப்பிலும்கூட வடக்கு- கிழக்கு முஸ்லிம்கள் தமிழ்மக்களை நெருங்கிக் காணப்பட்டார்கள். இந்நிலையில், அராபிய பாரம்பரியத்தை அடிப்படையாகக்கொண்ட 'இலங்கைச் சோனகர்' என்ற தனித்துவமான வரையறைக்குள், திராவிட உருவமைப்பை வெளிப்படுத்திய வடக்கு-கிழக்கு முஸ்லிம்களையும் உள்ளடக்கினால் தெற்கு முஸ்லிம் தலைமையின் வாதங்கள் வலுவிழந்துவிடக்கூடிய சாத்தியம் இருந்தது. இந்த நிலையைத் தவிர்ப்பதற்காக, 'வடக்கு-கிழக்கு முஸ்லிம்களைத் தமிழ் இனமாகக் கருதலாம்' என தெற்கு முஸ்லிம் தலைமை அப்போது கூறியது. இதன் மூலம், ஒரு முக்கியமான வரலாற்றுத் திருப்பத்தில் தெற்கு முஸ்லிம் தலைமை, வடக்கு-கிழக்கு முஸ்லிம்களை முற்றாக ஒதுக்கிவிட்டது. இதற்குப்பின் வந்த காலங்களில், வடகிழக்கு முஸ்லிம்களின் விடயத்தில் தெற்கு முஸ்லிம் தலைமைகள் தொடர்ச்சியாக மேற்கொண்ட துரோகத்தனங்களின் ஒரு தொடக்கமாக இந்த நிகழ்வு அமைந்தது.

எனினும் இலங்கை முஸ்லிம்கள் ஒரு தனியான சமூகம் என்பதை நிலைநாட்டியதிலும், இந்தத் தனித்துவத்தை அன்று அரசியல் ரீதியாக உறுதிப்படுத்தியதிலும் ஆரம்ப கால தெற்கு முஸ்லிம் தலைமை ஆற்றிய பங்கு வரலாற்று முக்கியத்துவம் உடையது. அரசியல் ரீதியில் தமிழ் மக்களுக்குள் தனியான அரசியல் அந்தஸ்து கிடைப்பதிலும், அதனூடாக இலங்கை முஸ்லிம்களுக்கு என ஒரு புதிய அரசியல்

பாதை திறக்கப்படுவதற்கும் காரணமாக அமைந்தவர்கள் என்ற ரீதியில் இவர்கள் குறிப்பிடத்தக்கவர்களாக இருக்கிறார்கள்.

தெற்கில் முஸ்லிம்கள் மீதான வன்முறை தாக்குதல்கள்

தெற்கு முஸ்லிம் தலைமை, இலங்கை முஸ்லிம்களுக்குரிய தனியான சட்டசபை பிரதிநிதித்துவத்தைப் பெற்றுக்கொண்ட காலப்பகுதியில் தெற்கு முஸ்லிம்கள் வர்த்தகத்துறையில் மீண்டும் முன்னேற்றமடையத் தொடங்கினார்கள். அவர்களின் வர்த்தக நடவடிக்கைகள் தெற்கிலுள்ள நகரங்களிலும், கிராமங்களிலும் பரவியிருந்தன. உள்நாட்டு வர்த்தகத்தில் மட்டுமின்றி, வெளிநாட்டு வர்த்தகத்திலும் தெற்கு முஸ்லிம்கள் மீண்டும் செல்வாக்கு பெறத் தொடங்கினார்கள். இதே நேரத்தில் நாட்டில் அறிமுகப்படுத்தப் பட்டிருந்த முதலாளித்துவப் பொருளாதார முறைமையின் விளைவாக சிங்கள சமூகத்தில் புதிதாக வர்த்தக முதலாளித்துவப் பிரிவினர் உருவாகிக் கொண்டிருந்தார்கள். இவர்கள் அன்றைய அமைப்பில் வர்த்தக ரீதியாக மேலாண்மை பெறுவதற்கு, வர்த்தகத்தில் நீண்ட பாரம்பரியத்தையும், செல்வாக்கையும் கொண்டிருந்த தெற்கு முஸ்லிம் வர்த்தகப் பிரிவினருடன் போட்டியிட வேண்டியிருந்தது.

தெற்கு முஸ்லிம் வர்த்தகர்களுடன் ஒப்பிடுகையில், சிங்கள வர்த்தகர்கள் குறைந்த வர்த்தக அனுபவமும், குறைவான வெளிநாட்டுத் தொடர்புகளுமே கொண்டிருந்ததால், இந்த வர்த்தகப் போட்டியில் சிங்கள வர்த்தகர்களினால் வெற்றி பெற முடியவில்லை. இத்தகைய வர்த்தகப் போட்டியின் விளைவாக சிங்கள வர்த்தகர்கள் தெற்கு முஸ்லிம்கள் மீது பகைமை கொள்ளத் தொடங்கினார்கள். எனினும் நாட்டை ஆட்சி செய்கின்ற பிரித்தானியரின் வர்த்தகக் கூட்டாளியாக இருந்த முஸ்லிம் வர்த்தகர்களுடன் சமூக ரீதியில் மோதுவது, அன்றைய சிங்கள வர்த்தகர்களுக்கு எளிதான காரியமாக இருக்க வில்லை.

எனவே, இவர்களில் படித்த பிரிவினர் சித்தாந்த தளத்தில் முஸ்லிம்களுக்கு எதிரான தமது உணர்ச்சிகளை வெளிப் படுத்தினார்கள். இந்தக் காலப்பகுதியில்தான் புறக்கோட்டை சிங்கள வர்த்தகரின் மகனான அநாகரிக தர்மபால, நாவலாசிரியர் பியதாச சிறிசேனா போன்ற 'சிங்கள தேசிய வீரர்கள்' தமது 'அந்நியர்' எதிர்ப்புக் கருத்துகளை 'மண்ணின் மைந்தர்கள்' மத்தியில் இனவாதச் சூடேற பரப்பிக்கொண்டிருந்தார்கள். இவர்களின் எழுத்துகளில்

அந்நியர்களான தெற்கு முஸ்லிம் வியாபாரிகள்தான் பிரதான 'அந்நியர்களாக' வெளிப்படுத்தப்பட்டனர். 'மண்ணின் மைந்தர்களான' சிங்கள மக்களின் அவலங்கள் அனைத்திற்கும் தெற்கு முஸ்லிம் வியாபாரிகளே பிரதான காரணம் என இவர்கள் எழுதினார்கள். இவர்களின் எழுத்துகள் பௌத்த சிங்கள மக்கள் மத்தியில், முஸ்லிம் விரோத உணர்வுகளைத் தீவிரமாக ஏற்படுத்தத் தொடங்கின.

இத்தகைய கொதிப்பான நேரத்தில்தான், முதலாம் உலகப் போர் தொடங்கியது. இதனோடு இணைந்ததாக, அத்தியாவசிய பொருள்களுக்கான தட்டுப்பாடும், விலையேற்றமும் எங்கும் பரவின. ஒருபுறம் பெரும்பாலான மக்களிடையே வறுமையும், பற்றாக்குறையும் நிலவின. மறுபுறம் வர்த்தகர்கள், போர்க் காலநெருக்கடிகளைப் பயன்படுத்தி பெருமளவில் சம்பாதித்துக்கொண்டிருந்தார்கள். இத்தகைய போர்க் கால சீரழிவினால் இலங்கை மக்கள் (குறிப்பாக சிங்கள மக்கள்) அமைதியிழக்கத் தொடங்கினார்கள். இத்தகைய அமைதியற்ற கொந்தளிப்பான சூழ்நிலையை, சிங்கள வர்த்தகர்களும் அவர்களின் படித்த பிரிவினரும் உரிய முறையில் பயன்படுத்திக் கொண்டார்கள். 'தந்திரமிக்க முஸ்லிம் வியாபாரிகள், சிங்கள மக்களை ஏமாற்றிச் சுரண்டுவதனால்தான் அவர்களின் வாழ்க்கை மோசமடைந்திருக்கின்றது' என இவர்கள் மீண்டும் மீண்டும் பிரச்சாரம் செய்தார்கள்.

இறுதியில் 1915இல் முஸ்லிம் வர்த்தகப் பிரிவினர் மீது சிங்கள வர்த்தகப் பிரிவினர் கொண்டிருந்த முரண்பாடுகளும், பகைமைகளும் சிங்கள இனவாதப் பிரச்சாரங்களுடன் இணைந்து மதப் போர்வையின் கீழ், தெற்கு முஸ்லிம்கள் மீதான வன்முறைத் தாக்குதல்களாக மாற்றப்பட்டன. கம்பளையில் தொடங்கிய தாக்குதல்கள், உடனடியாக தெற்கு எங்கும் பரவின. அந்தளவிற்கு முஸ்லிம்கள் குறித்து சிங்கள மக்களிடையே பகைமை உணர்வுகள் வளர்க்கப்பட்டிருந்தன. இந்தத் தாக்குதல்கள் பெரும்பாலும் முஸ்லிம்களின் வியாபாரத் தளங்களையும் வீடுகளையும் இலக்காகக்கொண்டிருந்தன. இந்தத் தாக்குதல்களின் போது பல முஸ்லிம்கள் கொல்லப்பட்டார்கள்.

1915இல் தெற்கில் பரவலாக இடம்பெற்ற இவ் வன்முறைத் தாக்குதல்களிலிருந்து முஸ்லிம்களைப் பாதுகாப்பதற்காக பிரிட்டிஷ் ஆட்சியாளர்கள், சிங்கள வன்முறையாளர்கள் மீது கடுமையான நடவடிக்கைகளை மேற்கொண்டனர். இதன் காரணமாக இவர்களில்

சிலர் கொல்லப்பட்டார்கள். பல சிங்களத் தலைவர்கள் சிறையிலிடப்பட்டனர். இவர்களில் அநாகரிக தர்மபாலாவின் சகோதரர் எட்மன்ட் ஹேவா விதாரண, பெர்னாண்டோ விஜயசேகர, என். எஸ். பெர்னாண்டோ போன்றோர் குறிப்பிடத்தக்கவர்கள். சிலர் மரண தண்டனைக்கு உள்ளாக்கப்பட்டனர். இவ்வாறு தெற்கு முஸ்லிம்கள் மீதான வன்முறைத் தாக்குதல்கள் அடக்கப்பட்டபோது, பொன் இராமநாதன், சிறையிலிடப்பட்ட சிங்களத் தலைவர்களின் சார்பாக, இங்கிலாந்து சென்று மகாராணியிடம் வாதாடினார். கலவரத்திற்கான பொறுப்பை அவர் முஸ்லிம்கள் மீது சுமத்தினார்.

பொன். இராமநாதனின் இந்தச் செயல்கள், பின்வரும் கேள்விகளை எழுப்பக் காரணமாகின்றன. அதுவரையிலும் முஸ்லிம்களுக்குரிய அரசியல் பிரதிநிதித்துவத்தை அனுபவித்தும், 'முஸ்லிம்களும் தமிழர்களே' என்று வாதிட்டுவந்த பொன். இராமநாதன் ஏன் முஸ்லிம்களுக்கு எதிராகச் செயற்பட்டார்? முஸ்லிம்கள் மீது மேற்கொள்ளப்பட்ட இந்த வன்முறைத் தாக்குதல்கள் பௌத்த- சிங்கள இனவாத உணர்வின் வெளிப்பாடுகள் என்பதை அடையாளம் கண்டு எதிர்காலத்தில் அத்தகைய தாக்குதல்கள் தமிழ்மக்கள் மீதும் மேற்கொள்ளப்படலாம் என்பதைப் புரிந்துகொண்டு அவற்றிலிருந்து தமிழ்மக்களைப் பாதுகாப்பதற்கான நடவடிக்கைகளை முன்னெடுக்காமல், சிங்களத் தலைவர்களின் சார்பாக அவர் செயற்பட்டதற்குரிய காரணம் என்ன? இந்தக் கேள்விகளுக்கான பதில்களைத் தெரிந்து கொள்வதற்கு, அன்றைய தமிழ்த் தலைமையின் சித்தாந்த, அரசியல் பண்புகளைச் சுருக்கமாகப் புரிந்துகொள்வது அவசியமாகிறது.

19ஆம் நூற்றாண்டின் நடுப்பகுதியில் ஆறுமுக நாவலரினால் யாழ்ப்பாணத் தமிழ் மக்களிடையே சித்தாந்த இயக்கம் ஒன்று முன்னெடுக்கப்பட்டது. கிறிஸ்தவ மதத்திற்கும், ஆங்கில மொழிக்கும் எதிரானதாகக் காட்டப்பட்ட இயக்கம், அடிப்படையில் தமிழ் மக்களிடையே நிலவிவந்த சைவ-வேளாள சித்தாந்தத்தை பலப் படுத்துவதாக இருந்தது. இந்த சித்தாந்தத்தை உயர்த்திப் பிடித்தோர் இதன் வரையறைக்குட்பட்டவர்களையே (Subject) மேலோர் களாகவும் தூய்மையானவர்களாகவும் கருதினார்கள். இந்த வரையறைக்குட்படாதவர்களை அவர்கள் 'பிறராகவும்' (others) தாழ்ந்தவர்களாகவும் தூய்மையற்றவர்களாகவும் ஒதுக்கினார்கள். மேலும், இவர்கள், இந்த 'பிறர்' தம்மால் அடக்கிவைக்கப்

படக்கூடியவர்கள் என்றும் கருதினார்கள். (இந்த சித்தாந்தமும், இதனால் உருவாகின்ற மதிப்பீடுகளும் இன்னமும் தமிழ் மக்களிடையே—குறிப்பாக யாழ் தமிழர்களிடையே—வலிமையுடன் நிலவுகின்றன என்பதை மனதில் கொள்வோம்).

அன்றைய தமிழர் அரசியல் தலைமையும் இந்த சித்தாந்தத்தால் கட்டுப்படுத்தப்பட்டதாகவே இருந்தது. இவர்கள் யாழ் சைவ, வேளாள, ஆண்களின் நலன்களை மையப்படுத்திச் செயல்பட்டார்களே தவிர, முழுத் தமிழ் மக்களின் தலைமையாகச் செயல்படவில்லை. இந்தத் தமிழ்த் தலைவர்கள் தாம் அரசியலில் பிரதிநிதித்துவப்படுத்திய பிரிவினரின் நலன்களையும், சமூக பொருளாதார ஆதிக்கத்தையும் பேணுவதற்காக, தம்மை ஒத்த சிங்கள உயர் சாதியான 'கொவி' பிரிவைச் சேர்ந்த சிங்கள அரசியல் தலைமையுடன் நெருக்கமான உறவுகளைப் பேணி வந்தார்கள். எனவே, அன்றைய தமிழ்த் தலைவர்கள் இந்த சிங்கள உயர் பிரிவினரை, சிங்கள சமூகத்தின் அரசியல் பிரதிநிதிகளாக அடையாளம் காணவில்லை. பதிலாக தம்மையொத்த அதிகாரப் பிரிவினராகவே அவர்களைக் கருதினர். இதன் காரணமாகத்தான் முஸ்லிம்கள் மீதான வன்முறைத் தாக்குதல்களை, பௌத்த-சிங்கள இனவாத அடிப்படையிலான தாக்குதல்களாக அடையாளம் காணாததோடு, அத்தாக்குதல்களில் பங்குகொண்ட பௌத்த சிங்களத் தலைவர்களுக்கு ஆதரவாகவும் தமிழ்த் தலைமை வாதாடியது.

யாழ் சைவ, வேளாள ஆண் ஆதிக்க சித்தாந்தத்தை சமூக ரீதியிலும் அரசியலிலும் முன்னெடுத்துச் செல்கின்றவர்கள் ஏதாவது ஒரு நிலையில் தாம் 'பிறராக' கருதுகின்றவர்களைத் தம்முடன் இணைத்து அடையாளப்படுத்த முயன்றால், அங்கு அந்தப் 'பிறரை' ஆதிக்கம் செய்யும் நோக்கமே அடிப்படையாக இருக்கும். இவ்வகையில் 'இலங்கை முஸ்லிம்கள் தமிழர்களே' என இராமநாதன் போன்ற தலைவர்கள் வாதிட்டதானது, அந்த முஸ்லிம்களின் நலன்களைப் பேண வேண்டும் என்ற நோக்கத்தில் அல்ல. மாறாக முஸ்லிம்களைத் தமது அதிகாரத்தின் கீழ் வைப்பதன் மூலமாகத் தமக்கும் தாம் பிரதிநிதித்துவப்படுத்திய பிரிவினருக்கும் கிடைக்கக்கூடிய நலன்களை அடிப்படையாகக் கொண்டே அவர்கள் அவ்வாறு வாதிட்டார்கள்.

முஸ்லிம்களின் அரசியல் தலைமையாகச் செயற்படக்கூடிய சந்தர்ப்பம் இந்தத் தமிழ்த் தலைமையிடமிருந்து பறிக்கப்பட்டவுடன், அவர்கள் முஸ்லிம்களைப் 'பிறராகவும்' விரோதிகளாகவும்

கருதிச் செயற்பட்டதை, அவர்களின் இத்தகைய சித்தாந்த வழிபாட்டிலும், நலன்களிலும்தான் கண்டுகொள்ள முடியும். இவ்வகையில் தமிழ்த் தலைமை முஸ்லிம்களைத் தம்மில் ஒருவராகக் கருதாததாலும் சிங்கள கொவி பிரிவினருடன் இத்தலைமை கொண்டிருந்த கூட்டினாலும் ஏற்பட்ட விளைவு என்றே 1915இல் இராமநாதன் போன்றோர் செயற்பட்டதைக் கருத வேண்டும். மனிங் அரசியல் சீர்திருத்தத்தின் கீழ் நிலவிய படித்தவர்களுக்கு மட்டுமே வாக்குரிமை என்ற அடிப்படையிலான அரசியல் பிரதிநிதித்துவத்தின் கீழ் தமிழ்த் தலைமை சற்று வாய்ப்பான நிலையிலேயே இருந்தது. இந்த ஏற்பாட்டின்படி படித்த தமிழர்களின் எண்ணிக்கை வீதமானது அவர்களது மொத்த மக்கள்தொகை வீதத்திலும் பார்க்க உயர்வாகவே அமைந்தது. அதாவது படித்த தமிழர்களின் சதவீதம் 40 ஆக இருந்தது. இதனால் படித்த சிங்களவர்களுடன் சேர்ந்து படித்த தமிழர்களின் தலைமையும் தம்மை பெரும்பான்மையினராக கருதிக்கொண்டு ஏனைய சிறுபான்மையினரான மலையக, முஸ்லிம்கள் மீதான ஒடுக்குமுறைகளின் போது சிங்கள அரசியல் தலைமைக்கு சாதக மாகவே செயற்பட்டது.

காலப்போக்கில் அடுத்தடுத்து வரவிருந்த அரசியலமைப்புச் சீர்திருத்தங்களின் அடிப்படையிலான கோரிக்கைகளாக பிரதேச ரீதியான பிரதிநிதித்துவம், சர்வசன வாக்குரிமை போன்றவை எழுந்து, அதிலும் தமிழருக்கென கொழும்பு மேற்கில் ஒரு தொகுதியை ஒதுக்கிக் கொடுக்க சிங்கள அரசியல் தலைமை மறுத்த போதுதான் தமிழ்த் தலைமைக்கு முதன் முதலில் தாமும் ஒரு 'சிறுபான்மை யினரே' என்ற உணர்வு ஏற்பட்டது. எனினும் பின்வந்த கணிசமான காலம் வரைக்கும் தமிழ்த் தலைமைகளிடம் இந்த விழிப்பு போதிய அளவு வளரவில்லை. மலையக மக்களது வாக்குரிமை பறிப்பில் தமிழ்த் தலைமையின் ஒரு பகுதி சிங்களத் தலைமையுடன் ஒத்துழைத்தமை இந்த அடிப்படையிலேயே நடைபெற்றது. இந்தளவிற்கு சிங்கள கொவி-தமிழ் வேளாள கூட்டு பலமானதாகவே இருந்துள்ளது. இந்தத் தவறான பிரக்ஞையானது தமிழ்த் தலைமையின் தொலைநோக்கை முற்றாகவே மறைத்தது.

தெற்கு முஸ்லிம் அரசியல் தலைமைக்கும் சிங்கள அரசியல் தலைமைக்கும் இடையிலான இணைப்பு

முதலாம் உலக யுத்தத்தின் பின்னர், இன்னும் கூடுதலாக முதலாளித்துவ

ஜனநாயகத்தை நோக்கி இலங்கை படிப்படியாக முன்னேறியது. இலங்கையில், முதலாளித்துவ அரசு வடிவம் நோக்கிய முன்னேற்றங்களுக்கும் இலங்கை மக்கள் தமக்கிடையே இனத்துவ ரீதியில் (Ethnicity) மேலும் மேலும் பிளவுபடுவதற்கும் இடையே நேரடித் தொடர்பு காணப்பட்டது. தம்மிடம் அரசியல் அதிகாரம் அற்ற நிலையில் தமது மேலாதிக்கத்தைப் பேணுவதற்கு உத்தரவாதமில்லை என்பதை சிங்கள அரசியல் தலைமை அனுபவ ரீதியாக அறிந்திருந்தது. எனவே, சிங்களத் தலைவர்கள், அதுவரையில் நடைமுறையில் இருந்த எல்லைப்படுத்தப்பட்ட இனவாரிப் பிரதிநிதித்துவத்திற்குப் பதிலாக (communal representation) தாம் பெரும்பான்மையாக அமையக்கூடிய வகையில் பிரதேச ரீதியான பிரதிநிதித்துவ முறையை (territorial representation) நடைமுறைப்படுத்தும்படி கோரிக்கை எழுப்பினார்கள்.

இவ்வாறு சிங்களத் தலைமை, தமது எண்ணிக்கை அளவிலான பெரும்பான்மையினூடாக, முழு நாட்டின் மீதும் அதிகாரத்தைப் பேணுவதற்கு மேற்கொண்ட முயற்சிகளினால், தமிழ்த் தலைமைக்கும் சிங்களத் தலைமைக்கும் இடையிலான உறவுகளில் பிளவுகள் ஏற்படத் தொடங்கின. உயர் சாதிகள் என்ற அடிப்படையில் சிங்களத் தலைமையுடன் நெருக்கமான அரசியல் உறவுகளை ஏற்படுத்துவது இனியும் சாத்தியமில்லை என்பதை உணர்ந்துகொண்ட தமிழ்த் தலைமை அனைத்து தமிழ்மக்களின் தலைமையாக தன்னை உருமாற்றவும், அதனூடாக தனது ஆதிக்கத்தைத் தொடர்ந்து பேணிக் கொள்ளவும் ஆரம்பித்தது.

இவ்வாறு இலங்கையின் அரசியல் தளத்தில் துல்லியமாக வெளிப்பட்டுக் கொண்டிருந்த இனத்துவரீதியான இயக்கங்களுக்கு நடுவே தெற்கு முஸ்லிம் தலைமை செயலற்று நின்றது. தெற்கு முஸ்லிம்களை இனத்துவரீதியில் ஒன்றுபடுத்தி பிரதேச அடிப்படையிலான பிரதிநிதித்துவத்தைப் பெற்றுக்கொள்ளக்கூடிய வகையில் தெற்கு முஸ்லிம்களின் குடிப்பரம்பல் அமைந்திருக்கவில்லை. இதனால் நடைமுறையிலிருந்த இனவாரிப் பிரதிநிதித்துவத்தைத் தொடர்ந்தும் பேணுவதே அவர்களுக்குச் சாதகமானதாக இருந்தது. எனவே, தெற்கின் முஸ்லிம் தலைவர்கள் பிரதேசவாரிப் பிரதிநிதித்துவத்திற்கு எதிராக தமது கண்டனத்தை வெளிப் படுத்தினார்கள். எனினும் இவர்களின் கண்டனங்களினால் எவ்வித மாற்றமும் ஏற்படவில்லை. மாறாக தெற்கு முஸ்லிம் தலைமைக்கு

மேலும் பாதிப்பை ஏற்படுத்தக்கூடிய வகையில் டொனமூர் அரசியல் யாப்பு 1931இல் அறிமுகப்படுத்தப்பட்டது. இந்த அரசியல் யாப்பின்படி, இனரீதியான பிரதிநிதித்துவம் முற்றாகக் கைவிடப்பட்டு, தொகுதி வாரிப் பிரதிநிதித்துவம் (Electorial Representation) நடைமுறைக்கு வந்தது. இதனுடன் கூடவே, சர்வ ஜன வாக்குரிமையும் செயல்படுத்தப்பட்டது. இவற்றின் விளைவாக, தெற்கு முஸ்லிம் தலைமையின் அரசியல் பலம் முற்றாகவே இழக்கக்கூடிய அபாயம் ஏற்பட்டது. அதாவது தெற்கு முஸ்லிம்கள் தமக்கென ஒரு பிரதிநிதியைக்கூட தெரிவு செய்யமுடியாத அளவுக்கு செறிவற்றும், சிதறிய எண்ணிக்கையிலும் இருந்தார்கள். இதற்கு மாறாக, தெற்கு முஸ்லிம் தலைமைகளால் இத்தனை காலமும் புறக்கணிக்கப்பட்டிருந்த கிழக்கு முஸ்லிம்கள்தான் தமக்கென பிரதிநிதிகளைத் தெரிவுசெய்யக்கூடிய சாத்தியத்தைக் கொண்டிருந்தார்கள்.

இவ்வாறு தமது அரசியல் பலத்தை முற்றாகவே இழந்துவிடக் கூடிய நிலையில் இருந்த தெற்கு முஸ்லிம் தலைமை டி.பி. ஜயாவின் தலைமையில் 1932இல் இங்கிலாந்துக்குச் சென்று, முஸ்லிம்களுக்கான பிரதிநிதித்துவத்தை அதிகரிப்பதற்கு வழி காணுமாறு கோரியது. எனினும் முஸ்லிம்களுக்கு என புதிய தொகுதிகள் எதுவும் வழங்கப் படாமல் பெரும்பாலும் சிங்கள உறுப்பினர்களைக் கொண்ட மந்திரி சபையின் பரிந்துரை மூலமாகத் தெரிவு செய்யப்படக்கூடிய இரு நியமன உறுப்பினர் பதவிகள் மட்டும் மேலதிகமாக முஸ்லிம் களுக்கு வழங்கப்பட்டன. பின்னைய காலங்களில், தெற்கு முஸ்லிம் தலைமை, சிங்களத் தலைமையின் முன்னால் பணிந்து நிற்க வேண்டியிருந்த நிலைமைக்கான ஆரம்ப அடித்தளமாக இந்த நியமன உறுப்பினர் முறை அமைந்தது.

தனது சொந்த மக்களால் அதாவது தெற்கு முஸ்லிம்களினால் தெரிவு செய்யப்படக்கூடிய வாய்ப்பை இழந்துவிட்ட தெற்கு முஸ்லிம் தலைவர்கள், தம்மால் இத்தனை காலமும் உதாசீனப்படுத்தப்பட்டிருந்த கிழக்கு முஸ்லிம்களின் வாக்குகளை நாடி கிழக்கில் போட்டியிட்டனர். மாக்கான் மார்க்கார், ராசீக் பரீட் போன்றவர்கள் கிழக்கில் போட்டியிட்ட தெற்கு முஸ்லிம் தலைவர்களில் முக்கியமானவர்கள். எனினும் கிழக்கு மாகாணப் பிரதிநிதித்துவம் தெற்கு முஸ்லிம் தலைமையைத் திருப்தி செய்யக்கூடியதாக இருக்கவில்லை. ஏனெனில் அவர்களுக்கு அந்தப் பிரதிநிதித்துவம் போதாததாக

இருந்தது. அல்லது அப்பிரதிநிதித்துவத் திற்கான தேர்தலில் அவர்கள் தோல்வியடையும் நிலை ஏற்பட்டது. இவ்வாறு ஒரு இக்கட்டான நிலையிலிருந்த தெற்கு முஸ்லிம் தலைமை, அரசியல் ரீதியில் தீர்க்கமான முடிவுகளை எடுக்க வேண்டிய நிலைக்கு இறுதியில் வந்துசேர்ந்தது.

ஆட்சி அதிகாரம் பெற்றிருப்பவர்களுடன் ஏற்படுகின்ற நெருங்கிய உறவும் அவர்களின் ஆதரவும், பொருளாதார ரீதியில் முன்னேறுவதற்கு இன்றியமையாதவை என்ற உண்மையை நீண்ட வரலாறு அனுபவத்தின் மூலமாக தெற்கு முஸ்லிம் தலைமை அறிந்திருந்தது. சிங்கள மன்னர்கள், பிரித்தானியர் ஆகியோருடனான நல்லுறவு தங்கள் முன்னேற்றத்திற்கு எவ்விதம் உதவியிருந்தது என்ற நேர்மறை அனுபவத்தை மட்டுமின்றி, போர்த்துக்கீசர், ஒல்லாந்தர் ஆகியோருடனான பகைமை எவ்விதம் தங்களது நலன்களைச் சிதைத்திருந்தது என்ற எதிர்மறை அனுபவத்தையும் அவர்கள் பெற்றிருந்தார்கள். இத்தனை காலமும் பிரித்தானியருடனான நல்லுறவின் கீழ் தம்மைப் பேண முடிந்த வாய்ப்பான சூழல் தற்போது மாற்றத்திற்குட்பட்டு வருவதை அன்றைய தெற்கு முஸ்லிம் தலைமை புரிந்துகொண்டது. இப்போது அதிகாரத்தின் எஜமானர் களாகவும் பொருளாதாரத்தை ஒழுங்கமைத்து நிர்வகிப்பவர் களாகவும் சிங்கள ஆளும் வர்க்கம் மாறிக்கொண்டு வருவதை தெற்கு முஸ்லிம் தலைமை உணர்ந்துகொண்டது. இந்நிலையில், சிங்கள ஆளும் வர்க்கத்துடன் சமரசம் செய்துகொள்வதைத் தனது அரசியல் வழியாக தெற்கு முஸ்லிம் தலைமை தெரிவு செய்து கொண்டது. இவ்வாறு, சிங்கள அரசியல் தலைமையுடன் நிபந்தனையற்ற இணைவை ஏற்படுத்துவதற்காக தெற்கு முஸ்லிம் தலைமை முன்வந்தது.

மறுபுறத்தில் தெற்கு முஸ்லிம் தலைமையுடன் இணைவை ஏற்படுத்துவது, சிங்களத் தலைமைக்கும் சாதகத்தை அளிப்பதாக அமைந்தது. ஏனெனில், சிங்களத் தலைமைக்கும், தமிழ்த் தலைமைக்கும் இடையில் ஏற்பட்ட பிளவானது, தொடர்ச்சியாக விரிவடைந்து கொண்டிருந்தது. இந்த நிலையில் இலங்கை முஸ்லிம்கள், தமிழ் மக்களுடன் இணைந்து கொள்வார்களாயின், தாம் பூரண அதிகாரமிக்கவர்களாக மாறுவது தடைபட்டு அரசியல் அதிகாரம் சமூகங்களுக்கிடையே பகிரப்படக்கூடிய சந்தர்ப்பம் ஏற்படலாம் என்பதை சிங்களத் தலைமை உணர்ந்திருந்தது. இந்த நிலையில் தெற்கு முஸ்லிம் தலைமையுடன் இணைவை ஏற்படுத்துவதால், தமிழ் முஸ்லிம் தலைமையுடன் இணைவை

சாத்தியமற்றதாக்குவதோடு, தெற்கு முஸ்லிம் தலைமையின் ஆதரவோடு, தாம் பூரண அதிகாரத்தைப் பெறுவது சாத்தியமாகும் என்பதையும் சிங்களத் தலைமை உணர்ந்துகொண்டது. இவ்வாறு இறுதியில் சிங்களத் தலைமைக்கும் தெற்கு முஸ்லிம் தலைமைக்கும் இடையே அரசியல் இணைவு ஏற்பட்டது. இதன் பின்னர், தெற்கு முஸ்லிம் தலைமை, சிங்கள அரசியல் தலைமை மீதான தனது விசுவாசத்தை வெளிப்படுத்துவதற்காக, மலையகத் தமிழர்கள், இலங்கைத் தமிழர்கள், இலங்கை முஸ்லிம்கள் ஆகியோரின் தலைவிதியை நிர்ணயிக்கக்கூடிய முக்கியமான விவகாரங்கள் அனைத்திலும், அந்த சமூகங்களின் நலன்களுக்கு விரோதமாகச் செயல்படத் தொடங்கியது.

தெற்கு முஸ்லிம் தலைமை, சிங்களத் தலைமையுடன் தன்னை இணைத்துக்கொண்ட பின்னர், தமிழ் அரசியல் தலைமையுடனான அதன் முரண்பாடுகளும், பிளவும் மேலும் கூர்மையடைந்தன. தமிழ் அரசியல் அமைப்புகள் முன்வைத்த எல்லா கோரிக்கைகளையும் தெற்கு முஸ்லிம் தலைவர்கள் எதிர்த்தார்கள். 1940களில் முன் வைக்கப்பட்ட 'ஐம்பதுக்கு ஐம்பது' கோரிக்கையும் (அதாவது அரசியல் பிரதிநிதித்துவமானது 50% சிங்கள சமூகத்திற்கும் 50% தமிழ், முஸ்லிம், மலையகத் தமிழ் மற்றும் பறங்கிய சமூகங் களுக்கிடையே சம அளவில் பகிரப்பட வேண்டும் என்று இந்தக் கோரிக்கை வலியுறுத்தி கூறியது. இதன்மூலம் எந்தவொரு சமூகமும் பிற சமூகங்கள் மீது ஆதிக்கம் செலுத்தமுடியாத வகையில் சமநிலை பேணப்பட முடியும்.) 1950களில் முன்வைத்த சமஷ்டி ஆட்சிக்கான கோரிக்கையையும் தெற்கு முஸ்லிம் தலைமை எதிர்த்தது. அத்துடன் 1948 இல் சிங்கள அரசினால் மலையகத் தமிழ்மக்களின் குடியுரிமையும், பின்னர் வாக்குரிமையும் பறிக்கப்பட்ட போதும், 1956இல் முன்வைக்கப்பட்ட தனிச் சிங்கள சட்டத்திற்கும் தமது பூரண ஆதரவை அவர்கள் வழங்கினார்கள்.

மேலும் முஸ்லிம்கள் தமது கல்வி மொழியாக சிங்களத்தை ஏற்றுக் கொள்ள வேண்டும் என்றும், தமிழ் மொழி முஸ்லிம்களின் தாய்மொழி அல்ல என்றும் தெற்கு முஸ்லிம் தலைமை பிரச்சாரம் செய்தது. இவற்றுடன் முஸ்லிம் மாணவர்கள் பெரும்பான்மையாக கல்வி கற்கின்ற பாடசாலைகளில் தமிழ் அதிபர்கள் நியமிக்கப் படுவதையும் தெற்கு முஸ்லிம் தலைவர்கள் பலமாக எதிர்த்தார்கள்.

இவ்வாறு சிங்களத் தலைமைக்கு தனது விசுவாசத்தை வெளிப்படுத்தியது முஸ்லிம் தலைமை. இதன் விளைவாக, ஒரு தனியான சமூகமாகவும் தெற்கு, வடக்கு, கிழக்கு என்று பிரிந்து வாழ்கின்ற இலங்கை முஸ்லிம்களுக்கு ஏற்படக்கூடிய பாதிப்புகள் குறித்து எவ்வித அக்கறையும் கொள்ளவில்லை. இதற்கு மாறாக சிங்கள அரசினால், இலங்கை முஸ்லிம்கள்மீது மேற்கொள்ளப்பட்டு வந்திருக்கின்ற இனச் சிதைப்பு நடவடிக்கைகளை தெற்கு முஸ்லிம் தலைமை மௌனமாக அங்கீகரித்து வந்திருக்கிறது. இவ்வாறு சிங்களத் தலைமையின் நம்பிக்கையைப் பெற்றுக்கொள்வதற்காகவும், அதன் மூலம் தமது சொந்த நலன்களை உயர்த்திக் கொள்வதற்காகவும், தமது சமூகத்தின் நலன்களையும், உரிமைகளையும் பலிகொடுக்கின்ற அரசியல் பண்பை தெற்கு முஸ்லிம் தலைமை பெற்றுக்கொண்டது. இதன் பின்னர் தொடர்ச்சியாக உருவாகிவந்த தெற்கு முஸ்லிம் தலைமைகளின் அரசியல் வாழ்வு முழுவதிலும் இந்தச் சுயநல அரசியல் பண்பே ஆட்சி செலுத்தி வந்திருக்கின்றது.

இலங்கை முஸ்லிம்கள் மீது பௌத்த சிங்கள இனவாதம் மேற்கொண்டு வந்திருக்கின்ற ஒடுக்குமுறைகள், தமிழ் மக்கள் மீது பௌத்த சிங்கள இனவாதம் மேற்கொண்டு வந்திருக்கின்ற ஒடுக்குமுறைகளுடன் ஒப்பிடக்கூடிய அளவிற்கு கடுமையாகவும், தீவிரமாகவும் இருக்கின்றன.

முஸ்லிம்களின் பாரம்பரிய நிலங்களில் சிங்களக் குடியேற்றங்களை ஏற்படுத்துதல், முஸ்லிம்களின் மக்கள் செறிவை குறைத்தல், அரசியல் ரீதியில் அவர்களைப் பலவீனப்படுத்தல், அவர்களின் பொருளாதார முயற்சிகளுக்குத் தடைகளை ஏற்படுத்துதல், கல்வி, கலாசார அம்சங்களின் வளர்ச்சிகளைத் தடுத்தல், முஸ்லிம் பிரதேசங்களை அகக் கட்டமைப்பு (Infra Structural) அபிவிருத்தியிலிருந்து ஒதுக்குதல் எனப் பல்வேறு வழிகளிலும் பௌத்த சிங்கள இனவாதம் இலங்கை முஸ்லிம்களை ஒடுக்கிவந்திருக்கிறது.

சுதந்திரத்தின் பின்னர் வரண்ட வலயக் குடியேற்றத் திட்டத்தின் கீழும் 'பசுமைப் புரட்சி' திட்டத்தின் கீழும் முஸ்லிம்களின் பாரம்பரிய எல்லைக்குள் அடங்குகின்ற பல ஆயிரக்கணக்கான ஏக்கர் வளமான நிலங்களில் சிங்களக் குடியேற்றங்கள் ஏற்படுத்தப்பட்டு அந்நிலங்களும், காட்டு வளங்களும் சிங்களவர்களுக்குச் சொந்தமாக மாற்றப்பட்டுள்ளன. குறிப்பாக திருகோணமலை, அம்பாறை மாவட்டங்களில் முஸ்லிம்களுக்குச் சொந்தமாக உள்ள நிலங்களுடன்

ஒப்பிடுகையில் பல மடங்கு பரப்பு அதிகமான நிலங்கள் குறைந்த எண்ணிக்கையில் உள்ள குடியேற்றப்பட்ட சிங்களவர்க்கு வழங்கப்பட்டுள்ளன. மேலும், சிங்கள மக்கள் செறிந்து வாழ்கின்ற பிற மாவட்டங்களைச் சேர்ந்த பகுதிகள் முஸ்லிம்கள் செறிந்து வாழ்கின்ற பகுதிகளுடன் இணைக்கப்படுவதன் காரணமாக, முஸ்லிம்களின் செறிவு திட்டமிட்ட ரீதியில் குறைக்கப்பட்டு வந்திருக்கிறது.

குறிப்பாக, இலங்கையில் முஸ்லிம்கள் பெரும்பான்மையாக வாழ்கின்ற ஒரேயொரு மாவட்டமான அம்பாறை மாவட்டத்துடன், மொனராகலை மாவட்ட சிங்களப் பிரதேசங்கள் இணைக்கப்பட்டதன் காரணமாக, அம்பாறை மாவட்டத்தில் முஸ்லிம்களின் பெரும்பான்மையானது கணிசமாகக் குறைக்கப்பட்டிருக்கின்றது. இதே போன்று திருமலை மாவட்டத்தில், முஸ்லிம் தமிழ் மக்களின் பிரதிநிதித்துவத்தை உறுதிப்படுத்திய இரட்டை உறுப்பினர் தொகுதியான மூதூர் தனி உறுப்பினர் தொகுதியாக மாற்றப்பட்டு, அங்கு சிங்கள மக்களுக்கென சேருவில என்னும் புதிய தொகுதியை உருவாக்கி, தமிழ் முஸ்லிம்களுக்குரிய நிலங்களுடன் ஒப்பிடுகையில் மூன்று மடங்குக்கும் அதிகமான நிலம் சிங்களவருக்கு ஒதுக்கப் பட்டிருக்கிறது.

பின்வரும் ஓர் எடுத்துக்காட்டின் மூலம், திருகோணமலை மாவட்டத்திலும் பொதுவாக கிழக்கு மாகாணத்திலும் சிங்கள, முஸ்லிம் குடிசன வீதம் எவ்வாறு மாற்றப்பட்டு வந்திருக்கின்றது என்பதைப் புரிந்துகொள்ளலாம். திருகோணமலை மாவட்டத்தில் 1921ஆம் ஆண்டுவரை நான்கு வீதமாக (4%) இருந்துவந்த சிங்களவரின் மக்கள் செறிவு, 1952இல் பதினெட்டு வீதமாகவும் (18%), 1981இல் முப்பத்து நான்கு வீதமாகவும் (34%) உயர்த்தப்பட்டது.

அதே நேரத்தில் 1921இல் முப்பத்தேழு வீதமாக (37%) இருந்த முஸ்லிம்களின் செறிவு 1952இல் முப்பத்து நான்கு வீதமாகவும் (34%) 1982இல் இருபத்தெட்டு வீதமாகவும் (28%) குறைக்கப்பட்டு வந்திருக்கின்றது. ஒட்டுமொத்தமாக கிழக்கு மாகாண விகிதாசாரத்தை கவனித்தால், 1921 வரை 4.69 வீதமாக இருந்த சிங்களவர்களின் செறிவு, 1981இல் 25.8 வீதமாக உயர்த்தப்பட்டது. ஆனால் முஸ்லிம்களின் செறிவோ, 1921இல் 40.55 வீதமாக இருந்து, 1981இல் 32.2 வீதமாகக் குறைக்கப்பட்டது.

இதுபோன்ற திட்டமிட்ட சிங்களக் குடியேற்றங்களின் காரணமாக, ஆங்காங்கே சிறு எண்ணிக்கையில் வாழ்ந்த தெற்கு முஸ்லிம்களின் செறிவானது மேலும் குறைக்கப்பட்டது. தென் இலங்கையில் முஸ்லிம்கள் கணிசமான செறிவில் வாழ்ந்த புத்தளம் மாவட்டத்தில் முற்றாக மாற்றி அமைக்கப்பட்டிருக்கின்றது. 1946இல் அங்கு 31 வீதமாக இருந்த முஸ்லிம்களின் செறிவு, 1981இல் 9.72 வீதமாகக் குறைக்கபட்டிருக்கிறது.

இவ்வாறு திட்டமிட்ட ரீதியில் மேற்கொள்ளப்பட்ட சிங்களக் குடியேற்றங்களினால், முஸ்லிம்களுக்குச் சொந்தமான வளமான காணிகளும், காட்டு வளங்களும் பறிக்கப்பட்டிருப்பதோடு அவர் களுடைய பொருளாதார முயற்சிகளும் கடுமையாகப் பாதிக்கப் பட்டிருக்கின்றன. இவற்றோடு இத்தகைய சிங்களக் குடியேற்றங் களால் முஸ்லிம்கள் அரசியல்ரீதியாகப் பலவீனப் படுத்தப் பட்டிருக்கிறார்கள். இலங்கை அரசியல் பாராளுமன்றப் பெரும்பான்மைக்கும் அரசியல் அதிகாரத்தில் மேலாண்மை செலுத்துவதற்கும் இடையே நெருங்கிய தொடர்பு காணப்படுகின்றது.

அதே நேரத்தில் ஒரு சமூகத்தின் பாராளுமன்ற பிரதிநிதித்துவ மானது அதன் குடிசன செறிவிலும் பரம்பலிலும் தங்கியிருக் கின்றது. இந்த நிலையில் ஒரு சமூகத்தை அரசியல் ரீதியில் பலவீனப் படுத்துவதற்கு அதன் குடிசனச் செறிவைக் குறைப்பதே போதுமானது. சிங்கள அரசாங்கங்களின் திட்டமிட்ட சிங்கள குடியேற்றங்களின் முதன்மை இலக்கு இதுதான். இத்தகைய குடியேற்றங்களின் மூலம் பிற சமூகங்களின் அரசியல் பிரதிநிதித்துவத்தைக் குறைப்பதோடு, மறுபுறத்தில் சிங்கள சமூகத்தின் பிரதிநிதித்துவத்தை அதிகரிக்கவும் முடிந்தது. இத்தகைய குடியேற்றங்கள் ஏற்கனவே தெற்கு (வட) கிழக்கு என பிரிந்திருந்த முஸ்லிம்களை அரசியல் ரீதியில் மேலும் பலவீனப்படுத்தியது.

1956ஆம் ஆண்டுக்குப் பின்னர், சிங்கள மொழி ஆட்சி மொழியாகவும் நிர்வாக மொழியாகவும் மாற்றப்பட்டதன் காரணமாக வட கிழக்கு முஸ்லிம்களும் அதே போன்று தெற்கு முஸ்லிம்களும் பாதிக்கப்பட்டிருக்கின்றார்கள். சிங்களம் தெரியாத காரணத்தினால் வடகிழக்கு முஸ்லிம்களும், சிங்கள நிர்வாகிகளின் இனவாத நடவடிக்கைகளினால் தெற்கு முஸ்லிம்களும் தொடர்ச்சி யாக பாதிக்கப்பட்டிருக்கின்றனர். முஸ்லிம்கள் செறிந்து வாழ்கின்ற பிரதேசங்களின் போக்குவரத்து, சுகாதாரம், நீர் விநியோகம் போன்ற

அகக்கட்டமைப்புகள் அரசின் அபிவிருத்தி முயற்சிகளிலிருந்து திட்டமிட்ட ரீதியில் புறக்கணிக்கப்பட்டு வந்திருக்கின்றன.

முஸ்லிம்களது வர்த்தக முயற்சிகளையும் சிங்கள அரசு திட்டமிட்டே சிதைத்து வந்துள்ளது. பல்வேறு சந்தர்ப்பங்களில் பல இறக்கு மதிகளை அரசு ஏகபோகமாக்குவதும் பின்பு தாராளமயமாக்குதல் என்னும் பெயரில் அவற்றிற்கான அனுமதிகளை சிங்களவர்களுக்கு வழங்கியது. இதன் மூலம் இந்த முயற்சிகள் முஸ்லிம்களிடமிருந்து பறிக்கப்பட்டு சிங்களவர்களிடம் ஒப்படைப்பதே நடந்தேறுகிறது. அத்தோடு அரசு இரத்தினக்கல் கூட்டுத் தாபனத்தை நிறுவுவதன் மூலம் இரத்தினக்கல் தொழிலில் முஸ்லிம்கள் வகித்துவந்த ஆதிக்க நிலை முறியடிக்கப்பட்டது. இப்படிப் பலவற்றை நாம் குறிப்பிடலாம்.

கல்வியைப் பொறுத்தவரையில் தெற்கு முஸ்லிம்கள் சுதந்திரத் திற்குப் பின்னர் மோசமாகப் பின்தள்ளப்பட்டு வந்திருக்கிறார்கள். தமிழ் மொழி மூலமான கற்பித்தலைக் கொண்டிருந்த தெற்கு முஸ்லிம் பாடசாலைகள் அரசின் கவனிப்பிலிருந்து திட்டமிட்ட ரீதியில் ஒதுக்கப்பட்டு வந்திருக்கின்றன. போதிய ஆசிரியர்களும் ஏனைய வசதிகளும் வழங்கப்படாமல் பெரும்பாலான தெற்கு முஸ்லிம் பாடசாலைகள் சீரழிக்கப்பட்டு வந்திருக்கின்றன. சுதந்திரத்திற்கு முன்னரான காலகட்டத்தில், இலங்கை முஸ்லிம்களைப் பொறுத்த வரையில், கல்வியில் உயர்நிலை வகித்திருந்த தெற்கு முஸ்லிம்களின் கல்விநிலை, சுதந்திரத்திற்குப் பிறகு படிப்படியே வீழ்ச்சியடைந்து வந்திருக்கின்றது. சுதந்திரத்திற்கு முன்னர் தெற்கு முஸ்லிம்களின் கல்வி வளர்ச்சியில் முக்கியமான பங்கு வகித்து வந்த 'ஸாஹிராக் கல்லூரிகள்' சுதந்திரத்திற்குப் பின்னர் அரசு பாடசாலைகளாக்கப்பட்டு, திட்டமிட்ட ரீதியில் அவற்றின் வளர்ச்சி தடுக்கப்பட்டு வந்திருக்கின்றது. சில ஸாஹிராக் கல்லூரிகளில் சிங்கள அதிபர்கள் நியமிக்கப்படுகின்ற அளவுக்கு, அரசின் இனவாத நடவடிக்கைகள் தீவிரமடைந்திருக்கின்றன.

இவற்றைவிட, தெற்கு முஸ்லிம்களின் இயல்பான மக்கள் தொகை அதிகரிப்பிற்கு ஏற்ப, புதிய முஸ்லிம் பாடசாலைகள் அமைக்கப் படுவதை பௌத்த-சிங்கள இனவாதிகள் கடுமையாக எதிர்த்து வந்திருக்கின்றார்கள். இவற்றின் விளைவாக தெற்கு முஸ்லிம் மாணவர்களின் கல்வி படிப்படியே வீழ்ச்சியடைந்து வந்திருக்கின்றது. இவற்றோடு முஸ்லிம் மாணவர்கள் சிங்கள மொழியில் கல்வி கற்பதும், அவர்களின் சமூக ரீதியான கல்வி வளர்ச்சிக்குத் தடையாக இருந்துவருகின்றது.

பொதுவாக ஒருவர் தனது தாய்மொழியில் கற்கும்போதுதான் அவரது கல்வி அறிவு சீரான வளர்ச்சியைப் பெறுகின்றது என்பது ஆய்வுகள் மூலம் நிரூபிக்கப்பட்டிருக்கின்றது. கிட்டத்தட்ட முழு இலங்கை முஸ்லிம்களும் தமது தாய்மொழியாகத் தமிழைக் கொண்டிருக்கிறார்கள். எனினும், தெற்கு முஸ்லிம் தலைமையின் தவறான வழிகாட்டலினாலும் தெற்கிலுள்ள தமிழ்மொழி மூல முஸ்லிம் பாடசாலைகள் அரசினால் உதாசீனப்படுத்தப்பட்டிருப்ப தாலும், தெற்கு முஸ்லிம் மாணவர்கள் ஆரம்பத்தில் இருந்தோ இடைநிலைக் கல்வியிலிருந்தோ சிங்கள மொழியில் கற்கும்படி நிர்பந்திக்கப்படுகின்றார்கள்.

அந்நிய மொழியின் சுமையினாலும் பாடசாலைச் சூழலின் கலாசார வேறுபாடுகளினாலும் சிங்கள ஆசிரியர்களின் பாகுபாடுகளினாலும் பெரும்பாலான முஸ்லிம் மாணவர்கள் விரைவிலேயே பாடசாலையை விட்டு வெளியேறும் நிலைக்கு ஆளாகிறார்கள். 1970களின் இறுதிப் பகுதியில் கிழக்கு முஸ்லிம்களிடையிலும், சிங்கள மொழியில் கல்வி கற்கின்ற போக்கு உருவாக்கப்பட்டது. ஒரு குறைந்த அளவிலான மாணவர்கள் சிங்கள மொழியில் கற்ற போதிலும் அவர்களால், இடைநிலைக் கல்வியைக்கூடக் கடக்க முடியவில்லை.

இலங்கை முஸ்லிம்களின் (குறிப்பாக தெற்கு முஸ்லிம்களின்) கலாசார ரீதியான செயற்பாடுகளை, பௌத்த-சிங்கள இனவாதிகள் தொடர்ச்சியாக எதிர்த்து வருகிறார்கள். தெற்கில் புதிய பள்ளிவாசல்கள் அமைக்கப்படுவதையும் (அல்லது அவை திருத்தியமைக்கப் படுவதையும் தொழுகைக்காக ஒலிபெருக்கியில் அழைப்பதையும் (அதாவது 'பாங்கு' ஒலிப்பதையும்) தடை செய்யும்படி பௌத்த-சிங்கள இனவாதிகள் அரசைக் கோரி வருகிறார்கள். பல சந்தர்ப்பங் களில், அரசு இவர்களின் கோரிக்கைக்கு ஆதரவாகச் செயல்பட்டு வந்திருக்கின்றது. இவற்றைவிட, உணவிற்காக முஸ்லிம்கள் விலங்குகளை அறுப்பதை, ஒரு கொடூரமான, காட்டுமிராண்டித் தனமான செயலாக பௌத்த - சிங்கள இனவாதிகள் பிரச்சாரப்படுத்தி வந்திருக்கிறார்கள். இவ்வாறு இலங்கை முஸ்லிம்களுக்கு, சாதாரண அடிப்படை உரிமைகளைக்கூட மறுப்பதிலேயே பௌத்த - சிங்கள இனவாதம் தன்னை வெளிப்படுத்தி வந்திருக்கின்றது.

இவற்றைவிட, பௌத்த - சிங்கள இனவாதம் தெற்கு முஸ்லிம்கள் மீது வன்முறைத் தாக்குதல்களை அடிக்கடி மேற்கொண்டு வந்திருக்கின்றது. சுதந்திரத்திற்கு முன்னர் ஒரு தடவை மட்டும்

இடம்பெற்று ஓய்ந்திருந்த முஸ்லிம்கள் மீதான வன்முறைத் தாக்குதல்கள், சுதந்திரத்திற்குப் பின்னர், பௌத்த-சிங்கள அரசு உருவாக்கப்பட்ட பின்னர், அடிக்கடி இடம்பெற்று வருகின்றன. கருத்தியல்ரீதியாக, பௌத்த-சிங்கள மக்கள் மத்தியில் முஸ்லிம் விரோத உணர்வு தொடர்ச்சியாகவும் ஆழமாகவும் பரப்பப்பட்டு வந்திருப்பதால், தெற்கு முஸ்லிம்கள் மீதான வன்முறைத் தாக்குதல்கள் எளிதாகவும் தீவிரமாகவும் இடம்பெறுகின்றன. இத்தகைய தாக்குதல்களில் அரச படையினரும் பங்கு பற்றி வந்திருக்கிறார்கள் என்பதையும் பல சந்தர்ப்பங்களில் அரச படையினரே தாக்குதல்களை ஆரம்பித்து வைக்கிறார்கள் என்பதையும் கவனத்தில் கொள்ளும் போது, பௌத்த-சிங்கள அரசு முஸ்லிம்கள் மீது எத்தகைய விரோதத்தைக் கொண்டிருக்கின்றது என்பதைப் புரிந்துகொள்ளலாம்.

இவ்வாறு சுதந்திரத்திற்குப் பின்னர், இலங்கை முஸ்லிம்களின் சமூக, பொருளாதார, கலாசார, அரசியல் உரிமைகளோடு, உயிர் வாழும் உரிமையும்கூட பௌத்த-சிங்கள இனவாதத்தினால் மறுக்கப்பட்டு வந்திருந்தும், இவற்றை வெகுசனரீதியில் எதிர்க்கவோ சர்வதேச சமூகங்கள் மத்தியில் இவற்றைப் பகிரங்கப்படுத்தவோ தெற்கு முஸ்லிம் தலைமை ஒருபோதும் முயன்றதில்லை. மாறாக, பல சந்தர்ப்பங்களில் மௌனமாக இருப்பதும், பௌத்த-சிங்கள இனவாத அரசுடன் முஸ்லிம்கள் முரண்படாத வகையில் சமரசம் செய்து கொள்வதுமே தெற்கு முஸ்லிம் தலைமையின் வழிமுறையாக இருந்து வந்திருக்கின்றது.

1931 டொனமூர் அரசியல் யாப்பைத் தொடர்ந்து இலங்கையின் அரசியல் தளத்தில் இனத்துவ ரீதியான பிளவுகள் மேலும் ஆழமாக வெளிப்பட்டன. சிங்கள, தமிழ் மக்கள் தமக்கென தனித்தனியான அரசியல் அமைப்புகளை ஏற்படுத்தி, அவற்றில் ஒன்றிணைந்து கொண்டிருந்தார்கள். ஆனால் இலங்கை முஸ்லிம்களைப் பொறுத்த வரையில், அவர்கள் ஒரு பொதுவான தனித்துவமான அரசியல் அமைப்பின் கீழ் ஒன்றிணைய சாத்தியமற்றதாக இருந்தது. தெற்கு, வட-கிழக்கு எனப் பிரிந்து வாழ்ந்ததோடு சமூக பொருளாதாரத் தன்மைகளில் வேறுபட்டவர்களாகவும், மேலும் தெற்கில் குறைந்த சனச்செறிவுடன், சிதறுண்டு வாழ்வதாலும் முழு இலங்கை முஸ்லிம்களும் ஒரு பொது அமைப்பில் இணைவது சாத்தியம் அற்றதாகவே இருந்தது. ஏற்கனவே, முழு முஸ்லிம்களையும்

இணைப்பதற்கான முயற்சியில் ஈடுபட்ட அகில இலங்கை முஸ்லிம் லீக் அந்த முயற்சியில் தோல்வி கண்டிருந்தது.

சிங்கள மக்களும் தமிழ் மக்களும் தமக்கென தனியான, சுயமான அரசியல் அமைப்புகளை ஏற்படுத்தி அவற்றில் அணி திரண்டு கொண்டிருந்த நிலையில் இலங்கை முஸ்லிம்களுக்கென சுயமான தனித்துவமான அரசியல் அமைப்புகளை ஏற்படுத்துவ தற்காக, தெற்கு முஸ்லிம் தலைமை சமூக நேர்மையுடன் செயற்பட்டிருக்க வேண்டும். இலங்கை முஸ்லிம்களிடையே எதார்த்தமாகக் காணப்படுகின்ற, தெற்கு, வட-கிழக்கு என்ற வேறுபாடுகளை கவனத்தில் கொண்டு பலமிக்க பிராந்திய, பிரதேச ரீதியிலான அரசியல் அமைப்புகளை ஏற்படுத்தி, அவற்றில் முஸ்லிம்களை இணைப்பதற்காக உழைத்திருக்க வேண்டும். இதன் மூலம் அரசியல்ரீதியில்கூட, தாம் தனித்துவமான சமூகம் என்று இலங்கை முஸ்லிம்கள் தம்மை அடையாளம் காண்பதற்குரிய சந்தர்பங்களை ஏற்படுத்தியிருக்க வேண்டும்.

ஆனால், தெற்கு முஸ்லிம் தலைவர்களிடையே காணப்பட்ட சுயநல அரசியல் பண்பு காரணமாக, அவர்கள் தமது சமூகத்திற்கு அவசியமான இத்தகைய சுயமான அரசியல் குறித்து ஒருபோதும் சிந்திக்கவில்லை. மாறாக, தமது சொந்த நலன்களை எவ்வாறு பேணிக்கொள்வது என்பதையே அவர்கள் ஓர் இலக்காகக் கொண்டிருந்தார்கள். இந்த இலக்கை அடைவதற்காக, தாம் தேசியக் கட்சி என அழைத்த சிங்களக் கட்சி என்ற பலமிக்க அமைப்பில் தெற்கு முஸ்லிம்களையும் வட-கிழக்கு முஸ்லிம்களையும் ஒன்றிணைப்பதை சிறந்த வழியாக தெற்கு முஸ்லிம் தலைமை கருதியது. சிங்களக் கட்சியில் முழு இலங்கை முஸ்லிம்களையும் ஒன்றிணைப்பதன் மூலமாக, தெற்கு முஸ்லிம் தலைமை இரு வழிகளில் நன்மை யடையக்கூடியதாக இருந்தது. முதலாவதாக முஸ்லிம்களுக்கு என ஒதுக்கப்பட்ட நியமன உறுப்பினர் பதவிகளைத் தெற்கு முஸ்லிம் தலைமையால் பெற்றுக்கொள்ள முடிந்தது. இரண்டாவதாக, தெற்கில் முஸ்லிம்கள் செறிவாக வாழ்கின்ற கொழும்பு, அக்குறணை போன்ற இடங்களில் முஸ்லிம்களின் வாக்குகளோடு, ஓரளவுக்கு சிங்கள வாக்கு களையும் பெறுவதன் மூலம் இவர்களில் சிலர் தேர்தல்களில் வெற்றி பெறவும் முடிந்தது.

இவ்வாறு தொகுதிவாரிப் பிரதிநிதித்துவ முறையின் காரணமாக தமக்கு ஏற்படவிருந்த அரசியல் ரீதியான இழப்புகளை, சிங்களக்

கட்சியில் இணைந்ததன் மூலமாகத் தெற்கு முஸ்லிம் தலைமை நிவர்த்தி செய்துகொண்டது. சிங்களக் கட்சி மூலம் தமக்குக் கிடைத்த இத்தகைய வாய்ப்புகளுக்கு நன்றி செலுத்தும் விதமாக, வடக்கு கிழக்கு முஸ்லிம்களின் அரசியல் பிரதிநிதிகளாக, தெரிவு செய்யப்பட்டவர்கள் சிங்களக் கட்சியில் இணைந்துகொள்ளுமாறு தெற்கு முஸ்லிம் தலைமை நிர்ப்பந்தித்தது. இப்போதுதான் முதன் முதலாக பாராளுமன்ற அரசியலுக்குள் நுழைந்த அன்றைய கிழக்கின் முஸ்லிம் அரசியல்வாதிகளை, செல்வாக்கும், அந்தஸ்தும், அரசியல் பாரம்பரியமும், கல்வித் தேர்ச்சியுமிக்க தெற்கு முஸ்லிம் தலைவர்கள் கட்டுப்படுத்தி, சிங்களக் கட்சியில் இணையும்படி செய்வது கடின மானதாக இருக்கவில்லை. இவ்வாறு சிங்கள, தமிழ்மக்களிடையே இனத்துவ ரீதியான அரசியல் இயக்கங்கள் வலிமையாக உருவாகிக் கொண்டிருந்த வேளையில், தெற்கு மற்றும் வட-கிழக்கு முஸ்லிம்கள் தமது அரசியல் சுயேச்சை பற்றி உணர்வூட்டப்படாதவர்களாக, தெற்கு முஸ்லிம் தலைமையின் வழிகாட்டலின் கீழ் சிங்களக் கட்சிகளில் ஒட்ட வைக்கப்பட்டார்கள். இதன் மூலமாகத்தான், தெற்கு முஸ்லிம் தலைமை, முழு இலங்கை முஸ்லிம்களின் தலைமையாகத் தோற்றம் பெற்று செயற்பட முடிந்தது.

தெற்கு முஸ்லிம் தலைமை, சிங்கள அரசியல் தலைமையுடன் நிபந்தனையற்ற முறையில் இணைவை ஏற்படுத்திய பின்னர், அதன் அரசியல் வாழ்வு முரண்பாடுகள் நிறைந்ததாக மாறிவிட்டது. இந்த முரண்பாடுகள் தெற்கு முஸ்லிம் தலைமையின் சொந்த நலன்களுக்கிடையே நிலவுகின்ற வேறுபாடுகளின் விளைவாகும். முதலில், தெற்கு முஸ்லிம் தலைமையின் சொந்த நலன்களைக் கவனத்தில் கொள்வோமாயின், இந்த நலன்கள் தெற்கிலுள்ள முஸ்லிம்கள் அனைவருக்கும் பொதுவானதாக அமைந்திருக்கவில்லை. பதிலாக பிரதேச ரீதியில் வேறுபடுகின்ற, தனித்துவமான பிரச்சினைகளுக்கு இவர்கள் முகம் கொடுக்க வேண்டியிருப்பதால், அவர்களது நலன்களும் பிரதேசரீதியில் வேறுபடுவதாகவும் தனித்துவ மானதாகவும் இருக்கின்றன.

இவ்வாறு தெற்கு முஸ்லிம்கள் எதிர்கொள்கின்ற பிரச்சினைகள் பிரதேசரீதியில் வேறுபட்டும், தனித்துவமானதாகவும் இருக்கின்ற போதிலும் அவை அனைத்தும் அடிப்படையில் பௌத்த-சிங்கள இனவாத ஒடுக்குமுறையின் விளைவுகளாகவே இருக்கின்றன. எனவே, இவர்கள் தமது நலன்களைப் பெற்றுக்கொள்வதும்கூட

அடிப்படையில் பௌத்த-சிங்கள இனவாதத்திற்கு எதிரான போராட்டத்தின் மூலமே சாத்தியபடக்கூடியதாக இருக்கிறது. பௌத்த-சிங்கள இனவாதத்தினால் ஏற்படுத்தப்படுகின்ற பிரச்சினைகளை எதிர்கொண்டு அவற்றிற்குப் பொருத்தமான தீர்வுகளைக் காண வேண்டுமாயின், முதலில் தெற்கு முஸ்லிம் தலைமையானது, ஒரு கூட்டுத் தலைமையாகவும், தெற்கின் பல்வேறு பிரதேசங்களையும் சேர்ந்தவர்களை உள்ளடக்கிய தாகவும், அதிக எண்ணிக்கையான பேர்களைக் கொண்டதாகவும் இருக்கவேண்டும். இவர்கள் தெற்கின் முஸ்லிம் பிரதேசங்களுக்குள் பலமான அடித்தளங்களைக் கொண்டவர்களாகவும், அங்குள்ள முஸ்லிம்களின் நலன்களுடன் தமது நலன்களையும் இணைத்துக்கொண்டவர்களாகவும் பௌத்த-சிங்கள இன வாதத்திற்கு எதிராக உறுதியாகவும் தொடர்ச்சி யாகவும் போராடக் கூடியவர்களாகவும் இருக்க வேண்டும்.

ஆனால் எதார்த்தத்தில் தெற்கு முஸ்லிம் தலைமையோ இவற்றுக்கு முற்றிலும் மாறாக இருக்கிறது. இத்தலைமை பெரிதும் கொழும்பை மையப்படுத்தியதாகவும், குறிப்பிட சிலரின் குடும்பங்களின் ஆதிக்கத்திற்கு உட்பட்டதாகவும் கொழும்பு சார்ந்த வர்த்தகம், தொழில்துறை, கலாசாரம் என்பவற்றில் தமது நலன்களைக் கொண்டதாகவும் இருக்கின்றது. மேலும் தமது சமூக அரசியல் நலன்கள் தொடர்ந்து பேணப்படுவதற்கும், வளர்ச்சியடைவதற்கும் பௌத்த-சிங்கள அரசின் தயவிலேயே இவர்கள் பெரிதும் தங்கியிருக்கிறார்கள். இவ்வாறு தெற்கு முஸ்லிம்களின் சமூகரீதியான நலன்களும் தெற்கு முஸ்லிம் தலைமையின் தனிப் பட்ட நலன்களும் முற்றிலும் வேறுபட்டவையாக இருக்கின்றன.

மறுபுறத்தில் வட-கிழக்கு முஸ்லிம்களின் நலன்களைக் கவனத்தில் கொள்வோமாயின், அவை தெற்கு முஸ்லிம் தலைமையின் தனிப்பட்ட நலன்களுடன் எவ்விதத்திலும் பொதுத் தன்மையைக் கொண்டிருக்கவில்லை. வாழ்கின்ற இடத்தால் மாத்திரமின்றி, தாம் முகம் கொடுக்கின்ற நெருக்கடிகள் தொடர்பாகவும் பொருளாதார ரீதியிலும் தெற்கு முஸ்லிம் தலைமை இடமிருந்து வட-கிழக்கு முஸ்லிம்கள் முற்றாக வேறுபட்டிருப்ப தால், அவர்களின் நலன்களும் தெற்கு முஸ்லிம் தலைமையின் நலன்களும் முற்றிலும் வேறுபட்டே இருக்கின்றன.

இவ்வாறு இலங்கை முஸ்லிம்களின் எந்த ஒரு பிரிவினரின் சமூக நலன்களுடனும், தமது நலன்களை இணைத்துக் கொண்டிராத

தெற்கு முஸ்லிம் தலைமை, இந்த முஸ்லிம்களின் உரிமைகளைப் பெற்றுக் கொடுப்பதை இலக்காகக்கொண்டு ஒருபோதும் செயற்பட முடியாதிருக்கின்றது. இலங்கையிலுள்ள பிற சமூகங்களின் உரிமைகளைப் பறித்தெடுப்பதன் மூலமாகவே தனது இருப்பைத் தொடர்ச்சியாகப் பேணிவருகின்ற பௌத்த-சிங்கள இனவாத அரசுடன் இணைப்பை ஏற்படுத்தியதன் மூலம், தெற்கு முஸ்லிம் தலைமையானது, அடிப்படையிலே தனது சொந்த சமூகத்தின் நலன்களுக்கு முரணானதாகவும் எதிரான தாகவும் மாறிவிட்டது. பௌத்த-சிங்கள இனவாத அரசின் தயவில் தனது நலன்களைப் பேண வேண்டிய அவசியத்தில் இருப்பதால், தமது சமூகத்தின் நலன்களும் உரிமைகளும் பௌத்த சிங்கள அரசினாலும் இனவாதிகளினாலும் மறுக்கப்படும்போதும், பறிக்கப்படும்போதும் அவற்றிற்கு எதிராக தெற்கு முஸ்லிம் தலைமையால் எதுவும் செய்ய முடிவதில்லை.

இத்தகைய இன ஒடுக்குமுறைகளுக்கு எதிராக தெற்கு முஸ்லிம் தலைமை மேற்கொள்ளக்கூடிய எந்தவொரு நடவடிக்கையும், அதன் சொந்த நலன்களுக்குப் பெரும் அபாயமாக மாறிவிடக்கூடியது. இதனால்தான் சுதந்திரத்திற்குப் பின்னர், இலங்கை முஸ்லிம்கள்மீது பௌத்த-சிங்கள இனவாத அரசினால் மேற்கொள்ளப்பட்டு வருகின்ற அத்தனை ஒடுக்குமுறைகளுக்கும் அநீதிகளுக்கும் எதிராக தெற்கு முஸ்லிம் தலைமை எத்தகைய வெகுசன நடவடிக்கைகளையும் எடுக்காமலும், அவற்றை தேசிய, சர்வதேசிய ரீதியில் பகிரங்கப் படுத்தாமலும் இருந்து வந்திருக்கின்றது.

எனினும், தான் இலங்கை முஸ்லிம்களின் தலைமை என்பதை வெளிப்படுத்திக் கொண்டிருக்க வேண்டிய அவசியம் தெற்கு முஸ்லிம் தலைமைக்கு இருக்கின்றது. பௌத்த-சிங்கள அரசு திட்டமிட்ட ரீதியில் இலங்கை முஸ்லிம்கள்மீது மேற்கொண்டு வருகின்ற இன ஒடுக்குமுறைகள் விஷயத்தில் மௌனமாக இருக்கின்ற அல்லது எச்சரிக்கையுடன் வார்த்தைகளைப் பயன்படுத்துகின்ற இவர்கள், ஏனைய நாடுகளிலுள்ள முஸ்லிம்களுக்கு ஏற்படுத்தப்படுகின்ற அநீதிகள் விஷயத்தில் மட்டும் உடனடியான எதிர்ப்புகளை ஆக்ரோஷ மாகத் தெரிவிப்பார்கள். சில சந்தர்ப்பங்களில் வெகுசன ஆர்ப்பாட்டங் களையும் நடத்துவார்கள்.

இதே போன்று வட-கிழக்கு முஸ்லிம்கள்மீது விடுதலை அமைப்புகளால் மேற்கொள்ளப்படுகின்ற அராஜகங்களுக்கு எதிராகவும், இந்திய இராணுவம் வடகிழக்கில் நிலைகொண்டிருந்த

போது, முஸ்லிம்கள்மீது மேற்கொண்ட வன்முறைத் தாக்குதல்களுக்கு எதிராகவும் இவர்கள் உடனடியாக கண்டனங்களை வெளிப்படுத்தி வந்திருக்கிறார்கள். தனது சமூகத்தின் இருப்பை படிப்படியே அகற்றி வருகின்ற பௌத்த சிங்கள அரசின் திட்டமிட்ட இன ஒடுக்கு முறைகளின் விஷயத்தில் மௌனமாக இருக்கின்ற தெற்கு முஸ்லிம் தலைமை, பௌத்த சிங்கள அரசு அல்லாத ஏனைய பிரிவினரால் முஸ்லிம்களுக்கு ஏற்படுத்தப்படுகின்ற அநீதிகளை எதிர்ப்பது என்பது, முஸ்லிம்கள் மீது அவர்களுக்கு இருக்கின்ற உண்மையான அக்கறையின் காரணமாக அல்ல, மாறாக இலங்கை முஸ்லிம்களுக்கு எதிராகச் செயற்பட்டு வருகின்ற பௌத்த சிங்கள அரசுக்குச் சார்பாக இருக்கின்ற, தமது அப்பட்டமான சுயநலத் தோற்றத்தை மறைப்பதற்கான முயற்சிகளாகத்தான் இவை அமைகின்றன.

சுதந்திரத்திற்குப் பின்னர், பிற சமூகங்களை நசுக்கி சிதைக்க முயல்கின்ற பௌத்த-சிங்கள அரசின் இனவாதச் செயற்பாடுகளின் காரணமாக, அந்த சமூகங்களைச் சேர்ந்த சகல பிரிவினரும் பாதிப்புக் குள்ளாகியிருக்கின்றனர். இவ்வகையில், தெற்கிலுள்ள உயர் வர்த்தகப் பிரிவு முஸ்லிம்களினதும், அவர்களைத் தளமாகக் கொண்ட தெற்கு முஸ்லிம் அரசியல் தலைமையினதும், சமூக பொருளாதார நலன்களும்கூட பாதிப்புக்குள்ளாகியே வந்திருக் கின்றன. எனினும் இவற்றை உறுதியாக எதிர்க்கவோ, தமது உரிமைகளுக்காகப் போராடவோ முடியாதவர்களாகவே இவர்கள் இருக்கின்றனர். அந்தளவிற்கு அவர்களின் நலன்கள் தமக்குள் பொதுத்தன்மை கொண்டிராதவையாகவும், தமது சமூகத்தின் நலன்களிலிருந்து வேறுபட்டவையாகவும் இருக்கின்றன.

ஓர் அரசியல் தலைமை, மக்களைப் போராட்டத்திற்கு அணி திரட்ட வேண்டுமாயின், அப்போராட்டத்தில் பங்குகொள்ளக்கூடிய வெகுசனங்களிலும், தலைமையினதும் நலன்கள் பெரும்பாலும் ஒத்த தன்மைகளைக் கொண்டிருக்க வேண்டும். அவ்வாறின்றி வெகு ஜனங்களினதும், தலைமையினதும் நலன்கள் வேறுபடுமாயின், அப்போது உறுதியான மக்கள் போராட்டம் சாத்தியமற்றதாகின்றது. இந்த இரண்டாவது வகையைச் சார்ந்ததாகத்தான், இலங்கை முஸ்லிம்களினதும் அவர்களின் தலைமை எனக் கூறிக்கொள்கின்ற தெற்கு முஸ்லிம் தலைமையினதும், உறவுநிலை அமைந்திருக் கின்றது. இதனால் தெற்கின் முஸ்லிம் தலைமையும் தம்மைச் சிதைத்து, தமது வாய்ப்புகளைப் பறித்து வருகின்ற அரசுடன் ஏதோ

வகையில் சமரசம் செய்துகொள்ளவும் கிடைக்கின்ற வாய்ப்புகளுக்காக முந்திக் கொள்ளவும் முயல்கின்றனர்.

ஒரு தனித்துவமான சமூகம் என்ற வகையில், இலங்கை முஸ்லிம்களுக்குரிய சுயமான அரசியல் இயக்கம், கிழக்கு முஸ்லிம்களிடையேதான் வேர்கொண்டிருக்கின்றது. எனினும் இத்தகைய அரசியல் இயக்கத்தைத் தவிர்ப்பதும், அதை எதிர்ப்பதும் தெற்கு முஸ்லிம் தலைமைக்கு அவசியமாக இருக்கின்றது. கிழக்கு முஸ்லிம்களின் சுயமான, எழுச்சி மிக்க அரசியல் இயக்கம், தெற்கு முஸ்லிம் தலைமையின் அரசியல் இருப்பை உறுதியற்றதாக்குகின்றது. அதன் நலன்களுக்குப் பாதகமாக அமைகின்றது. கிழக்கு முஸ்லிம் களின் சுயமான அரசியல் இயக்கம், தன்னை நசுக்கிக் கொண்டிருக்கின்ற பௌத்த - சிங்கள அரசுடனான மோதலைத் தவிர்க்க முடியாமல் எதிர்கொள்ள நேரும். இத்தகைய மோதலினாலும், அதில் கிழக்கு முஸ்லிம்கள் பெறக்கூடிய வெற்றியினதும் எதிர்விளைவாக, தெற்கு முஸ்லிம் தலைமையின் இன்றைய அரசியல், பொருளாதார நலன்கள் பாதிப்புக்குள்ளாகும்.

எனவேதான், கிழக்கு முஸ்லிம்களின் சுயமான அரசியல் இயக்கத்தை எதிர்ப்பதில், தெற்கு முஸ்லிம் தலைமை உணர்வு பூர்வமாகச் செயல்பட்டு வருகின்றது. இத்தகைய தனது எதிர்ப்பை நியாயப்படுத்துவதற்காக, கிழக்கிற்கு வெளியே அதிக எண்ணிக்கையில் இருக்கின்ற முஸ்லிம்களின் நலன்கள், கிழக்கில் உள்ள குறைந்த எண்ணிக்கையான முஸ்லிம்களின் செயற்பாடு களினால் பாதிக்கப்படுவதை அனுமதிக்கமுடியாது என்ற வாதத்தை தெற்கு முஸ்லிம் தலைமை முன்வைத்து வந்திருக்கிறது.

இலங்கை அரசியலானது மேலும் மேலும் இனத்துவரீதியாகப் பிரிகின்ற போக்கைப் பெற்றிருக்கின்ற நிலையில், தனது சமூகம் சார்ந்து சுயமான அரசியல் இயக்கத்தை முன்னெடுக்காதிருக்கின்ற தெற்கு முஸ்லிம் தலைமை, பௌத்த-சிங்கள இனவாத அரசுடன் இணங்கிப் போவதையும் அதற்கு ஆதரவு வழங்குவதையும் தொடர்ந்து மேற்கொண்டிருக்கின்றது. இதன் விளைவாக தமது உரிமைகளை வென்றெடுப்பதற்காக பௌத்த-சிங்கள இனவாதத்துடன் போராடி வருகின்ற தமிழர் அரசியல் இயக்கத்திலிருந்து, தெற்கு முஸ்லிம் தலைமை தன்னை முற்றாகவே பிளவுபடுத்திக் கொண்டுவிட்டது. இந்தப் பிளவை அது இலங்கை முஸ்லிம்கள் மத்தியிலும் திணித்து வந்திருக்கின்றது.

தமிழர் அரசியல் இயக்கம் வட-கிழக்கு முஸ்லிம்களின் பாரம்பரிய பிரதேசத்தையும் ஊடுருவிச் செல்வதால், தெற்கு முஸ்லிம் தலைமை இந்தப் பிளவை ஆழப்படுத்துவதில் மிகவும் உணர்வு பூர்வமாகவே செயற்பட்டு வந்திருக்கின்றது. குறிப்பாக 1970களின் பிற்பகுதியில் தமிழீழ விடுதலைக் கோரிக்கை முன்வைக்கப் பட்டதிலிருந்து, தெற்கு முஸ்லிம் தலைமை இந்தக் கோரிக்கைக்கு எதிராக முனைப்புடன் செயற்பட்டு வருகின்றது. 'இலங்கை முஸ்லிம்கள் பிரிவினைக்கு எதிரானவர்கள்', 'அவர்கள் பயங்கர வாதத்தை எதிர்ப்பவர்கள்' என்பது போன்ற பிரச்சாரங்களுக்கூடாக, தமிழர் அரசியல் இயக்கத்திலிருந்து இலங்கை முஸ்லிம்களையும் இவர்கள் விலக்கிவருகின்றார்கள்.

மேலும், தமிழ் மக்களின் பிரச்சினைகளின் தீர்வுக்கு குறைந்த பட்ச அடிப்படையாக அமையக்கூடிய வட-கிழக்கு இணைப்பையும் தெற்கு முஸ்லிம் தலைமை தொடர்ச்சியாக எதிர்த்து வருகிறது. இதன் மூலம், வட-கிழக்கு இணைப்பை, அங்குள்ள முஸ்லிம்கள் விரும்பவில்லை என்று காரணம் காட்டி வடக்கையும் கிழக்கையும் பிரிப்பதற்கு பௌத்த-சிங்கள இனவாதிகள் செய்துவருகின்ற முயற்சிகளுக்கு, தெற்கு முஸ்லிம் தலைமை நேரடியான உடந்தையாளராக இருந்து வருகின்றது. இதற்கு ஓர் எடுத்துக்காட்டாக முன்னாள் சபாநாயகர் எம்.எச்.முஹம்மது ஏனைய இனவாத சக்திகளுடன் இணைந்து உருவாக்கி, செயலிழந்துவிட்ட 'கிழக்கு மாகாண பாதுகாப்பு முன்னணி' என்ற அமைப்பை இங்கு குறிப்பிடலாம்.

தெற்கு முஸ்லிம் தலைமை சாராம்சத்தில், ஒட்டுமொத்த ஜனநாயக அரசியல் சூழலுக்கு எதிரானது. ஜனநாயக அரசியல் நோக்கிய ஒவ்வொரு உண்மையான முன்னேற்றமும், இங்குள்ள பிற சமூகங்களின் உரிமைகளை மீட்டுத் தரக்கூடியது. இதனால் ஓர் உண்மையான அரசியல் சூழலானது, ஒவ்வொரு சமூகமும் தனது நலன்களை உண்மையாக பிரதிபலிக்கக்கூடிய அரசியல் தன்மையை சுயமாக தேர்ந்துகொள்ளக்கூடிய வாய்ப்புகளை வழங்கும். இலங்கையின் ஜனநாயக அரசியல் சூழல் இலங்கை முஸ்லிம்களின் குறிப்பாக கிழக்கு முஸ்லிம்களின் சுயமான அரசியல் வாழ்வை உறுதிப்படுத்தக்கூடியது. இதனால், தவிர்க்க முடியாமல் தெற்கு முஸ்லிம் தலைமையின் அரசியல் இருப்பு ஆபத்துக்குள்ளாகும். எனவே, தெற்கு முஸ்லிம் தலைமை விரிவான ஜனநாயக அமைப்பு களுக்குப் பதிலாக அதிகாரங்கள் மையத்தில் குவிந்திருக்கக்கூடிய

இறுக்கமான அமைப்புகளுக்கே ஆதரவு வழங்கக்கூடியதாக இருக்கின்றது.

இவ்வாறு ஒரு நூற்றாண்டுக்கு மேற்பட்ட ஓர் அரசியல் வாழ்வினூடாக, தெற்கு முஸ்லிம் தலைமையானது, ஒரு சமூக விரோத, ஜனநாயக விரோத, சுயநலத்தன்மை மிக்க அரசியல் பண்புகள் கொண்ட தலைமையாக உருவாகிவந்திருக்கின்றது. இதன் பின்னர், இந்தத் தலைமையிடமிருந்து தெற்கு முஸ்லிம்களோ வட-கிழக்கு முஸ்லிம்களோ தமது நலன்கள், உரிமைகள் சார்ந்த அரசியல் நலன்கள் மற்றும் உரிமைகள் சார்ந்த அரசியல் முன்னெடுப்புகளை எதிர்பார்ப்பதில் எவ்வித அர்த்தமுமில்லை. இந்த நிலையில் இந்த அரசியல் தலைமை, முழு இலங்கை முஸ்லிம்களினாலும் நிராகரிக்கப்பட வேண்டிய காலம் வந்துவிட்டது. தனது சமூகத்தைத் தவறான தற்கொலைப் பாதையில் இட்டுச் சென்றிருக்கின்ற இந்தத் தலைமையின் அரசியல் வழிகாட்டலில் இருந்து விலகி, இலங்கை முஸ்லிம்கள் புதிய அரசியல் பாதைகளைத் தெரிவுசெய்வதற்கான நேரம் வந்துவிட்டது.

தெற்கு முஸ்லிம்களிடையே, இந்தத் தலைமையை நிராகரிக்கின்ற சில பிரிவினர் இருந்து வருகின்றனர். பிற்பட்ட சமூகப் பிரிவுகளைச் சேர்ந்த, படித்த தெற்கு முஸ்லிம்களில் சிலர், தமது தலைமையின் இத்தகைய போக்குகளுக்கு எதிராகச் செயற்படுகின்றவர்களாக இருக்கின்றார்கள். எனினும் இவர்கள் திட்டவட்டமான முறையில் அரசியல் செயற்பாடுகளை முன்னெடுப்பதற்குப் பதிலாக, பெரும்பாலும் மத அமைப்புகள் சார்ந்தே இயங்குகின்றனர். தெற்கு முஸ்லிம்களை அரசியல் ரீதியில் ஒன்றிணைத்து, பொதுவானதும், வலிமையானதுமான அரசியல் இயக்கத்தை ஏற்படுத்துவது சாத்தியமற்றதாக இருப்பதால், அவர்களை மதரீதியில் ஒன்று திரட்டுவதற்கு இந்தப் பிரிவினர் முயல்கின்றனர்.

பௌத்த-சிங்கள இனவாதத்தினால் பல்வேறு முனைகளிலும் நேரடியாகப் பாதிக்கப்படுகின்ற இந்தப் பிரிவினர், இவற்றுக்கு எதிரான தமது கண்டங்களைத் தீவிர மதக் கருத்துகளினூடாக வெளிப் படுத்துகின்றனர். எதார்த்தத்தில் நிலவுகின்ற சமூக, அரசியல் அமைப்புகளிலிருந்து கிட்டத்தட்ட முற்றாகவே விலகியிருக்கின்ற இவர்கள், மதரீதியாக ஏற்படக்கூடிய வெற்றியின் மூலமாக தமது சமூகத்தின் அவலங்களைத் தீர்க்கமுடியும் என்று நம்பிக்கை கொண்டிருக்கிறார்கள்.

இவர்கள் முஸ்லிம் நாடுகளிடையே உருவாகி வருகின்ற இஸ்லாமிய அடிப்படைவாத இயக்கங்களினால் கிளர்ச்சியூட்டப் பட்டிருக்கின்றனர். இவர்களில் சிலர், இலங்கையும் ஓர் இஸ்லாமிய நாடாக மாறி விடமுடியும் என்று நம்புகின்ற அளவிற்கு, சமூக, பொருளாதார, அரசியல் குறித்து அறியாமையில் இருக்கிறார்கள். பல முஸ்லிம் சமூகங்களில் இன்று எழுந்து வருகின்ற இஸ்லாமிய அடிப்படை வாதம் என்பது, வெறும் மதரீதியான இயக்கம் அல்ல என்பதையும், அது ஒவ்வொரு நாட்டிலும் நிலவுகின்ற சமூக, பொருளாதார, அரசியல், கலாசார முரண்பாடுகளினால் தோற்று விக்கப்படுகின்ற ஒரு அரசியல் இயக்கம் என்பதையும் இவர்கள் புரிந்துகொள்ள முடியாமல் இருக்கின்றனர்.

மதத்தை அடிப்படையாகக் கொண்ட இவர்களின் முயற்சிகள், தனிமனித வாழ்வில், கலாசார ரீதியான சில பாதிப்புகளை ஏற்படுத்த முடிகின்றனவே தவிர, சமூக அளவில், அரசியல் ரீதியான பாதிப்புகள் எதையும் ஏற்படுத்த முடியாதிருக்கின்றது. அரசியல், பொருளாதார, கலாசார ரீதியாக தமது சமூகம், முகங்கொடுக்கின்ற பிரச்சினைகளை வெற்றி கொள்வதற்குரிய உணர்ச்சிகரமான ஆயுதமாக மதத்தை உயர்த்திப் பிடிப்பதற்குப் பதிலாக, இவர்கள் தமது சொந்த பலவீனங்களுக்குரிய வடிகாலாகவே மதத்தைப் பயன்படுத்து கின்றனர். இறுதியில் இவர்கள் கற்பனைகளிலும், அற்புதங்களிலும் நம்பிக்கை வைப்பவர்களாகவும் நடைமுறைச் செயற்பாடுகளில் சோர்வு அடைந்தவர்களாகவும் மாறுகின்றனர்.

தெற்கில் ஒரு தேசிய சிறுபான்மையினர் என்ற நிலையில், தமது இருப்பைப் பேணவேண்டிய அவசியத்தில் இருக்கின்ற தெற்கு முஸ்லிம்களின் நலன்களையும், விருப்பங்களையும் பிரதிபலிக்கின்ற தலைமையாக அமையவிருப்பவர்கள் முதலில் அங்கு நிலவுகின்ற எதார்த்த நிலைமைகளைப் புரிந்துகொள்வது அவசியம், தெற்கு முஸ்லிம்கள், பிரதேசரீதியான தொடர்ச்சியின்றி, சிறிய எண்ணிக்கையில் சிதறிய நிலையில் வாழ்வதால், பொதுவான அரசியல் அமைப்பில் அவர்களை இணைப்பதற்குப் பதிலாக, வலிமைமிக்க, பிரதேச ரீதியான அரசியல் அமைப்புகளை ஏற்படுத்துவது குறித்து இவர்கள் சிந்திக்க வேண்டும்.

எனினும் இன்று நடைமுறையில் உள்ள அரசியல் முறைமை யானது, இத்தகைய பிரதேச ரீதியான அரசியல் அமைப்புகளை முக்கியத்துவமற்ற தாக்குகின்றது (இருந்தும், ஒரு குறிப்பிட்ட

பிரதேசத்தில் மட்டும், ஓரளவுக்கு செல்வாக்கைப் பெற்றிருக்கின்ற 'மலையக மக்கள் முன்னணி' என்ற அமைப்புக்குக் கிடைத்திருக்கின்ற அரசியல் வெற்றியை தெற்கு முஸ்லிம்கள் ஒரு முனுதாரணமாகக்கொள்வது குறித்து சிந்திக்க வேண்டும்). இந்த நிலையில், நடைமுறையிலுள்ள ஜனாதிபதி அல்லது பாராளுமன்ற முறைமைக்குள், அதிகாரங்கள் குவிக்கப்படுவதற்கு பதிலாக, சகல சமூகங்களும் தமது உரிமைகளை அனுபவிப்பதற்கு ஏற்ற விதத்தில் புதிய அரசு மற்றும் நிர்வாக ஒழுங்கமைப்பை ஏற்படுத்துவதற்காக இவர்கள் செயற்பட வேண்டும். இதைத் சாத்தியமாக்குவதற்கு, சிங்கள மற்றும் பிற சமூகங்களைச் சேர்ந்த ஜனநாயகப் பிரிவினருடன் இணைந்து செயற்படுவதற்கான வழிமுறைகள் குறித்து சிந்திக்க வேண்டும்.

இவற்றோடு பௌத்த-சிங்கள இனவாதம் குறித்து எச்சரிக்கையாகவும், அதற்கு எதிராக உறுதியாகச் செயற்படக் கூடியவர்களாகவும் இருப்பது அவசியம். அடக்கப்பட்டிருக்கின்ற ஒரு சமூகம் தனது சொந்தப் போராட்டத்தின் மூலமாக மட்டுமே தன் விடுதலையைப் பெற்றுக் கொள்ள முடியும். உலகெங்கும் நிரூபிக்கப்பட்டிருக்கின்ற இந்த உண்மை, தெற்கு முஸ்லிம்களுக்கும் பொருந்தக்கூடியதே.

தெற்கு முஸ்லிம்கள் இன்னமும் ஒரு சுயமான அரசியல் இயக்கத்திற்கு காலடி வைத்திராத நிலையில் இருக்க மறுபுறத்தில், கிழக்கு முஸ்லிம்கள் தமக்கென சுயமான அரசியல் இயக்கத்தை உருவாக்கிவிட்டார்கள். படிப்படியே வளர்ந்து, பலமுற்று வருகின்ற கிழக்கு முஸ்லிம்களின் சுயமான அரசியல் இயக்கமானது, தெற்கு முஸ்லிம் தலைமையை நிராகரிக்கின்ற போக்கை ஏற்கனவே எடுத்து விட்டது. தமது நலன்களுடன் எவ்விதத்திலும் தொடர்பு கொண்டிராத தெற்கு முஸ்லிம் தலைமையின் அரசியல் வழிகாட்டலை, கிழக்கு முஸ்லிம்கள் இனிமேல் ஏற்றுக்கொள்ளப் போவதில்லை.

4
(வட) கிழக்கு முஸ்லிம்கள்

சமூகத்தன்மை

முதலில், இங்கு (வட) கிழக்கு முஸ்லிம்கள் என்ற தலைப்பின் கீழ் வருகின்ற விடயங்கள் பெரிதும் கிழக்கு முஸ்லிம்களைப் பற்றியே விவரிக்கின்றன என்பதைக் குறிப்பிட வேண்டியுள்ளது. ஏனெனில் இலங்கை அரசியல், குறிப்பாக வட-கிழக்கு அரசியலில் அவர்கள் முக்கியத்துவம் பெறுவதால் அவர்களது அரசியல் முன்னெடுப்புகள் அதிகக் கவனத்தைப் பெறுவதாக இருக்கின்றன. எனினும், வட-கிழக்கில் வாழ்கின்ற முஸ்லிம்கள் அனைவரும் பெரும்பாலும் ஒரேவிதமான சமூக-பொருளாதார அரசியல் நிலைமைகளையே முகம் கொடுப்பதால், இங்கு வாழ்கின்ற முஸ்லிம்கள் ஒரேவிதமான பிரச்சினைகளையே சந்திக்க வேண்டியுள்ளது. இவ்வகையில் கிழக்கு முஸ்லிம்கள் பற்றிய விடயங்கள் பெரும்பாலும் வடக்கு முஸ்லிம் களுக்கும் பொருந்தக் கூடியதே.

கிழக்கு முஸ்லிம்களின் செறிவான மக்கள்தொகையும், அடர்த்தியான பரம்பலும், சுயசார்புக்குரிய பொருளாதார முறையும் இணைந்து அவர்களிடையே சுயமான அரசியல் இயக்கத்தையும், தனியான அரசியல் அமைப்புகளையும் தோற்றுவிக்கக் கூடியனவாக இருந்து வந்திருக்கின்றன. எனினும் 1980களின் நடுப்பகுதிவரை கிழக்கு முஸ்லிம்களினால் இவற்றை உருவாக்கிக் கொள்ள முடியவில்லை. பதிலாக, அவர்களது அரசியல் செயற்பாடுகள் தெற்கு முஸ்லிம் தலைமையினாலும் அந்தத் தலைமை ஆதரவளித்த சிங்களக் கட்சிகளினாலும் தீர்மானிக்கப்பட்டு வந்திருக்கின்றன. இத்தகைய நிலைமை ஏற்பட்டதைப் புரிந்துகொள்வதற்கு, கிழக்கு முஸ்லிம்களின் சமூக, பொருளாதார, கலாசார அம்சங்கள் குறித்து விரிவான ஆய்வு மேற்கொள்வது அவசியமாகின்றது.

கிழக்கு முஸ்லிம்களிடையே நீண்ட காலமாக நிலவுடைமை சார்ந்த உற்பத்திமுறை நிலவியது. 1815 இல் பிரித்தானிய ஆக்கிரமிப்பாளர்கள் முழு இலங்கையையும் கைப்பற்றிய பின்னர் இங்கு முதலாளித்துவ உற்பத்தி உறவுகளைப் புகுத்தி வந்த போதிலும் 1950களின் பிற்பகுதி வரை, கிழக்கு முஸ்லிம்களிடையே நிலவிய நிலவுடைமை சார்ந்த, பின்தங்கிய உற்பத்தி உறவுகளில் குறிப்பிடக்கூடிய மாற்றங்கள் எதுவும் ஏற்படவில்லை. அதேபோன்று, பெரிதும் கொழும்பு சார்ந்த நகர்ப்புறங்கள் தழுவியதாக முன்னெடுக்கப்பட்ட ஆரம்பகால, சீர்திருத்தவாத அரசியல் இயக்கங்களும்கூட கிழக்கு முஸ்லிம்களை பாதிக்கவில்லை. 19ஆம் நூற்றாண்டின் இறுதிப் பகுதியிலிருந்து, தெற்கு முஸ்லிம்களிலும் அவர்களின் அரசியல் தலைமைகளிலும் கடுமையான தாக்கங்களை ஏற்படுத்தி வந்த சமூக அரசியல் நிகழ்வுகள் எதுவும் கிழக்கு முஸ்லிம்களை பாதிக்கவில்லை. 1880களில் நடைபெற்ற, தனியான முஸ்லிம் பிரதிநிதித்துவத்திற்கான போராட்டம், 1915இல் தெற்கு முஸ்லிம்கள்மீது மேற்கொள்ளப்பட்ட வன்முறைத் தாக்குதல்கள், 1940களில் தமிழ்த் தலைமை முன்வைத்த ஐம்பதுக்கு ஐம்பது கோரிக்கை, சமஷ்டி ஆட்சிக்கான கோரிக்கை, பின்னர் 1950களில் தீவிரமாக இடம்பெற்ற மொழிப் பிரச்சினை... போன்ற எதுவும் கிழக்கு முஸ்லிம்களில் குறிப்பிடக்கூடிய தாக்கங்களை ஏற்படுத்தவில்லை. அந்தளவிற்கு அவர்களிடையே நிலவுடைமை சார்ந்த உறவுகள் வலிமை பெற்றிருந்தன.

கட்சி அரசியலின் அறிமுகம்

எனினும் 1931இல் சர்வஜன வாக்குரிமை நடைமுறைக்கு வந்த பின்னர், கிழக்கு முஸ்லிம்கள் மத்தியிலும் முதலாளித்துவ அரசியல் உறவுகள் புகுத்தப்பட்டன. இந்த அரசியல் உறவுகள், கிழக்கு முஸ்லிம்களின் வாழ்க்கை முறையின் இயல்பான வெளிப்பாடாக அமையாததால், அவர்கள் முதலாளித்துவ அரசியல் நோக்கி, உணர்வு பூர்வமாக ஈர்க்கப்படவில்லை. ஆரம்ப காலங்களில் அவர்களுக்குரிய அரசியல் பிரதிநிதித்துவத்தையும்கூட தமிழ் பிரதிநிதிகள் அல்லது தெற்கு முஸ்லிம்கள் அரசியல்வாதிகளே பெற்றுவந்தார்கள். இவ்வகையில் மாக்கான் மரக்கார், நல்லையா போன்றவர்களை இங்கு குறிப்பிடலாம்.

சுதந்திரத்திற்குப் பின்னர் தேர்தல் தொகுதிகளின் எண்ணிக்கை யும், தெரிவு செய்யப்படக்கூடிய பிரதிநிதிகளின் எண்ணிக்கையும்

அதிகரித்ததால், பிரதேச மட்டத்தில் செல்வாக்குமிக்கவர்கள் பாராளுமன்ற அரசியலுக்குள் நுழைவது இடம்பெறத் தொடங்கியது. இத்தகைய போக்கு கிழக்கு முஸ்லிம்களிடையிலும் ஏற்பட்டது. சமூக பொருளாதார ரீதியில் ஆதிக்க நிலையில் இருந்த முஸ்லிம் நிலவுடைமையாளர்களே அரசியலிலும் ஆதிக்கம் செலுத்த ஆரம்பித்தார்கள். இவர்களது அரசியல் நுழைவு கிழக்கு முஸ்லிம்களை அரசியல்ரீதியில் ஒன்றுதிரட்ட வேண்டும் என்பதையோ அல்லது கிழக்கு முஸ்லிம்களின் நலன்களைப் பேண வேண்டும் என்பதையோ நோக்கமாகக் கொண்டிருக்கவில்லை. மாறாக, ஒவ்வொரு முஸ்லிம் தொகுதிக்கும் உரிய பிரதிநிதிகள் தெரிவு செய்யப்பட வேண்டும் என்ற அவசியத்தினாலும், இத்தகைய பிரதிநிதித்துவத்தின் மூலம் தமது சொந்த நலன்களும், அந்தஸ்தும் மேலும் விரிவடையும் என்பதாலுமே இவர்கள் அரசியலில் ஈடுபட்டார்கள். ஆரம்ப காலங்களில் பிரதான சிங்களக் கட்சிகள் கிழக்கு மாகாணத்தில் ஊடுருவியிராததாலும், தெற்கு முஸ்லிம் தலைமையால் கிழக்கு முஸ்லிம்கள்மீது செல்வாக்கு செலுத்த முடியாமல் இருந்ததாலும் இவர்கள் பெரும்பாலும் சுயேச்சையாகவே போட்டியிட்டார்கள்.

இவ்வாறு பாராளுமன்ற அரசியலில் பங்குகொண்ட கிழக்கு முஸ்லிம் நிலவுடைமையாளர்கள் உடனடியாகவோ குறுகிய காலத்திலோ, தெற்கு முஸ்லிம் தலைமையின் வழிகாட்டலில், இரு பிரதான சிங்களக் கட்சிகளின் (முதலில் ஐக்கிய தேசியக் கட்சி (UNP) பின்னர் இலங்கை சுதந்திரக் கட்சி (SLFP) அல்லது ஐதேக) இணைந்து கொண்டார்கள். தமது சொந்த நலன்களையும் அந்தஸ்தையும் உயர்த்திக்கொள்வதற்காக அரசியலில் நுழைந்த கிழக்கு முஸ்லிம் அரசியல்வாதிகள், விரைவிலேயே கட்சி அரசியலினால் தமக்குத் கிடைக்கக்கூடிய நன்மைகளை அறிந்துகொண்டார்கள். பிரதான சிங்களக் கட்சிகள் தேர்தல் காலங்களில் வழங்குகின்ற பொருளாதார, பிரச்சார உதவிகளினால் கிழக்கு முஸ்லிம் அரசியல்வாதிகள் வெற்றி பெறக்கூடிய வாய்ப்புகள் அதிகரித்தன. மேலும் இந்தக் கட்சிகள் ஆட்சியமைக்கக்கூடிய சந்தர்ப்பங்களை கொண்டிருந்ததால், இவற்றில் இணைந்துகொள்வதன் மூலமாக கிழக்கு முஸ்லிம் அரசியல்வாதிகள் தமது நலன்களை அதிகரித்துக் கொள்ளக்கூடிய வாய்ப்புகள் அதிகம் ஏற்பட்டன. இதனால், இவர்கள் இந்த சிங்களக் கட்சிகளில் ஆர்வத்துடன் இணைந்துகொண்டார்கள்.

இவ்வாறு கிழக்கு முஸ்லிம் அரசியல்வாதிகள், சிங்களக் கட்சிகளில் இணைந்ததன் மூலமாகத்தான், தெற்கு முஸ்லிம் தலைமை தன்னை கிழக்கு முஸ்லிம்களின் தலைமையாகவும் மாற்றிக்கொள்ள முடிந்தது. ஒவ்வொரு தேர்தலும் முன்னைய தேர்தலைவிட போட்டி மிக்கதாகவும், வெற்றிக்கான நிச்சயமற்றதாகவும், அதிக செலவு மிக்கதாகவும் மாறிக் கொண்டிருந்ததால் கிழக்கு முஸ்லிம் அரசியல் வாதிகள் தமது தேர்தல் வெற்றிக்காக சிங்களக் கட்சிகளில் தங்கியிருக்க வேண்டிய நிலை படிப்படியே அதிகரித்தது. இதனால், தாம் தேர்தலில் போட்டி யிடுவதற்கான நியமனத்தைப் பெறவும், தமது வெற்றியை உறுதிப் படுத்தவும் சிங்களக் கட்சிகளில் ஏற்கனவே செல்வாக்குடன் இருந்த தெற்கு முஸ்லிம் அரசியல்வாதிகளின் தயவை இவர்கள் நாடினார்கள். இதன் விளைவாக, கிழக்கு முஸ்லிம் அரசியல்வாதிகள் தெற்கு முஸ்லிம் தலைமையினால் கட்டுப்படுத்தப்படுகின்ற நிலை உருவாகியது. இவ்வாறு தெற்கு முஸ்லிம் தலைமை கிழக்கு முஸ்லிம் அரசியல்வாதிகளைக் கட்டுப்படுத்தியதனூடாக, முழு கிழக்கு முஸ்லிம்களையும் கட்டுப்படுத்துவதும், அவர்களின் தலைமையாக மாறுவதும் சாத்தியமாகியது.

கிழக்கு மாகாண முஸ்லிம்களிடையே முதலாளித்துவ வகைப் பட்ட பாராளுமன்ற தேர்தல் அறிமுகப்படுத்தப்பட்ட போதிலும் அவர்கள் இன்னமும் பின்தங்கிய நிலவுடைமைச் சமூக உறவுகளுக்கு கட்டுப்பட்டவர்களாகவே இருந்தார்கள். இதனால் இவர்கள், தேர்தல்களில் போட்டியிட்ட முஸ்லிம் வேட்பாளர்களின் குடும்ப செல்வாக்கையோ பிரதேசத்தையோ அடிப்படையாகக் கொண்டே பொதுவாக தமது வாக்குகளை வழங்கிவந்தார்கள். எனினும் கிழக்கு முஸ்லிம் அரசியல்வாதிகள் கட்சிசார்ந்த அரசியலுக்குள் நுழைந்த போது, இவர்கள் இத்தனை காலமும் தாம் ஆதரவு வழங்கிய, தமது அபிமானத்துக்குரிய அரசியல்வாதியைப் பின்பற்றி, அவர் எந்தக் கட்சியில் இணைந்து கொண்டாரோ அந்தக் கட்சியின் ஆதரவாளர் களாக மாறினார்கள். இவ்வாறு கிழக்கு முஸ்லிம்களிடையே புகுத்தப்பட்ட கட்சி அரசியல், பின்னர் மாற்ற முடியாத அளவுக்கு இறுகி, பரம்பரை பரம்பரையாகப் பின்பற்றப்பட்டு வந்தது.

கிழக்கு முஸ்லிம்களிடையே கட்சி அரசியல் புகுத்தப்பட்ட காலத்தில் அவர்களுக்கு முன்னே இரு பிரதான சிங்களக் கட்சிகளுடன், தமிழ்க் கட்சிகளும் காணப்பட்டன. தனித்துவமானவையாகவும் ஒன்றுக்கொன்று முரணானவையாகவும், அரசியலில் அனுபவம்

மிக்கவையாகவும் விளங்கிய இவ்விருவகைக் கட்சிகளும் அன்றைய கிழக்கு முஸ்லிம்களைப் பொறுத்தவரை அந்நியமானவையாகவே இருந்தன. இதில் தமிழரசுக் கட்சி தமிழ் மக்களுக்கு சமஷ்டிமுறை கோரி போராடிக் கொண்டிருந்தது. சிங்களக் கட்சிகள் அந்தக் கோரிக்கைக்கு எதிராகச் செயற்பட்டுக் கொண்டிருந்தன. இவற்றிற் கிடையே கிழக்கு முஸ்லிம்கள் அரசியல்ரீதியில் விழிப்புணர்வூட்டப் படாதவர்களாக இருந்ததால் சுயாட்சி முறை குறித்தும், அதனால் தமக்கு ஏற்படக்கூடிய தாக்கங்கள் குறித்தும் அவர்களால் புரிந்து கொள்ளமுடியவில்லை. இதனால் கிழக்கு முஸ்லிம்கள், சிங்களத் தமிழ்க் கட்சிகளில் எந்த ஒன்றை நோக்கியும் உணர்வுபூர்வமாக ஈர்க்கப்படவில்லை. தமது அபிமானத்துக்குரிய அரசியல்வாதி இவற்றில் எந்தக் கட்சியில் இணைந்துகொண்டாலும், அதற்கு ஆதரவு வழங்கக்கூடியவர்களாகவே இருந்தார்கள். இத்தகைய நிலையில் கிழக்கு முஸ்லிம்களின் கட்சி ஆதரவைத் தீர்மானித்ததில் கிழக்கு முஸ்லிம் அரசியல்வாதிகளின் சொந்த நலன்களே அடிப்படையாக அமைந்தன.

கிழக்கு முஸ்லிம்களிடையே கட்சி அரசியல் புகுத்தப்பட்ட காலப்பகுதியில் தமிழ் மக்கள் தம் மீதான சிங்கள அரசின் இனவாத ஒடுக்கு முறைகளுக்கு எதிராக (குறிப்பாக மொழி பிரச்சினைக் கூடாக) அரசியல் ரீதியில் ஒன்றிணைந்து கொண்டிருந்தார்கள். பௌத்த சிங்கள அரசை எதிர்த்து, தமது உரிமைகளுக்காகப் போராடுவதுதான் தமிழர் அரசியல் இயக்கத்தின் பொதுவான போக்காக இருந்தது. இத்தகைய சூழலில், தமிழ்க் கட்சிகளில் இணைவதால் கிழக்கு முஸ்லிம் அரசியல்வாதிகள் தமது சொந்த நலன்களை உயர்த்திக்கொள்வதற்கு அரிய வாய்ப்புகள் இருக்கவில்லை.

மறுபுறத்தில் தமிழ் மக்களின் அரசியல் இயக்கத்திற்கு எதிராக தெற்கு முஸ்லிம் தலைமை தீவிரமாகச் செயற்பட்டுக் கொண்டு இருந்தது. தமிழ் மக்களின் அரசியல் இயக்கத்தில் முஸ்லிம்களை இணையவிடாமல் தடுக்கும் நோக்கத்தில் பாராளுமன்றத்திலும் வெளியிலும் பல்வேறு நடவடிக்கைகளில் அவர்கள் ஈடுபட்டார்கள். முஸ்லிம்கள் மத்தியில் தமிழ்மொழியைப் புறக்கணித்து சிங்கள மொழியையும் அரபு மொழியையும் உயர்த்திப் பிடிக்கின்ற பிரச்சாரத்தில் அவர்கள் தீவிரமாக இறங்கினார்கள். இதே வேளை பௌத்த-சிங்கள அரசும் இனவாத சக்திகளும் தமிழ் மக்களின் மீது வன்முறைத் தாக்குதல்களை மேற்கொள்ளத் தொடங்கின. அரசியல்

உரிமைகளைக் கோரி சாத்வீகப் போராட்டத்தை முன்னெடுத்த தமிழ் அரசியல்வாதிகள் மீது மட்டுமின்றி சாதாரண தமிழ் பொதுமக்களின் மீதும் வன்முறைத் தாக்குதல்கள் திட்டமிட்ட ரீதியில் மேற்கொள்ளப் பட்டன. இவ்வாறான நிலையில் தமிழ்க் கட்சிகளில் இணைவதால் தமது தொடர்ந்த அரசியல் வாழ்வுக்கும், நலன்களுக்கும் பெரும் பாதிப்புகள் ஏற்படும் என்று கிழக்கு முஸ்லிம் அரசியல்வாதிகள் உணர்ந்தார்கள்.

கிழக்கு முஸ்லிம்களைப் பொறுத்தவரை, மொழிப் பிரச்சினை தொடர்பாக அவர்களிடையே குறிப்பிடக்கூடிய தாக்கங்கள் எதுவும் அப்போது ஏற்படவில்லை. இதைப் புரிந்துகொள்வதற்கு, அவர் களிடையே அன்று நிலவிய பொருளாதார, ஆன்மிக வாழ்க்கை முறைகள் குறித்து பரிசீலிப்பது அவசியம்.

கிழக்கு முஸ்லிம்கள் தொடர்ச்சியாக நிலவுடைமை உற்பத்தி உறவுகளுக்குள் கட்டுப்பட்டிருந்ததால், அவர்களது பொருளாதார அடித்தளங்களாக நிலமும் ஏனைய இயற்கை மூலங்களுமே அமைந்திருந்தன. தமது பொருளாதார வாழ்வுக்கு அரசு வேலை வாய்ப்புகளை நாடுகின்ற போக்கு அவர்களிடையே சமூக அளவில் ஏற்படவில்லை. அரசு வேலை வாய்ப்புகளில் தங்கியிருப்பவர்களும் அதற்காகத் தமது தாய்மொழி மூலக் கல்வியை வேண்டி நிற்பவர்களும் தமது மொழிக்கு ஏற்படுகின்ற பாதிப்பைத் தீவிரமாக உணர்கின்றனர். இவர்கள் தமது மொழிக்கு ஏற்படுகின்ற பாதிப்புகளை சமூகமயப் படுத்துவதில் உணர்வுபூர்வமாக ஈடுபடுகின்றனர். இத்தகைய பிரிவினரைக் கொண்டிருக்கிற சமூகம் தனது மொழியைத் தன்னுடலின் பிரிக்க முடியாத அங்கமாக உணர்கின்றது. தனது மொழிக்கு ஏற்படுகின்ற அவமானத்தை, தனது சொந்த அவமானமாகக் கருதுகின்றது. ஆனால், அன்றைய கிழக்கு முஸ்லிம்களிடையே இத்தகைய பிரிவினர் உருவாகியிராததால் (அல்லது மிகக் குறைவான நபர்களே இருந்தனர்) தமது தாய்மொழிக்கு ஏற்பட்டிருக்கின்ற பாதிப்புகளை கிழக்கு முஸ்லிம்களினால் சமூக அளவில் உணர்ந்து கொள்ள முடியவில்லை.

அத்துடன் அன்றைய கிழக்கு முஸ்லிம்கள் மத்தியில் 'கல்வி' ஆன்மிகத் தேவையுடன் இணைத்தே புரிந்துகொள்ளப்பட்டது. 'சீனா சென்றாயினும் சீர் கல்வி கற்றுக்கொள்' என்ற நபிகள் நாயகத்தின் அறிவுரையில் அவர்களது ஆன்மிக நடவடிக்கைகள் பெரிதும் மதத்துடன் இறுக்கமாகப் பிணைக்கப்பட்டிருந்ததால், மதத்துடன்

இணைந்ததாகவே அவர்களது கல்வியும் அமைந்தது. முஸ்லிம்களின் மத நூலான குர்ஆன் அரபு மொழியில் எழுதப்பட்டிருப்பதாலும், இறைவன் அரபு மொழியிலேயே அதை அருளினான் என்று அவர்கள் நம்பிக்கை கொண்டிருப்பதாலும் தமது வழிபாட்டின்போது அரபு மொழியை ஒவ்வொருவரும் பயன்படுத்த வேண்டியிருப்பதாலும் அவர்கள் அரபுமொழியைக் கற்பது அவசியமாக்கப்பட்டிருக்கிறது. இதனால் ஆண், பெண் வேறுபாடுகளின்றி, மிக இளவயதிலிருந்தே அவர்கள் அரபு மொழியை வாசிக்கக் கற்கிறார்கள்.

மேலும் அன்றைய கிழக்கு முஸ்லிம்கள் ஐரோப்பியரின் கல்வி குறித்து எதிர்மறையான மனோபாவத்தைக் கொண்டிருந்தார்கள். இக்கல்வி, மத ரீதியில் தமது பரம்பரை எதிரியாகவிருந்த கிறிஸ்தவர்களின் கட்டுப்பாட்டிற்குள் இருந்ததோடு அது மத கலாச்சார மாற்றங்கள் ஏற்படுவதையும் இலக்காகக் கொண்டிருந்ததால் கிழக்கு முஸ்லிம்கள் அக்கல்வியைக் கற்பதில் ஆர்வம் காட்டி இருக்கவில்லை. சுதந்திரத்திற்குப் பின்னர், இக்கல்வியும் சுதேசத் தன்மைகள் அறிமுகப்படுத்தப்பட்ட போதிலும்கூட, கல்வி குறித்து கிழக்கு முஸ்லிம்களிடையே நிலவிய எதிர்மறையான மனோபாவம் உடனடியாக மாற்றமடையவில்லை. இதனால் தமிழ்மொழியை வாசித்தறியக்கூடியவர்கள், அதாவது அதைத் தொட்டுணரக் கூடியவர்கள் அன்றைய கிழக்கு முஸ்லிம்கள் மத்தியில் குறைவாகவே இருந்தார்கள்.

இவ்வாறு தமிழ்மொழியானது அன்றைய கிழக்கு முஸ்லிம்களின் பொருளாதார நலன்களுடன் இணைந்திராததாலும், அவர்களின் ஆன்மிக நடவடிக்கைகளில் முக்கிய பங்கு வகிக்காததாலும் இந்த மொழி அவர்களுக்கு வரிவடிவில் பரிச்சயமற்றிருந்ததாலும் அவர்கள் தமிழ்மொழி மீது தீவிர ஈடுபாடு காட்டவில்லை. எனவே, அன்று தமிழ்மொழிக்குப் பாதிப்புகள் ஏற்பட்டபோது கிழக்கு முஸ்லிம்கள் அப்பாதிப்புகள் குறித்து உணர்வுபூர்வமாக தூண்டப்படவில்லை.

இவ்வாறு தமிழ் மக்களின் அரசியல் இயக்கம் தொடர்பாக ஒருபுறத்தில் தெற்கு முஸ்லிம் தலைமையும், பௌத்த-சிங்கள இன வாதமும் வெளிப்படுத்திய உணர்வுபூர்வமான எதிர்ப்புகளும், மறுபுறத்தில் கிழக்கு முஸ்லிம்களிடையே நிலவிய விழிப்புணர் வில்லாத நிலைமையும் கிழக்கு முஸ்லிம் அரசியல்வாதிகள், தமது அரசியல் நிலைப்பாட்டைத் தீர்மானிப்பதில் கணிசமான தாக்கங்களைச் செலுத்தின.

உண்மையில் கிழக்கு முஸ்லிம் அரசியல்வாதிகள் தமது சொந்த மக்கள்மீது அக்கறை கொண்டிருப்பார்களாயின் தெற்கு முஸ்லிம் தலைமையினதும் பௌத்த சிங்கள இனவாதத்தினதும் எதிர்ப்பு களைக் கவனத்தில் கொள்ளாமல், கிழக்கு முஸ்லிம்களை அரசியல் மயப்படுத்துவதற்காக உழைத்திருப்பார்கள். ஆனால், கிழக்கு முஸ்லிம் அரசியல்வாதிகளோ, தமது சொந்த நலன்களை உயர்த்திக் கொள்வதற்காகவே அரசியலுக்குள் நுழைந்திருந்தார்கள். இதனால் இத்தகைய எதிர்ப்புகளைச் சமாளித்து அன்றைய கிழக்கு முஸ்லிம்களை அரசியல்மயப்படுத்தி, ஒன்றுதிரட்ட வேண்டிய கடினமான அரசியல் பணியை மேற்கொள்வது பற்றி இவர்கள் சிந்திக்கவில்லை. மாறாக, சாதாரண பாராளுமன்ற அரசியல் வாதிகளாகவே இவர்கள் நடந்துகொண்டார்கள். இதன் பின்னர் தெற்கு முஸ்லிம் தலைமையைப் போன்று இந்தக் கிழக்கு முஸ்லிம் அரசியல்வாதிகளும், பௌத்த சிங்கள அரசின் திட்டமிட்ட இனச் சிதைப்பு நடவடிக்கைகளினால் கிழக்கு முஸ்லிம்களுக்கு ஏற்பட்ட அனைத்துப் பாதிப்புகளையும் மௌனமாகப் பார்த்துக் கொண்டிருப்பவர்களாக மாறினார்கள்.

இதற்கிடையே ஆங்காங்கே சில கிழக்கு முஸ்லிம் அரசியல் வாதிகள் தமிழ்க் கட்சிகளின் சார்பில் தேர்தல்களில் போட்டி யிட்டார்கள். அவர்களில் பெரும்பாலானோர் வெற்றி பெற்றும் இருந்தார்கள். இவ்வகையில் காரியப்பர், எம்.எம். முஸ்தபா, எம்.சி. அஹமத், எம். ஈ.எச். முகம்மதலி போன்றோரைக் குறிப்பிடலாம். எனினும் இந்தக் கிழக்கு முஸ்லிம் அரசியல்வாதிகள் தமிழ் மக்களின் அரசியல் இயக்கத்தையும், போராட்டங்களையும் ஏற்றுக் கொண்டதன் விளைவாகத் தமிழ்க் கட்சிகளில் போட்டியிடவில்லை. மாறாக தமிழ் மக்கள் கணிசமாக வாழ்கின்ற முஸ்லிம்களுக்குரிய தேர்தல் தொகுதி களில் தாங்கள் தமிழ்க் கட்சிகளின் சார்பில் போட்டியிடுவதன் மூலம் முஸ்லிம்கள் மத்தியில் தமக்கிருக்கின்ற தனிப்பட்ட செல்வாக்குடன், தமிழ் மக்களின் வாக்குகளையும் பெற்று எளிதாக வெற்றிபெற முடியும் என்பதை இவர்கள் கண்டார்கள். இந்த ஒரே காரணத் திற்காகவே இவர்கள் தமிழ்க் கட்சிகளில் போட்டியிட்டார்கள்.

மறுபுறத்தில் தமிழ்த் தலைமையோ செல்வாக்கு மிக்க ஒரு முஸ்லிம் வேட்பாளரைத் தமது கட்சியில் போட்டியிட வைப்பதன் மூலமாகத் தமது கட்சிக்கு ஒரு ஆசனத்தைப் பெற்றுக்கொள்ள முடியும் என்பதில் அக்கறை காட்டினார்களே தவிர, தமது அரசியல்

நிலைப்பாடுகளை இந்த முஸ்லிம் அரசியல்வாதி எவ்வளவு தூரம் ஏற்றுக்கொண்டிருக்கிறார் என்பதில் அக்கறை காட்டவில்லை.

மேலும் இத்தகைய சந்தர்ப்பங்களைப் பயன்படுத்தி பிற சமூகங்களை ஒடுக்குகின்ற பௌத்த-சிங்கள அரசுக்கு எதிராகப் போராடக்கூடிய வகையில் முஸ்லிம்களுக்கு விழிப்புணர்வூட்ட தமிழ்த் தலைமை நேர்மையாக முற்படவில்லை. இவ்வகையில் தமிழ்க் கட்சிகளுக்கும் கிழக்கின் முஸ்லிம் அரசியல்வாதிகளுக்கும் இடையே ஏற்பட்ட இத்தகைய தேர்தல் இணைவு என்பது முற்றிலும் பாராளுமன்ற சந்தர்ப்பவாதக் கூட்டாகவே அமைந்திருந்தது. இதனையும்விட வாய்ப்பான இன்னொரு நிலைமை தோன்றும் போது இந்த சந்தர்ப்பவாதக் கூட்டு வேறோர் சந்தர்ப்பவாதக் கூட்டினால் பிரதியீடு செய்யப்படுகின்றது. எனவே, வெற்றி பெற்ற குறுகிய காலத்திலேயே, இந்த முஸ்லிம் பாராளுமன்ற உறுப்பினர்கள் தாம் வெற்றி பெற்ற தமிழ்க் கட்சியிலிருந்து விலகி, பொதுவாக அப்போது ஆட்சியில் இருக்கக்கூடிய சிங்களக் கட்சியில் இணைந்து கொண்டார்கள்.

இத்தகைய சந்தர்ப்பங்களில், 'முஸ்லிம்கள் தொப்பி புரட்டிகள்' என்ற கருத்தை வெளிப்படுத்தி, தமிழ்த் தலைமை தமது சந்தர்ப்பவாதத் தன்மைகளை மறைத்துக்கொண்டது. முஸ்லிம் அரசியல்வாதிகள் குறித்துத் தமிழ்த் தலைமை வெளிப்படுத்திய இத்தகைய கருத்துகள், அத்தலைமையின் மத்தியில் ஆழமாக வேரூன்றியிருந்த முஸ்லிம் விரோத உணர்வுகளை வெளிப் படுத்துவனவாக அமைந்தன. தமிழ்த் தலைமை முஸ்லிம்களைத் தம்மில் ஒரு பகுதியாக உண்மையிலேயே கருதியிருப்பார்களானால், இந்த ஒரு சில முஸ்லிம் அரசியல்வாதிகளைக் காரணமாகக் காட்டி முழு முஸ்லிம் சமூகத்தையும் இழிவாக மதிப்பிட்டிருக்க முடியாது. கட்சி மாறிய முஸ்லிம் அரசியல் வாதிகளைப் போன்று தமிழ் அரசியல்வாதிகளில் சிலரும்கூட அவ்வப்போது கட்சி மாறியிருக்கிறார்கள். இத்தகைய சந்தர்ப்பங்களில் தமிழ்த் தலைவர்கள் அந்த அரசியல்வாதிகளை இனத் துரோகிகளாக அடையாளம் காட்டினார்களே தவிர, அவர்களைக் காரணமாக் கொண்டு முழுத் தமிழ்மக்களையும் இழிவுபடுத்த ஒருபோதும் முற்படவில்லை.

இவ்விதமாக 1960களின் ஆரம்பத்தில், முழு கிழக்கு முஸ்லிம் களும் இரு சிங்களக் கட்சிகளின் பரம்பரை ஆதரவாளர்களாக மாற்றப்பட்டுவிட்டனர்.

கிழக்கு முஸ்லிம்களிடையே முதலாளித்துவ உறவுகளின் உருவாக்கமும் புதிய சமூகப் பிரிவினரின் தோற்றமும்

கிழக்கு முஸ்லிம்களிடையே 1950கள் வரையிலும், நிலவுடைமை உறவுகளை அடிப்படையாக் கொண்ட வாழ்க்கை முறையே நிலவி வந்தது. இதனால் நாட்டின் ஏனைய பகுதிகளிலும் ஏனைய சமூகங்களிலும் ஏற்பட்டுக்கொண்டிருந்த புதிய வாழ்க்கை முறை சார்ந்த விழிப்புணர்வுகள் கிழக்கு முஸ்லிம்களிடையே சமூக அளவில் ஏற்பட முடியவில்லை. ஆயினும் 1950களின் பிற்பகுதியில், கிழக்கில் இடம்பெற்ற மூன்று முக்கிய நிகழ்வுகள் அவர்களிடையே முதலாளித்துவ வகையிலான உறவுகள் உருவாவதற்கும், புதிய சமூகப் பிரிவினர் தோன்றுவற்கும் காரணமாக அமைந்தன. அவை:

1. நிலச்சீர்திருத்தம்
2. விவசாயத்தில் இயந்திரங்கள் அறிமுகப்படுத்தப்பட்டமை.
3. தாய்மொழிக் கல்வியின் விரைவான செயலாக்கம்.

1950களில் பரவலாக இடம்பெற்ற நிலச்சீர்திருத்தமானது (குறிப்பாக நிலப் பகிர்வும் புதிய குடியேற்றங்களும்), கிழக்கு முஸ்லிம்களின் வர்க்க ஒழுங்கமைப்பில் குறிப்பிடக்கூடிய மாற்றங்களை ஏற்படுத்தின. இத்தகைய நடவடிக்கைகளின் காரணமாக, கிழக்கு முஸ்லிம்களின் மத்தியில் சிறிய, நடுத்தர விவசாயிகளும், விவசாயக் கூலியாட்களும் அதிக எண்ணிக்கையில் உருவானார்கள். முன்னர் குத்தகை விவசாயிகளோ நிலவுடைமையாளர்களின் கீழ் கூலியாட்களாகவோ கட்டுப்பட்டிருந்தவர்கள் இப்போது சொந்தமாகக் காணி பெற்ற சுயேச்சையான விவசாயிகளாகவும், சுயேச்சையான கூலியாட்களாகவும் மாறினார்கள். இதன் விளைவாக கிழக்கு முஸ்லிம்கள் மத்தியில் நிலவிய இறுகிய நிலவுடைமை உறவுகளில் உடைவுகள் ஏற்பட்டு சுதந்திரமான முதலாளித்துவ உறவுகள் படிப்படியே உருவாகத் தொடங்கின.

கிட்டத்தட்ட இதே காலப்பகுதியில் கிழக்கு முஸ்லிம்களின் விவசாயத் தொழிலில் இயந்திரங்கள் அறிமுகப்படுத்தப்பட்டன. உழவு இயந்திரம், நெல் அரைக்கும் இயந்திரம், தெளி கருவிகள் எனப் பல்வேறு இயந்திரங்கள் அறிமுகப்படுத்தப்பட்டதன் காரணமாக, கிழக்கு முஸ்லிம்களின் சமூகத்தன்மையில் மேலும் தீவிர மாற்றங்கள் இடம்பெற்றன. இயந்திரங்கள் அறிமுகப்படுத்தப்பட்ட பின்னர் விவசாயத்தில் மனித வலுபயன்படுத்தப்படுவது வெகுவாகக் குறைந்துவிட்டது. இதனால் நிலவுடைமையாளர்களிடம் இன்னமும்

கட்டுப்பட்டிருந்த ஏராளமான நபர்கள் வேலையற்றவர்களாகவும் அவசியமற்றவர்களாகவும், மாற்றப்பட்டார்கள். எனவே, அவர்களை விடுவிப்பது தவிர்க்க முடியாததாகியது. இவ்வாறு இயந்திரங்கள் ஏராளமானோரை விடுவித்துவிட்டன. இத்தனை காலமும் கிழக்கு முஸ்லிம்களிடையே விவசாயத்துடன் தொடர்பான கூலி குத்தகை என்பனவும் ஏனைய கொடுப்பனவுகளும் தானியங்களின் வடிவத்திலே வழங்கப்பட்டுவந்தன. இப்போது இயந்திரங்கள் அறிமுகப்படுத்தப்பட்ட பின்னர் கொடுப்பனவுகள் அனைத்தும் பண வடிவத்திற்கு மாற்றப்பட்டன. இத்தனை காலமும் தமது பிரதேசத்திற்குள்ளேயே எல்லைப்பட்டிருந்த பலர், இப்போது விவசாயக் கூலியாட்களாக, எங்கோ தொலைதூரத்தில் இருந்த முன்பின் அறிந்திராத பிரதேசங்களை நோக்கி, பருவகால உழைப்புக்காகச் செல்லத் தொடங்கினார்கள்.

இவற்றுடன் கூடவே, இந்த இயந்திரங்களின் பாவனையால் கிழக்கு முஸ்லிம்களிடையே இன்னுமொரு முக்கியமான விளைவும் ஏற்பட்டது. அதாவது முன்பு போன்று விவசாயத் தொழிலில் குடும்பத்தைச் சேர்ந்த முழு உறுப்பினர்களும் ஈடுபட வேண்டிய அவசியம் இப்போது இல்லை. இயந்திரங்களையும் தேவையான அளவுக்கு கூலியாட்களையும் பெறக்கூடியதாக இருந்ததால், விவசாயத் தொழிலில் சிறுவர் சிறுமியரின் உழைப்பைத் தவிர்ப்பது சாத்தியமாகியது. இதன் நேரடி விளைவாக, கிழக்கு முஸ்லிம் விவசாயிகளிடையே குறிப்பாக, நடுத்தர விவசாயிகளிடையே கல்வி கற்கக்கூடிய சந்ததி ஒன்று உருவாகத் தொடங்கியது.

இவ்வாறு கிழக்கு முஸ்லிம்களிடையே தோன்றிய புதிய இளம் சந்ததியினரின் கல்வி ஆர்வத்தைத் தூண்டிய சிறப்பான காரணியாக தாய்மொழிக் கல்வியின் விரைவான செயலாக்கம் அமைந்தது. கிழக்கில் கணிசமான எண்ணிக்கையில் தமிழ்மொழி மூலம் பாடசாலைகள் புதிதாக அமைக்கப்பட்டதாலும், முஸ்லிம்களுக்கென தனியான பாடசாலைகள் உருவாக்கப்பட்டதாலும் கிழக்கில் முஸ்லிம் இளம் சந்ததியினர் மிகுந்த ஆர்வத்துடன் கல்வி கற்க ஆரம்பித்தார்கள். குறிப்பாக அம்பாறை மாவட்ட முஸ்லிம்கள் மத்தியில் கல்வி கற்கும் ஆர்வம் தீவிரமாக இருந்தது.

நவீன உலகில் கல்வி என்பது ஒருவரின் அறிவைக் குறிக்கின்ற காரணியாக மட்டும் தொழிற்படவில்லை. கூடவே முக்கியமாக அவரின் பொருளாதார, சமூக அந்தஸ்தைத் தீர்மானிக்கின்ற

காரணிகளில் ஒன்றாகவும் மாற்றமடைந்திருக்கின்றது. கல்வி யானது நவீன சமூகத்தில் புதிய அதிகார படிநிலை அமைப்பு உருவாவதற்கும், செல்வாக்குமிக்க நபர்கள், குடும்பங்கள் தோன்றுவதற்கும் காரணமாக அமைகின்றது. இந்த நிலையில் பொருளாதாரரீதியில் பின்தங்கியவர்களாகவும் எப்படியும் தமது சமூக அந்தஸ்தை உயர்த்திக்கொள்ள முயல்பவர்களாகவும் இருக்கின்ற நடுத்தர வர்க்கத்தினர் கல்வியைத் தமது மூலதனமாகக் கொள்கின்றனர். தமது தேவைகளை ஒறுத்துக்கொண்டு அர்ப்பணிப் புடன் கூடிய பங்களிப்பை கல்விக்காக வழங்குகின்றனர். 1970களில் இருந்து கிழக்கு முஸ்லிம்கள் மத்தியிலும் இத்தகைய போக்கு ஏற்பட்டது.

1970இல் பதவிக்கு வந்த ஐக்கிய முன்னணியின் ஆட்சிக் காலத்தில் வங்கிகள், கச்சேரி போன்ற நிர்வாகத் துறையிலும், ஆசிரியத் தொழிலிலும், போக்குவரத்து, கூட்டுறவு அமைப்புகள் போன்ற வற்றிலும் தொகுதி அடிப்படையில் அதிக எண்ணிக்கையிலான வேலை வாய்ப்புகள் வழங்கப்பட்டன. இதன் விளைவாக முன் எப்போதையும்விட, அதிக எண்ணிக்கையில் கிழக்கின் படித்த முஸ்லிம் இளைஞர்கள் அரசாங்க உத்தியோகங்களுக்குத் தெரிவு செய்யப்பட்டனர். அப்போதைய கல்வி அமைச்சரான பதியுத்தீன் மஃமூத் இஸ்லாம் பாடம் கற்பிக்கக்கூடிய மௌலவி ஆசிரிய நியமனங்களோடு, வேறு பாடங்களைக் கற்பிப்பதற்கும் ஏராளமான முஸ்லிம் ஆசிரியர்களை நியமித்ததும், இவர்களில் அதிகமானோர் கிழக்கு முஸ்லிம்களிலிருந்து தெரிவு செய்யப்பட்டதும் குறிப்பிடத் தக்கது. இவற்றைவிட அப்போதைய அரசாங்கத்தின் பாராளுமன்ற பிரதிநிதிகளாகவிருந்த கிழக்கின் மூன்று முஸ்லிம் அரசியல் வாதிகளால் (இவர்களில் இருவர் பிரதி அமைச்சர்களாக இருந்தனர்) வழங்கப்பட்ட அதிக எண்ணிக்கையிலான வேலைவாய்ப்புகளையும் இங்கு கவனத்தில் கொள்ளலாம்.

மேலும் 1950களின் பிற்பகுதியில் உருவாக்கப்பட்டு நடை முறையில் இருந்துவந்த முஸ்லிம் பாடசாலைகள் என்ற தனிப்பிரிவானது, ஒரு முஸ்லிம் கல்வி அமைச்சராக இருந்த காரணத்தால்கூடிய கவனத்தைப் பெற்றது. முஸ்லிம் பாடசாலைகள் தரம் உயர்த்தப்படுவதும், முஸ்லிம் பெண்களுக்கு எனத் தனியான பாடசாலைகள் உருவாக்கப்படுவதும், புதிதாக முஸ்லிம் பாடசாலைகள், முஸ்லிம்களுக்கான பயிற்சி நிலையங்கள், கல்வி

நிறுவனங்கள் என்பன அமைக்கப்படுவதும் பரவலாக இடம்பெற்றன. குறிப்பாக, கிழக்கு மாகாணத்தில் இத்தகைய நிகழ்வுகள் பரந்த அளவில் இடம்பெற்றன.

மேலும், 1970களின் நடுப்பகுதியில் மாவட்ட அடிப்படையிலான பல்கலைக்கழக அனுமதிமுறை அறிமுகப்படுத்தப்பட்டதால் கிழக்கு மாகாண முஸ்லிம் மாணவர்களும் (குறிப்பாக அம்பாறை மாவட்ட முஸ்லிம் மாணவர்கள்) அதிக அளவில் பல்கலைக் கழகங்களுக்குத் தெரிவு செய்யக்கூடிய வாய்ப்புகள் ஏற்பட்டன.

1970களில் இடம்பெற்ற மேற்கூறிய நிகழ்வுகளினால் கிழக்கு முஸ்லிம்களின் கல்வி ஆர்வம் மேலும் தீவிரமடைந்தது. பணக்கார, நடுத்தர விவசாயிகளின் பிள்ளைகள் வர்த்தகர்களின் பிள்ளைகள் என்பவர்களோடு வறிய விவசாயிகள் மீனவக் குடும்பங்களைச் சேர்ந்த பிள்ளைகளும் கல்வி கற்பதில் ஆர்வம் காட்டினார்கள். இவற்றின் ஒட்டுமொத்த விளைவாக 1970களின் இறுதிப்பகுதியில் பல்வகை ஆர்வங்கள் கொண்ட, படித்த, அரசாங்க உத்தியோகங்களில் தம்மை இணைத்துக்கொண்ட, இணைத்துக்கொள்ள முயன்ற ஒரு புதிய பிரிவினர் கிழக்கு முஸ்லிம்களிடையே உருவாகியிருந்தனர். இப்பிரிவினர்தான் குறுகிய காலத்திற்குள் கிழக்கு முஸ்லிம்களின் அரசியல் தலைமையை வென்றெடுக்க இருப்பவர்கள். இவர்கள் தான் (வட) கிழக்கு முஸ்லிம்களின் அரசியல் தனித்துவத்தைக் கோரவிருப்பவர்கள்.

5

புதிய சமூகப் பிரிவினரால் ஏற்பட்ட பாதிப்புகள்

சமூக கலாசார தளங்களில் ஏற்பட்ட பாதிப்புகள்

கிழக்கு முஸ்லிம்களிடையே உருவாகிவந்த படித்த பிரிவினருக்கு அங்கு ஏற்கனவே நிலவிவந்த விவசாயிக்குரிய மந்தமான வாழ்க்கை முறை பொருத்தமானதாக அமையவில்லை. நில வுடைமையாளர்களின் ஆதிக்கத்தின் கீழேயே இன்னமும் இருந்த சமூக அரசியல், நிறுவனங்களில் இவர்கள் திருப்தி பெறவில்லை. எனவே, இவர்கள் தமக்கென புதிய வாழ்க்கை முறைகளை உருவாக்க முயன்றார்கள். இளைஞர் சங்கங்கள், சமூக சேவை நிறுவனங்கள், கல்வி மற்றும் இலக்கிய வட்டங்கள்... எனப் பல்வேறு புதிய சமூக கலாசார நிறுவனங்களை இவர்கள் உருவாக்கினார்கள். பெரிதும் நடுத்தர வர்க்கம் என்ற எல்லைக்குள் இது வரைக்கும் நலிவுற்றிருந்த இந்தப் படித்த பிரிவினர், தமக்குச் சாதகமான முறையில் சமூகத்தை ஒழுங்குபடுத்த முயன்றனர். ஏற்கனவே இருக்கின்ற சமூக நிறுவனங்களைக் கட்டுப்படுத்துவதன் மூலமும் அரசியல் ஆதிக்கம் செலுத்துவதன் மூலமும் இவற்றைச் சாதிக்க முடியும் என்று அவர்கள் எதிர்பார்த்தனர். இதனால் முஸ்லிம்களின் சமூக நிறுவனங்களில் மிகவும் பலமிக்க தான பள்ளிவாசல் நிர்வாகத்திலும் தமது ஆதிக்கத்தை ஏற்படுத்த முயன்றனர்.

எனினும் இந்தப் படித்த பிரிவினரால் தாம் எதிர்பார்த்தபடி செயற்பட முடியவில்லை.ஒவ்வொரு பிரதேசத்திலும் ஏற்கனவே சக்தி பெற்றவர்களாகவும், சமூக அரசியல் செயற்பாடுகளைக் கட்டுப் படுத்தக் கூடியவர்களாகவும் இருந்த நிலவுடைமை யாளர்களின் கடுமையான எதிர்ப்பை அவர்கள் சந்திக்க வேண்டியேற்பட்டது. 'உயர்' பரம்பரைக்கு என உரித்தாக்கப்பட்டிருந்த பள்ளிவாசல் நிர்வாகத்திலும்,

அரசியல் அதிகாரத்திலும் இருந்து தமது ஆதிக்கத்தை இழப்பதற்கு இந்த நிலவுடைமையாளர்கள் தயாராக இருக்கவில்லை.

வலிமைமிக்க இந்த நிலவுடைமையாளர்களை எதிர்த்து வெல்லக் கூடிய நிலையில் அன்றைய படித்த பிரிவினரின் சமூக, பொருளாதார நிலைமைகள் இருக்கவில்லை. இவர்கள் தாம் வாழ்ந்த பிரதேசங்களில் வெகுசன ரீதியான ஆதரவையும், அபிமானத்தையும் இன்னமும் பெற்றுக்கொள்ளவில்லை. மேலும் இவர்கள் தம் உத்தியோக வாய்ப்புகளுக்கும், அவை சார்ந்த நலன்களுக்கும், நிலவுடைமையாளர் களின் நேரடி வாரிசுகளாகவோ அவர்களின் செல்வாக்குக்கு உட்பட்டவர்களாகவோ இருந்த பாராளுமன்ற பிரதிநிதிகளிலேயே முற்றிலும் தங்கியிருந்தனர். இவ்வாறான நிலையில், படித்த முஸ்லிம் பிரிவினரால் நிலவுடைமையாளர்களை எதிர்த்துப் போராட முடியவில்லை. இவர்களின் சமூக, கலாசார நிறுவனங்களில் பெரும்பாலானவை விரைவிலேயே கிழக்கு முஸ்லிம் அரசியல் வாதிகளின் கட்டுப்பாட்டின் கீழ் இயங்கவேண்டிய நிலைக்கும் ஆளாகின. நிலவுடைமையாளர்கள் படித்த இளைஞர்களில் கணிசமானோரை தங்களின் பெண்களுக்குத் திருமணம் செய்து வைத்தார்கள். படித்த இளைஞர்கள் தமது சமூக அந்தஸ்தை உயர்த்திக்கொள்வதற்கான வழிகள் அடைக்கப்பட்ட நிலையில், நிலவுடைமைக் குடும்பங்களுடன் திருமண உறவை ஏற்படுத்துவதன் மூலம் தம்மை உயர்த்திக்கொள்ளலாம் என்ற எதிர்பார்ப்பில் இத்தகைய திருமண உறவுகளை ஆர்வத்துடன் ஏற்றுக்கொண்டார்கள்.

நிலவுடைமையாளர்களின் ஆதிக்கத்தின் காரணமாக, சமூக, அரசியல் நிறுவனங்களில் படித்த முஸ்லிம் பிரிவினர் ஆளுமையைச் செலுத்தமுடியாமல் தடுக்கப்பட்ட போதிலும், அவர்களில் ஒருசாரார் இலக்கியத் துறையில் தமது உணர்ச்சிகளை வெளிப் படுத்தினார்கள். இவர்கள் தமது படைப்புகளில் நிலவுடைமை யாளர்களுக்கும் (அதாவது போடியார், ஹாஜியார் என்ற வடிவில்), முஸ்லிம் அரசியல்வாதிகளுக்கும் எதிரான கருத்துகளை ஆவேசமாக வெளிப்படுத்தினார்கள். மருதூர் கொத்தன், மருதூர்க்கனி, எம். எச். எம். அஷ்ரப், வை. அஹமட், எஸ். எல். எம். ஹனிபா, எம்.எம். மஃறூப் கரீம் போன்றோரை இந்த வகையில் குறிப்பிடலாம் (பின்னாள்களில் இவர்களில் கணிசமானோர் ஸ்ரீலங்கா முஸ்லிம் காங்கிரசில் இணைந்துகொண்டார்கள் என்பது கவனத்தில் கொள்ளத் தக்கது).

அரசியல் தளத்தில் ஏற்பட்ட பாதிப்புகள்

அன்றைய படித்த முஸ்லிம் பிரிவினரில் அரசியல் செயற்பாடுகள் மிகவும் பலவீனப்பட்டும், எல்லைப்படுத்தப்பட்டும் இருந்தன. முஸ்லிம் அரசியல்வாதிகளும், அவர்களுக்கு பக்கபலமாக விளங்கிய நிலவுடைமையாளர்களும் இரு சிங்களக் கட்சிகளில் செல்வாக்குப் பெற்றவர்களாக விளங்கினார்கள். இவர்களின் செல்வாக்கை மீறி, படித்த முஸ்லிம் பிரிவினரால் சிங்களக் கட்சிகள் சார்ந்த அரசியலுக்குள் ஊடுருவ முடியவில்லை. இவர்களின் அரசியல் பங்களிப்பு என்பது, ஏற்கனவே செல்வாக்குடன் இருந்த முஸ்லிம் அரசியல்வாதிகளுக்கு ஆதரவாகச் செயற்படுவதாகவே அமைந்திருந்தது.

எனினும் சிங்களக் கட்சிகளில் இணைந்திருந்த முஸ்லிம் அரசியல்வாதிகளினால் தமது அரசியல் வாழ்வு கட்டுப்படுத்தப் படுவதை மாற்றியமைத்து, தமது அரசியல் சுயேச்சையை நிலைநாட்ட விரும்பிய சிலர், 1970களில் நடுப்பகுதியில் 'முஸ்லிம் ஐக்கிய முன்னணி' என்ற தனியான அரசியல் அமைப்பை உருவாக்கினார்கள். எம்.எச்.எம். அஷ்ரப், ஏ. எம். சம்சுதீன், உதுமான் லெப்பை போன்றோர் இப்புதிய கட்சியை அமைப்பதில் முன்னணிப் பாத்திரம் வகித்தார்கள்.

எனினும் கிழக்கு முஸ்லிம்கள் இரு பிரதான சிங்களக் கட்சிகளின் 'பரம்பரை' ஆதரவாளர்களாக விளங்கியதோடு, தமக்கென ஒரு சுயமான அரசியல் இயக்கம் தேவை என்ற உணர்வை இன்னமும் பெற்றுக்கொள்ளாதவர்களாவும் இருந்ததால், இந்தப் புதிய அரசியல் கட்சியினால் அவர்கள் கவரப்படவில்லை.

இந்நிலையில் பாராளுமன்ற அரசியலுக்குள் காலூன்றி விடுவதற்கு முயன்ற புதிய முஸ்லிம் அமைப்பின் முக்கியஸ்தர்களுடன், தேர்தல் உடன்பாட்டை ஏற்படுத்திக்கொள்ள தமிழர் விடுதலைக் கூட்டணி முன்வந்தது. அன்றைய கட்டத்தில் தமிழ்த் தலைமை முன் மொழிந் திருந்த தமிழீழக் கோரிக்கைக்குத் தமிழ் மக்களின் அங்கீகாரத்தைப் பெற வேண்டியிருந்ததால் 1977ஆம் ஆண்டு பாராளுமன்றத் தேர்தல் முக்கியத்துவம் வாய்ந்ததாக அமைந்திருந்தது. தமிழீழக் கொள்கைக்கு தமிழ் மக்களின் ஆதரவோடு வடக்கு-கிழக்கில் வாழ்கின்ற முஸ்லிம் களின் கணிசமான ஆதரவையும் பெற்றுக் கொண்டால் அக்கோரிக்கை வலிமை பெறும் என்று தமிழ்த் தலைமை கருதியது.

கிழக்கின் மரபுவழி முஸ்லிம் அரசியல்வாதிகள் தமிழீழக் கோரிக்கையை முற்றாக எதிர்த்து நின்ற சிங்களக் கட்சிகளில்

இணைந்திருந்ததால், அவர்களுடன் தேர்தல் உடன்பாட்டை ஏற்படுத்துவது கூட்டணியினருக்கு சாத்தியமற்றதாக இருந்தது. இந்நிலையில், புதிதாக உருவாக்கப்பட்டிருக்கின்ற 'முஸ்லிம் ஐக்கிய முன்னணியோடு' தேர்தல் கூட்டை ஏற்படுத்துவதன் மூலமாக, ஓரளவிற்கு வட-கிழக்கு முஸ்லிம்களின் ஆதரவைப் பெறலாம் என கூட்டணியினர் எதிர்பார்த்தனர்.

ஆனால், இந்த எதிர்பார்ப்புகளுக்கு மாறாக 1977ஆம் ஆண்டுத் தேர்தலில் வட-கிழக்கு முஸ்லிம்கள் புதிய முஸ்லிம் அரசியல் அமைப்பை முற்றாகவே நிராகரித்து விட்டார்கள். இந்தத் தோல்விக்குப் பின்னர், 'முஸ்லிம் ஐக்கிய முன்னணியின்' முக்கியஸ்தர்கள் அதாவது எம்.எச்.எம். அஷ்ரப், சம்சுதீன், உதுமான் லெப்பை போன்றோர் தமிழர் விடுதலைக் கூட்டணி யுடனான உறவை முறித்துக்கொண்டனர். அத்துடன் அக்கட்சியும் செயலிழந்துவிட்டது. இவ்வாறாக கிழக்கின் படித்த முஸ்லிம்களில் ஒரு சாரார், தனியான அரசியல் கட்சிக்கூடாக பாராளுமன்ற அரசியலில் நுழைவதற்குச் செய்த முயற்சிகளும்கூட இறுதியில் பலத்த தோல்வியிலேயே முடிந்தன.

தமிழ் - முஸ்லிம் உறவில் ஏற்பட்ட பாதிப்புகள்

கிழக்கு முஸ்லிம்களிடையே புதிதாக உருவான படித்த பிரிவினரால் சமூக, கலாசார, அரசியல் தளங்களில் ஏற்பட்ட மேற்படி பாதிப்புகளோடு, இன்னும் ஒரு முக்கியமான விளைவும் அங்கு ஏற்பட்டது. இத்தனை காலமும், கிழக்கில் தமிழ்-முஸ்லிம் மக்களிடையே நெருக்கமான உறவுகள் நிலவிவந்தன. கிழக்கில் பின்பற்றப்பட்டு வந்த விவசாய முறையானது, வடிகால் அமைப்பு, நீர் விநியோகம், உழவு, பயிர்ப்பாதுகாப்பு, மற்றும் அறுவடை போன்ற பலவிடயங்களில் விவசாயிகளிடையே பரஸ்பர ஒத்துழைப்பையும் பங்கு பற்றுதலையும் அவசியமாக்கியிருந்தது.

மேலும், கிழக்கில் தமிழர்களினதும், முஸ்லிம்களினதும் விவசாய நிலங்கள் ஒன்றுடன் ஒன்று கலந்தும், அவர்களது குடியிருப்பு களிலிருந்து தொலைவிலும் இருக்கின்றன. இவ்வாறான புற நிலைமைகளினால் கிழக்கிலுள்ள தமிழ், முஸ்லிம்களிடையே காலம் காலமாக மிக நெருக்கமான உறவுகள் நிலவி வந்திருக்கின்றன. இதேபோன்று, கால்நடைப் பண்ணைகளும், மேய்ச்சல் நிலங்களும் அவர்களது குடியிருப்புகளிலிருந்து மிகவும் தொலைவிலேயே அமைந்திருப்பதால், கால்நடை வளர்ப்பிலும் தமிழ், முஸ்லிம்கள்

இடையே திருமண உறவு நீங்கலாக ஏனைய பல்வேறு விடயங்களில் காலம் காலம் நெருக்கமான உறவுகளே நிலவி வந்திருக்கின்றன. கிழக்கு முஸ்லிம்களிடையே படித்த பிரிவினர் உருவாகத் தொடங்கிய போது, அங்கு காணப்பட்ட இத்தகைய சுமூகமான நிலைமை குழம்பத் தொடங்கியது.

*1970*களில் கிழக்கு முஸ்லிம்களில் பல சமூகப் பிரிவுகளையும் சேர்ந்தவர்கள் கல்வி கற்கவும், அரசாங்க உத்தியோகங்களைப் பெறவும் முயற்சி செய்தார்கள். என்றாலும் இவர்களின் இத்தகைய ஆர்வத்தையும், தேவைகளையும் முழுமையாகத் திருப்தி செய்யக்கூடிய விதத்தில் அன்றைய நிலைமைகள் இருக்கவில்லை. மேலும் படித்த தமிழ், முஸ்லிம் பிரிவினருக்கிடையே கல்வியை அடிப்படையாகக் கொண்ட தேவைகளில் போட்டிகள் உருவாகத் தொடங்கின. கல்விக்கூட வசதிகள், உயர்கல்வி வாய்ப்புகள், உத்தியோக வாய்ப்புகள், நிர்வாகச் செயற்பாடுகள் எனப் படித்த பிரிவினருக்கு அவசியமான சகல கூறுகளையும் படித்த கிழக்கு முஸ்லிம்கள், படித்த தமிழ்ப் பிரிவினருடன் போட்டியிட வேண்டியிருந்தது. இதன் காரணமாக, படித்த தமிழ்- முஸ்லிம் பிரிவினரிடையே முரண்பாடுகள் தோன்றின. இந்த முரண்பாடுகள் குறித்து ஆழமாகப் பரிசீலிப்போம்.

1. கல்வி கற்க விரும்பிய அன்றைய கிழக்கு முஸ்லிம் மாணவர் களின் தேவைகளை நிறைவு செய்யக்கூடிய விதத்தில், கிழக்கிலும் முஸ்லிம் பாடசாலைகள் அமைந்திருக்கவில்லை. முஸ்லிம் பாடசாலைகள் என்ற பிரிவிற்குள் கொண்டுவரப் பட்டிருந்த இப்பாடசாலைகளை முன்னேற்றுவதில் அரசு நேர்மையான முறையில் அக்கறை செலுத்தவில்லை. தேவையான ஆசிரியர்களை நியமிப்பதிலும், கட்டிடங்கள் மற்றும் ஏனைய வசதிகளை வழங்குவதிலும் முஸ்லிம் பாடசாலைகள் விடயத்தில் அரசு பாரபட்சம் காட்டியது. (பதியுத்தின் மஃமூத் கிழக்கு முஸ்லிம்களின் கல்வி வளர்ச்சியில் காத்திரமான பங்களிப்புகளைச் செய்திருந்த போதிலும், அவை ஆரம்ப கட்டத்திற்குரிய வையாகவே அமைந்திருந்தன. தொடர்ச்சியாக அதிகரித்து வந்த கிழக்கு முஸ்லிம்களின் கல்வித் தேவைகளை அவை பூர்த்தி செய்ய வில்லை. ஐ. தே கட்சியிலும் இ.சு. கட்சியிலும் இருந்த கிழக்கு முஸ்லிம் பாராளுமன்ற உறுப்பினர்கள், இந்தப் பாட சாலைகளின் கல்வித் தேவைகளை நிறைவேற்றுவதற்குப்

பதிலாக, அவற்றில் தமக்கு ஆதரவான அதிபர்களையும் ஆசிரியர்களையும் நியமிப்பதிலேயே அதிக ஆர்வம் காட்டினார்கள்.

பாராளுமன்ற அரசியலில் ஏற்படுகின்ற எந்தவொரு மாற்றமும் முதலில் பிரதிபலிக்கின்ற இடமாக, கிழக்கின் முஸ்லிம் பாடசாலைகள் இருந்தன. போதிய தகுதிகளின்றி, அரசியல்வாதிகளின் ஆதரவினால் மட்டும் அதிபர்களாக உயர்வு பெற்றவர்களே பெரும்பாலான முஸ்லிம் பாடசாலைகளை நிர்வகித்தார்கள். இவர்களுக்கு நிர்வாக அறிவோ, தமது பாடசாலைகளின் கல்வி நிலைமை மற்றும் அத்தியாவசியத் தேவைகள் குறித்த புரிதலோ போதுமான அளவில் இருக்கவில்லை. இதனால் இவர்கள் தமது பாடசாலைகளின் முன்னேற்றத்திற்காக அரசு மற்றும் நிர்வாக அதிகாரிகளுடன் தொடர்புகொள்ள முடியாதவர்களாக இருந்தார்கள். மேலும் இவர்களால் தமக்குக் கீழே பணிபுரிகின்ற ஆசிரியர்களை ஒழுங்கமைத்து, கடமையாற்றச் செய்ய முடியவில்லை.

மறுபுறத்தில் ஆசிரியர்களின் நிலைமை குழப்பமிக்கதாக இருந்தது. இவர்களில் ஒரு சாரார் ஆளும் கட்சியின் ஆதரவாளர்களாகவும் மறுசாரார் எதிர்க்கட்சி ஆதரவாளர்களாகவும் இருந்தனர். ஆளும் கட்சி ஆதரவாளர்களாக இருந்த ஆசிரியர்கள் தன்னிச்சையோடு எவ்வித கட்டுப்பாடுகளுக்கும் உட்படாதவர்களாகவும், மேலாதிக்க உணர்வுடனும் நடந்துகொண்டார்கள். அதேவேளை எதிர்க்கட்சி ஆதரவாளர்களாக இருந்த ஆசிரியர்கள், அதிபருடனும், ஆளும் கட்சி சார்ந்த ஆசிரியர்களுடனும் முரண்பட்டவர்களாகவும், அதனால் நிர்வாகத்திற்கு கட்டுப்பட மறுப்பவர்களாகவும் இருந்தார்கள்.

இவற்றோடு, புதிய கிழக்கு முஸ்லிம் ஆசிரியர்களிடம், தமது கற்பித்தல் தொழிலில் நேர்மையான அர்ப்பணிப்பு காணப்படவில்லை. தமது சமூகத்தைக் கல்வியில் உயர்த்த வேண்டும் என்ற சமூக அக்கறை பொதுவாக அவர்களிடம் குறைவாகவே காணப்பட்டது. கிழக்கில் முஸ்லிம் பாடசாலைகளில் கற்பித்த தமிழ் ஆசிரியர்களுடன் ஒப்பிடும் போது, கிழக்கு முஸ்லிம் ஆசிரியர்களிடம் நிலவிய அர்ப்பணிப்பின்மையும், சமூக அக்கறையின்மையும் தெளிவாகப் புலப்பட்டன.

இவற்றின் விளைவாக, கிழக்கு முஸ்லிம் பாடசாலைகளில் நிர்வாக ஒழுங்கின்மை நிலவியது. கற்பித்தலில் பின்னடைவுகள் ஏற்பட்டன. ஆசிரிய இடமாற்றங்கள் தொடர்ச்சியாக இடம்பெற்றுக் கொண்டிருந்தன. இவற்றோடு கிழக்கின் கல்வி சார்ந்த நிர்வாக உயர்மட்டங்களில் பெரும்பான்மையாக இருந்த தமிழ் அதிகாரிகளும்,

நிர்வாக உத்தியோகத்தர்களும் பாடசாலைகளைத் திட்டமிட்ட ரீதியில் ஒதுக்கியும், பாரபட்சமான முறையிலும் செயற்பட்டார்கள்.

இவை அனைத்தினதும் ஒட்டுமொத்த விளைவாக, முஸ்லிம் பாட சாலைகளின் நிர்வாகம் சீர்குலைந்தது. அவற்றின் கற்பித்தலில் பின்னடைவும் தேக்கமும் ஏற்பட்டன. தேவைகளும் பற்றாக் குறைகளும் தொடர்ந்தன. அதனால் முஸ்லிம் மாணவர்களிடையிலும் பெற்றோரிடையிலும் அதிருப்திகளும் எதிர்ப்புகளும் உருவாக ஆரம்பித்தன. பாடசாலைப் பகிஷ்கரிப்புகள் பரவலாக இடம் பெற்றன. இந்த நிலையில் இந்தப் பாடசாலைகளின் அதிபர்கள், தமது பலவீனங்களை மறைக்கவும், அதிருப்தியுற்றிருக்கின்ற மாணவர்கள், பெற்றோரிடையே தம்மை நியாயப்படுத்திக் கொள்வதற்காகவும், 'தமிழ் அதிகாரிகள் துவேஷ உணர்வுடன் முஸ்லிம் பாடசாலைகளைப் புறக்கணிக்கின்றார்கள்' என்று காரணம் கூறினார்கள். (இந்தக் கூற்றில் உண்மையுண்டு. எனினும் முஸ்லிம் பாடசாலைகளில் ஏற்பட்ட சீரழிவுக்கு இது மட்டுமே காரணமல்ல. மறுபுறத்தில் இந்த முஸ்லிம் அதிபர்கள் தமது பதவிகளைத் தக்க வைத்துக்கொள்வதற்காகவும், தமது பாடசாலைகளின் வருமானம் மற்றும் ஒதுக்கீடுகளில் கணிசமான வற்றை தாம் அபகரித்துக்கொள்வதற்காகவும் இதே தமிழ் அதிகாரி களுக்கு கையூட்டல்கள், சந்தோஷ உபசாரங்கள் என்பனவற்றை வழங்கி, நெருங்கிய உறவுகளைப் பேணி வந்தார்கள்)

2. கிழக்கு முஸ்லிம் பாடசாலைகளில் நிலவிய இத்தகைய சீரழிவுகளின் காரணமாக, பல முஸ்லிம் மாணவர்கள், குறிப்பாக உயர்வகுப்பு மாணவர்கள், அவற்றிலிருந்து வெளியேறி கடினமான முயற்சியின் பின்னர் தமிழ்ப் பாட சாலைகளில் அனுமதி பெற்றுக் கல்வியைத் தொடர்ந்தார்கள். இவ்வாறு தமிழ்ப்பாடசாலைகளில் கல்வி கற்கச் சென்ற மாணவர்களும், பல்கலைக்கழகங்கள், பயிற்சி நிலையங்கள், தொழில்நுட்பக் கல்லூரிகள் போன்றவற்றில் கல்வி கற்கச் சென்ற முஸ்லிம் மாணவர்களும் அவற்றில் கல்விகற்ற தமிழ் மாணவர்களுடன் முரண்படக்கூடிய நிலைமைகள் ஏற்பட்டன. சைவ வேளாள சித்தாந்தத்தினால் வழிகாட்டப்பட்ட தமிழ் மாணவர்களிடையே முஸ்லிம்கள் பற்றி நிலவிய தப்பெண்ணங்களால் இந்த முஸ்லிம் மாணவர்கள் ஆத்திரம் அடைந்தார்கள். முஸ்லிகளைத் 'தொப்பி புரட்டிகள்' என்று தமிழ் மாணவர்கள் இழிவாகப் பேசுவதும், அவர்கள் தமது

ஆண்குறிகளை வெட்டிக் கொள்பவர்கள் (சுன்னத் செய்தல்) என்று கொச்சைப்படுத்துவதும் முஸ்லிம் மாணவர்களின் உணர்வுகளில் கடுமையான பாதிப்புகளை ஏற்படுத்தின.

மறுபுறத்தில் தமிழ் மக்களின் மத்தியில் நிலவிய சாதிப் பிரிவினை களும், அதனால் ஏற்படுகின்ற விளைவுகளும் முஸ்லிம் மாணவர்களின் விவாதப் பொருள்களாக அமைந்தன. உயர்சாதி விரிவுரையாளர்கள், தாழ்ந்த சாதி மாணவர்களினதும் வடக்குத் தமிழ் விரிவுரையாளர்கள் கிழக்குத் தமிழ் மாணவர்களினதும் முன்னேற்றத்தை விரும்புவதில்லை என்று இவர்கள் சாடினார்கள். இவ்வகையில், முஸ்லிம்களாகிய தமது முன்னேற்றத்தையும் தமிழ் விரிவுரையாளர்கள் விரும்பாததால் தமக்குக் குறைந்த புள்ளிகள் இட்டு, தாம் உயர்நிலை அடையக் கூடிய வாய்ப்புகளைத் தடுப்பதாகவும் கூறினார்கள்.

(இந்த இடத்தில் சில விடயங்களைக் குறிப்பிட வேண்டி யுள்ளது. பெரும்பாலான தமிழ் மாணவர்களின் உயர்கல்வி வாய்ப்புகளைத் தடுத்த தரப்படுத்தல் முறை, 1970களில் தமிழ் மக்களிடையே கடுமையான தாக்கத்தை ஏற்படுத்தியிருந்தது. இந்தத் தரப்படுத்தல் முறை பௌத்த - சிங்கள இனவாதத்தின் திட்டமிட்ட செயற்பாடாக இருந்தபோதிலும், அதைச் செயல்படுத்திய அமைச்சராக முஸ்லிம் நபரான பதியுத்தீன் மஃமூத் இருந்தார். தான் ஒரு தனியான சமூகத்தைச் சேர்ந்தவர் என்ற வகையில் அவர் இன்னுமொரு சமூகத்தின் மீது பாரிய தாக்கத்தை ஏற்படுத்தக்கூடிய ஒரு திட்டத்தைச் செயல்படுத்துவதற்கு முன்னிற்றிருக்கக்கூடாது. ‘அது பீலிக்ஸின் திட்டம். நான் அதற்குப் பொறுப்பல்ல’ என்று கூறி பதியுத்தீன் மஃமூத் தன்னை நியாயப் படுத்தமுடியாது. பௌத்த-சிங்கள இனவாதத்தின் கருவியாகத் தாம் செயல்படுவதை உணர்ந்து கொள்ள முடியாத அளவிற்கு அவர் ஒரு அப்பாவியும் அல்ல. இந்த வகையில், பெரும்பாலான தமிழ் மாணவர்களின் எதிர்காலம் சூனியமாக்கப் பட்டதற்கான தார்மிகப் பொறுப்பு பதியுத்தீன் மஃமூதுக்கும் இருக்கிறது.

இந்த நிலையில் தமிழ் மாணவர்கள் தம்மைவிட குறைந்த புள்ளிகளைப் பெற்று உயர் கல்வி கற்பதற்காக வருகின்ற முஸ்லிம் மாணவர்களுடன், சினேகபூர்வமான உறவுகளைப் பேணுவது என்பது அவ்வளவு எளிதான விடயமல்ல. மேலும், இவ்வாறு உயர்கல்வி கற்க வருகின்ற தமிழ் மாணவர்களுக்கும் முஸ்லிம் மாணவர்களுக்கும் இடையே கற்றல் செயற்பாட்டில் பொதுவாக ஏற்றத்தாழ்வுகளும் காணப்பட்டன.

சமூக அளவில் கல்விக்கு வழங்கப்பட்ட முக்கியத்துவமும், கல்வியில் காட்டுகின்ற அக்கறை ஒழுங்கு என்பவையும் தமிழ், முஸ்லிம் சமூகங்களைப் பொறுத்தவரை வேறுபட்டவையாக இருந்தன. தமிழ்ச் சமூகம் மரபுவழியாகப் பெற்றிருக்கின்ற கல்விசார் அறநெறியின் காரணமாக தமிழ் மாணவர்கள் ஆரம்ப வகுப்பு முதலே ஒழுங்காகவும், கடுமையாக முயன்றும், விரிந்த அளவிலும் கற்க முடிகிறது. இதனால் அவர்களது அறிவும், தொடர்ந்து கற்பதில் உள்ள ஆர்வமும் பொதுவாக முஸ்லிம் மாணவர்களைவிட உயர்வாகவே இருந்தன.

பொதுவாகவே தமிழரிடையே குறிப்பாக யாழ்ப்பாண தமிழரிடையே காணப்பட்ட புரெட்டஸ்தாந்து அறநெறியை ஒத்த ஒருவித அறநெறியானது உழைப்பை உயர்வாகப் போற்றுவது, கற்பதிலும் கற்பிப்பதிலும் காட்டும் அக்கறை, அர்ப்பணிப்பு, ஒறுத்தல் போன்றவை முஸ்லிம் மாணவர்களிடமும் ஆசிரியர்களிடமும் காணப்படவில்லை என்பதையும் இங்கு கவனிக்க வேண்டும். இவ்வாறு கல்வியில் தமிழ்மாணவர்களுடன் போட்டியிட முடியாதிருந்த தமது பலவீனத்தை மறைப்பதற்காக, தமிழ் விரிவுரையாளர்கள் தம் மீது பாரபட்சம் காட்டுகின்றார்கள் என்ற குற்றச்சாட்டை முஸ்லிம் மாணவர்கள் முன்வைத்திருக்கக் கூடிய சாத்தியம் கவனத்தில் கொள்ளப்பட வேண்டும். இம்முஸ்லிம் மாணவர்களில் பெரும்பாலானோர் தமது கல்வி வளர்ச்சியின் ஏதாவது ஒரு கட்டத்தில் தமிழ் ஆசிரியர்களின் நேர்மையான பங்களிப்பைப் பெற்றவர்களாக இருந்திருக்கிறார்கள். நிர்வாகச் சீர்கேடுகளினாலும், அரசியல் முரண்பாடுகளினாலும், சமூக அக்கறையின்மையினாலும், முஸ்லிம் ஆசிரியர்களில் பலர் கற்பித்தலில் அக்கறை காட்டாதிருந்த நிலையில், தமிழ் ஆசிரியர்கள் தான் குறிப்பாக வடக்கைச் சேர்ந்த தமிழ் ஆசிரியர்கள் தமது கடமையைப் பொறுப்புடன் செய்து வந்தார்கள். இவ்வகையில் அன்றைய படித்த கிழக்கு முஸ்லிம்கள், தமக்கு கற்பித்தலில் சிரத்தையுடனும் மித மிஞ்சிய உழைப்புடனும் செயற்பட்ட தமிழ் ஆசிரியர்களை ஒருபோதும் மறக்க முடியாது.)

3. படித்த கிழக்கு முஸ்லிம்களின் நலன்கள் மிகப் பெரும்பாலும் அரசாங்க உத்தியோகங்களிலேயே தங்கியிருந்தன. இந்த உத்தியோகங்களைப் பெறுவதற்காக இவர்கள் அன்று பாராளு மன்ற உறுப்பினர்களிலேயே முற்றிலும் தங்கியிருந்தார்கள். கிழக்கில் தமிழ் பாராளுமன்ற உறுப்பினர்களும் இருந்த

போதிலும் படித்த முஸ்லிம்கள் தமது வேலை வாய்ப்புகளுக்காக முஸ்லிம் பாராளுமன்ற உறுப்பினர்களிலேயே தங்கியிருந்தார்கள். விதிவிலக்குகள் என்று கொள்ளக்கூடிய அளவுக்கு ஒன்றிண்டு முஸ்லிம்களே தமிழ் பாராளுமன்ற உறுப்பினர்களின் மூலம் உத்தியோகங்களைப் பெற்றார்கள். இதற்கு மாறாக, கிழக்கு முஸ்லிம் பாராளுமன்ற உறுப்பினர்கள் தமக்கு ஒதுக்கப்பட்ட வேலை வாய்ப்புகளில் கணிசமானவற்றை தமிழர்களுக்கு (குறிப்பாக யாழ்ப்பாணத் தமிழர்களுக்கு) விற்பனை செய்தார்கள். இதன் விளைவாக படித்த கிழக்கு முஸ்லிம்கள் தமக்குரிய வேலை வாய்ப்புகளில் கணிசமானவற்றை இழக்க வேண்டியேற்பட்டது. இதனால், இவர்கள் கிழக்கு முஸ்லிம் அரசியல்வாதிகள்மீது மாத்திரமன்றி, தமக்குரிய உத்தியோகங்களை விலைக்கு வாங்கிய தமிழ்ப் பிரிவினர் மீதும் கோபமும் விரோதமும் கொண்டார்கள்.

4. கல்வி வாழ்வில் ஆரம்பக் கட்டத்தில் இருந்த படித்த கிழக்கு முஸ்லிம்களினால், நிர்வாகத்துறையில் ஆளுமை செலுத்த முடியவில்லை. கிழக்கிற்குரிய நிர்வாகத் துறையின் ஒவ்வொரு பிரிவிலும் நீண்ட அனுபவமும் ஆதிக்கமும் பெற்றவர்களாக தமிழ் அதிகாரிகளே இருந்தார்கள். தமிழ் மக்கள் பௌத்த - சிங்கள இனவாதத்திற்கு எதிராக சகல முனைகளிலும் கடுமையாகப் போராடிக்கொண்டிருந்த நிலையில், சிங்கள அரசின் இனவாதப் பிடிக்குள் இருந்து வட-கிழக்கிற்குரிய ஒதுக்கீடுகள், அபிவிருத்தி முயற்சிகள், பதவி உயர்வுகள் போன்றவை குறைந்த அளவிலும், தாமதமாகவுமே வழங்கப் பட்டன. இவ்வாறு கிடைத்தவற்றில் பெரும்பகுதியைத் தமது சமூகத்திற்குக் கிடைக்கச் செய்வதில் தமிழ் அதிகாரிகள் முனைப்புடன் செயற்பட்டார்கள்.

கிழக்கு முஸ்லிம்கள் உயர் நிர்வாக மட்டங்களில் மாத்திரமன்றி, நிர்வாகத் துறையின் சகல மட்டங்களிலும் மிகக் குறைந்த எண்ணிக்கையிலேயே இருந்ததால், தமிழ் நிர்வாகப் பிரிவினர் தமது இத்தகைய முயற்சிகளை எளிதாக நிறைவேற்றினார்கள். விதிவிலக்காக, உயர்கல்வி தகைமை பெற்ற ஒன்றிரண்டு முஸ்லிம்கள், உயர் அதிகாரிகளாக நியமிக்கப்பட்டிருந்தாலும்கூட அவர்கள் தமிழ் ஊழியர்களினால் நிறைந்திருந்த தமது அலு வலகங்களில் சுயமாகவும், சுதந்திரமாகவும் கடமையாற்ற முடியவில்லை. பல சந்தர்ப்பங்களில்

அவர்கள் தமது பதவிகளைத் தக்கவைத்துக் கொள்வதற்காக, தமக்கு மேலும் கீழும் இருக்கின்ற தமிழ் அதிகாரிகளுக்கும் ஊழியர்களுக்கும் கட்டுப்பட்டு, அவர்களின் பாரபட்சமான நடவடிக்கைகளை அங்கீகரிக்க வேண்டிய நிலைக்கு ஆளானார்கள். இவ்வாறு கிழக்கு முஸ்லிம்களுக்கு, உரிய விகிதாசாரத்தில் கிடைக்க வேண்டியவற்றில் கணிசமான பகுதியை, தமிழ் நிர்வாகிகள் தமிழ் சமூகத்திற்குப் பெற்றுக் கொடுத்தார்கள். உண்மையில் பௌத்த-சிங்கள அரசினால் தமிழ் முஸ்லிம் மக்களுக்கு என ஒதுக்கப்பட்டவை குறைவாக இருந்த போதிலும் அவ்விதம் ஒதுக்கப்பட்டவற்றில் தமக்குரிய பங்கு தமிழ் அதிகாரிகளினால் மறுக்கப்படுவதுதான், கிழக்கு முஸ்லிம்களின் படித்த பிரிவினரை உடனடியாகவும் கடுமையாகவும் பாதித்தது.

இவ்வாறு படித்த தமிழ், முஸ்லிம் பிரிவினரிடையே கல்வி, உத்தியோகம், நிர்வாகம் எனப் பல்வேறு மட்டங்களில் ஏற்பட்ட முரண்பாடுகள் படிப்படியே, தமிழ் மக்களுடனான சமூக முரண் பாடுகளாக கிழக்கு முஸ்லிம்கள் மத்தியில் அர்த்தம் பெற வைக்கப் பட்டன. இதுவரை தமக்கிடையே இயல்பான முறையில் நல்லுறவு களைப் பேணிவந்த கிழக்கின் தமிழ், முஸ்லிம் மக்களிடையே இதன் பின்னர் பகைமை வித்துகள் தோன்றத் தொடங்கின.

தொகுத்து கூறினால், அன்றைய படித்த கிழக்கு முஸ்லிம் பிரிவினர் சமூக, அரசியல் வாழ்க்கையின் சகல முனைகளிலும் கட்டுப்படுத்தப்பட்டவர்களாகவும், பலவீனப்படுத்தப்பட்டவர் களாகவும் இருந்தார்கள். ஒருபுறம் அவர்கள் தமது சமூகத்தைச் சேர்ந்த நிலவுடைமையாளர்களாலும், அவர்களின் ஆதரவு பெற்ற முஸ்லிம் அரசியல்வாதிகளினாலும் கட்டுப்படுத்தப்பட்டார்கள். மறுபுறத்தில் படித்த தமிழ்ப் பிரிவினரின் நிர்வாக ஆதிக்கத்தினால் கட்டுப் படுத்தப்பட்டார்கள். இவற்றை வென்று தமது ஆதிக்கத்தையும், ஆளுமையையும் சமூக அளவில் நிலைநாட்டுவதற்குரிய வழிகள் எதுவும் அப்போது அவர்களுக்கு இருக்கவில்லை. இந்நிலையில்தான், படித்த கிழக்கு முஸ்லிம் பிரிவினர் தமது சமூகத்தின் அரசியல் தலைமையாக மாறுவதைச் சாத்தியமாக்கிய இரு நிகழ்வுகள் நாட்டில் இடம்பெற்றன. தமிழீழ விடுதலைப் போராட்டம் ஆயுதப் போராட்ட வடிவத்தைப் பெற்றதும், மத்திய கிழக்குக்கான வேலை வாய்ப்புகள் உருவானதும் இவ்விரு நிகழ்வுகளாகும்.

6

கிழக்கு முஸ்லிம்களிடையே தமிழீழ விடுதலைப் போராட்டம் ஏற்படுத்திய தாக்கங்கள்

1. முஸ்லிம்கள் குறித்த விடுதலை அமைப்புகளின் நிலைப்பாடுகள்

பௌத்த - சிங்கள அரசின், இன ஒழிப்பு நடவடிக்கைகளுக்கு எதிராக நீண்டகாலமாகப் போராடி வந்த தமிழ் தேசம், 1970களில் தனது போராட்டத்தை சாத்வீக வடிவத்திலிருந்து வன்முறை வடிவத்திற்கு மாற்றியது. தமிழீழப் போராட்டத்தில் ஏற்பட்ட இத்தகைய வடிவ மாற்றத்திற்கு ஏற்ப, அப்போராட்டத்தில் தீவிரமாகப் பங்கு கொள்கின்ற பிரிவினரிலும் போராட்டத்தை வழிநடத்திச் செல்கின்ற தலைமையிலும் மாற்றங்கள் ஏற்பட்டன. இப்போது போராட்டத்தில் தீவிரமாக ஈடுபடுகின்ற பிரிவினராக இளைஞர்களும் மாணவர்களும் விளங்கியதோடு, போராட்டத் தலைமையும் இவர்களிலிருந்தே உருவாகியது. தமிழ் தேசத்தின் போராட்டத்தில் திருப்புமுனையாக அமைந்த இந்த நிகழ்வுடன், தமிழர் தலைமையின் ஐக்கியமும் சிதறுண்டது. நீண்டகால முயற்சியின் பின்னர் உருவாக்கப்பட்ட தமிழ் மக்களின் ஒன்றிணைந்த அரசியல் தலைமையானது, இதன் பின்னர் திடீர் திடீரென தோன்றிய ஆயுதக் குழுக்களினால் பகிர்ந்துகொள்ள முயற்சிக்கப்பட்டது.

தமிழ் மக்களின் போராட்டத்தில், 1980களின் முற்பகுதி, கிளர்ச்சியும் கொந்தளிப்பும் மிக்க ஒரு காலப்பகுதியாக விளங்கியது. வட-கிழக்குத் தழுவியதாக முழுத் தமிழ் மக்களும் போராட்டத்தின் பால் அக்கறையும் அனுதாபத்தையும் வெளிப்படுத்தினார்கள். போராட்டம் சார்ந்த செயல்பாடுகளில் நேரடியாகவும் மறைமுக மாகவும் ஈடுபட்டார்கள். எனினும் இவர்களை ஒன்றுதிரட்டி, அமைப்பாக்கி, பல்வேறுபட்ட வெகுஜனப் போராட்டங்களை முன்னெடுக்கின்ற ஆற்றலைக் கொண்டதாக, எந்த ஒரு விடுதலை அமைப்பும் தன்னை வெளிப்படுத்தவில்லை. இவை தமிழீழ

விடுதலையை நோக்கி உறுதியாக முன்னேறுவதிலும் பார்க்க, தம்மைத் தமிழ்மக்களின் தலைமையாக நிலைநாட்டுவதையே பிரதான இலக்காகக் கொண்டிருந்தன. எனினும் இதைச் சாதிப்பது அவ்வளவு எளிதாக இருக்கவில்லை. தமிழ் மக்களின் தலைமையைப் பெற்றுக்கொள்வதற்காக, முனைய தமிழர் விடுதலை கூட்டணித் தலைமையோடு, இப்போது புதிதாக உருவாகி வந்த ஆயுதக் குழுக்களும் போட்டியிட்டன. தமிழ் மக்களைப் பொறுத்தவரை, அவர்கள் பொதுவாக இந்த எல்லா ஆயுதக் குழுக்களையும் அனுதாபத்தோடும், பெருமையோடும் மதித்து அவற்றுக்கு தமது ஆதரவை வழங்கினார்கள்.

தமிழ்மக்களின் தலைமை என தம்மைக் கூறிக்கொண்ட அமைப்புகள், பௌத்த - சிங்கள அரசுக்கு எதிரான போராட்டத்தை உறுதியாக முன்னெடுப்பதன் மூலமாக தமது தலைமையை நிலை நாட்ட முயலவில்லை. போராட்டத்தின் நோக்கம், அதில் பங்கு கொள்கின்ற சக்திகள், தமிழ் தேசத்தில் நிலவுகின்ற சமூக பிரிவுகள், போராட்ட வழிமுறைகள், ஏனைய சமூகங்களினுடனான உறவுகள், சர்வதேச சமூகங்களுடனான உறவுகள் என ஒரு போராட்டம் எதிர்கொள்கின்ற அடிப்படை விடயங்களை உள்ளடக்கியதான ஒரு தெளிவான திட்டத்தை எந்த அமைப்பும் கொண்டிருக்கவில்லை. போராட்டத்தின் வெற்றிக்குப் பல அமைப்புகளையும் உள்ளடக்கிய தான பலமான ஐக்கிய முன்னணி அவசியம் என்பதை உணர்ந்து அதை நோக்கியதாக தமது வேலை திட்டங்களை வகுக்கக் கூடிய அரசியல் முதிர்ச்சியை எந்த அமைப்பும் வெளிப்படுத்த வில்லை.

இவற்றுக்கு பதிலாக ஆயுத பலத்தின் மூலம், தமிழ் மக்களைக் கட்டுப்படுத்தி தமது தலைமையை ஏற்படுத்த அவை முயன்றன. தமிழ் மக்களின் விமர்சன சுதந்திரங்களையும், தொடர்பு சாதனங்களையும், சுயமான சமூக, கலாசார நிறுவனங்களையும் இவை கட்டுப்படுத்தின. விரிவான ஜனநாயக சூழலை ஏற்படுத்துவதற்குப் பதிலாக, ஒவ்வொரு அமைப்பிலும் ஆதிக்க உணர்வுகளே வெளிப்பட்டன. இத்தகைய அராஜக அரசியல் விரைவிலேயே அழித்தொழிப்பாக மாறியது. தம்முள் முரண்பட்டு, பிரிந்து சென்ற அங்கத்தினர்கள், வேறு அமைப்புகளில் இணைவதைத் தடுப்பதற்காகவும், தம்மைப்பற்றி அவர்கள் வெளியிடக்கூடிய கருத்துகளின் காரணமாகத் தாம் தமிழ் மக்களினால் நிராகரிக்கப்படலாம் என்பதாலும், அவர்களை

உடனடியாக அழித்தனர். மேலும் தமக்குப் போட்டியாக இருக்கின்ற ஏனைய அமைப்புகளை வீழ்த்துகின்ற செயல்பாடுகளில் விதிவிலக்கின்றி ஒவ்வொரு அமைப்பும் ஈடுபட்டது. இவ்வாறு தமிழ் மக்களில் எந்தப் பிரிவினரும் தமக்கு எதிரான நிலையை எடுக்கவிடாது தடுப்பதில் ஒவ்வொரு அமைப்பும் தீவிரமாகச் செயற்பட்டது.

தமிழ்மக்கள், தம்மீது விடுதலை அமைப்புகளால் மேற்கொள்ளப்பட்ட அராஜக நடவடிக்கைகளை, தேச விடுதலைப் போராட்டம் என்ற உயரிய லட்சியத்தின் பெயரால், வெகுஜன ரீதியான எதிர்ப்புகள் எதுவுமின்றி ஏற்றுக்கொள்ளும்படி செய்யப் பட்டார்கள்.

தேசவிடுதலைப் போராட்டத்தின் போது இத்தகைய அராஜகங்கள் குறிப்பிட்ட காலத்திற்குத் தவிர்க்க முடியாதவை என்று அமைப்பு களால் நியாயப்படுத்தப்பட்டன. இவ்வாறு தமது அராஜக நடவடிக்கை களுக்கு, தமிழ் மக்களிடமிருந்து வெகுஜன ரீதியான எதிர்ப்புகளை முகம் கொடுக்காத விடுதலை அமைப்புகள், வட-கிழக்கு முஸ்லிம்கள் மீதும் அதே போன்ற அராஜகங்களைப் படிப்படியே பிரயோகிக்கத் தொடங்கின.

'தமிழ் பேசும் மக்கள்'. 'இஸ்லாமியத் தமிழர்கள்', 'ஈழவர்கள்' போன்ற வரையறைகளுக்குள் வட-கிழக்கு முஸ்லிம்களையும் உள்ளடக்கி, அவர்களையும் தமிழீழப் போராட்டத்தில் நேரடியாகப் பங்குபெறச் செய்ய விடுதலை அமைப்புகள் முயன்றன. இத்தகைய முயற்சியின் தீவிரம் காரணமாக, (வட) கிழக்கு முஸ்லிம்களுக்கும் தமிழ் மக்களுக்கும் இடையே காணப்படுகின்ற வேறுபாடுகளை விடுதலை இயக்கங்கள் உதாசீனப்படுத்தின. பொதுவான கூறுகளை மட்டுமே முதன்மைப்படுத்தின. பொதுமொழி, பொதுப்பிரதேசம், பொதுப் பொருளாதாரம், கலாசார ரீதியாக வெளிப்படுகின்ற சில ஒத்த தன்மைகள் போன்றவை காரணமாக வட- கிழக்கு முஸ்லிம்கள் தமிழ் மக்களின் ஒரு பிரிவுதான் என்றும், எனவே தமிழீழப் போராட்டத் தில் கிழக்கு முஸ்லிம்கள் உணர்வுபூர்வமாக, முழுமையாகப் பங்குபற்ற வேண்டும் என்றும் விடுதலை அமைப்புகள் எதிர்பார்த்தன. இவற்றோடு, கிழக்கு முஸ்லிம்களின் பாராம்பரிய பிரதேசங்களை அரசு பறிப்பது, அவற்றில் திட்டமிட்ட ரீதியில் சிங்களக் குடியேற்றங்களை உண்டாக்குவது, இதன் மூலமாக கிழக்கு முஸ்லிம்களின் மக்கள்செறிவைக் குறைப்பது, கிழக்கு முஸ்லிம்களின் விவசாயத்திற்கும் மீன்பிடித்தொழிலுக்கும் சிங்கள இனவாதிகள்

தடைகளை ஏற்படுத்துவது போன்றவை காரணமாக, கிழக்கு முஸ்லிம்கள் தவிர்க்கமுடியாமல் தமிழீழ விடுதலைப் போராட்டத்தில் பங்குபெறுவார்கள் என்று விடுதலை அமைப்புகள் கருதின. இதன் காரணமாக, விடுதலை அமைப்புகள் வட-கிழக்கு முஸ்லிம்கள் மீது முழு அதிகாரத்துடன் நடந்துகொள்ள ஆரம்பித்தன.

மக்கள் திரள் தம்மை ஒரே தேசமாகக் கருதி, பொதுவான அரசியல் வரையறைகளுக்குள் தம்மை இணைத்துக் கொள்வ தென்பது, பல்வேறு காரணிகளின் இணைவினால் தீர்மானிக்கப்படுகின்ற ஒரு சிக்கலான நிகழ்வுப் போக்காகும். புறநிலையாக மக்களிடையே எவ்வளவுதான் ஒத்த தன்மைகள் காணப்படுகின்ற போதிலும், அக நிலையில் தமது நலன்களும், அவற்றை அடைந்து கொள்வதற்கான மார்க்கங்களும் பொதுவானது என்றும், தமது எதிர்காலம் ஒரே விதமான அரசியல் விதிக்குட்பட்டிருக்கின்றது என்றும் உணர்ந்து கொள்ளும் போதுதான் மக்கள் தம்மை ஒரே தேச வரையறைக்குள் இனம் காணத் தொடங்குகிறார்கள்.

ஒரே பிரதேசம், ஒரே மொழி, ஒரே வகையான பொருளாதார அடித்தளம், கலாசார ரீதியாக வெளிப்படுகின்ற கணிசமான ஒத்த தன்மைகள் என வட-கிழக்கில் வாழ்ந்த தமிழ் மக்களுக்கும், முஸ்லிம் மக்களுக்கும இடையே ஒத்த அம்சங்கள் காணப்பட்ட போதிலும், மேலும் அவர்களிடையே காலம் காலமாக நல்லுறவுகள் நிலவி வந்திருந்தும்கூட வட-கிழக்கு முஸ்லிம்கள் தம்மைத் தமிழ் தேசத்திற்குள் அடையாளம் காண ஒருபோதும் முற்படவில்லை. அவர்கள் இத்தகைய அம்சங்களில் புறநிலையாகத் தமிழ் மக்களுடன் ஒத்திருந்த போதிலும், அகநிலையில் தம்மைத் தமிழ் மக்களிடமிருந்து வேறுபட்ட சமூகமாகவே கருதி வந்திருக்கிறார்கள். இவ்வாறு தமிழ் மக்களும், (வட) கிழக்கு முஸ்லிம்களும் ஒரே தேச வரையறைக்குள் தம்மை இணைத்துக்கொள்வதற்குத் தடையாக அமைந்த காரணிகள் குறித்துப் பரிசீலிப்போம்.

முஸ்லிம்கள் குறித்து சைவ-வேளாள சித்தாந்தம் பரப்பியுள்ள தப்பெண்ணங்கள்

ஒரு சமூகத்தினர் மத்தியில், பிறசமூகங்கள் குறித்த தப்பெண்ணங்களை ஏற்படுத்துவதில் அச்சமூகத்தின் மத்தியில் ஆதிக்கம் பெற்றுள்ள சித்தாந்தங்களுக்கு முக்கிய பாத்திரம் உண்டு. ஒரு குறிப்பிட்ட சித்தாந்தத்தால் ஆதிக்கம் செலுத்தப்படும் ஒருவர், அதனை

அடிப்படையாகக்கொண்டு பரப்பப்படும் பகுத்தறிவிற்கு ஒவ்வாத கருத்துகளையும்கூட கேள்விக்கிடமின்றி ஏற்றுக் கொள்பவராகின்றார். தரப்பட்ட உண்மையாக அவற்றை எடுத்துக்கொள்கிறார். இப்படிப்பட்ட ஒருவர், தான் கண்டோ அறிந்தோ பழகியோ இராத பிறசமூகத்தவர் பற்றி பல்வேறு தப்பான மதிப்பீடுகளையும் தம்மளவில் ஆழமாகக் கொண்டிருப்பதற்கு அவரிடமுள்ள சித்தாந்தப் பீடிப்பே காரணமாகிறது.

இப்படிப்பட்ட சித்தாந்த ஆதிக்கம் ஒவ்வொரு சமூகத்திலும் வெவ்வேறு வடிவில் காணப்படவே செய்கிறது. தமிழ் மக்கள் மத்தியில் இலங்கை முஸ்லிம்கள் குறித்து பரப்பப்பட்டுள்ள பல்வேறு தப்பெண்ணங்களுக்கு சைவ-வேளாள சித்தாந்தம் ஒரு முக்கிய காரணமாக அமைகிறது. இத்தனை காலமும் முஸ்லிம்களைப் பார்த்தே இராத பழகியே இராத தமிழர்களும்கூட முஸ்லிம்கள் என்றாலே இழிவானவர்கள், சுத்தம் பேணாதவர்கள், எனவே வெறுக்கத் தக்கவர்கள் என ஆழமான நம்பிக்கை கொண்டிருப்பதற்கு எது காரணம்?

ஏற்கனவே சைவ-வேளாள சித்தாந்தம் முஸ்லிம்கள் பற்றி பல்வேறு தப்பெண்ணங்களை பலமாக பரப்பியுள்ளதால், பிற்காலத்தில் முஸ்லிம்கள் பற்றி தமிழ் அரசியல் தலைமைகள் பரப்புகின்ற கருத்துகளும், மேற்கொள்ளும் நடவடிக்கைகளும் கேள்விக்கிடமின்றி ஏற்றுக்கொள்கின்ற நிலைக்கு சாதாரண தமிழ்மக்கள் ஆளாக்கப் பட்டுள்ளனர். இந்த வகையில் தமிழ் தலைமைகளும், விடுதலை அமைப்புகளும் தாம் இழைக்கின்ற அரசியல் தவறுகளையும், முஸ்லிம் விரோத நடவடிக்கைகளையும் மறைத்து நியாயப்படுத்த முஸ்லிம்களின் மீது பழிபோடுகின்றனர். தமிழ் மக்களின் விடுதலைக்கு முஸ்லிம்களே தடை எனவும், அவர்கள் சிங்கள அரசுடன் இணைந்து தமிழருக்கு எதிராகச் செயற்படுகின்றனர் என்றும், எனவே அவர்களைத் தாக்குவதும், பாடம் படிப்பிப்பதும், அவர்களை வெளியேற்றுவதும்கூட நியாயமானதே என்றும் பல ஜனநாயக விரோத கருத்துகளைக்கூட தமிழ்மக்கள் மத்தியில் இவர்களால் எளிதில் பரப்ப முடிகிறது.

அ. தமிழ்த் தலைமையும் சைவ வேளாள சித்தாந்தமும்

இலங்கை மக்கள் மத்தியில் முதலாளித்துவ அரசியல் உறவுகள் அறிமுகப்படுத்தப்பட்ட தொடக்க காலத்திலிருந்தே, தமிழ்த்

தலைமைகள் சைவ-வேளாள சித்தாந்தத்தின் செல்வாக்கிற்கு உட்பட்டவர்களாகவே இருந்துவந்துள்ளனர். மக்களை ஒழுங்கமைப்பதிலும், அவர்களது மதிப்பீடுகளைத் தீர்மானிப்பதிலும் சித்தாந்தம் பிரதான பாத்திரம் வகிக்கின்றது. ஒரு சித்தாந்தத்தினால் கட்டமைக்கப்படுகின்றவர், அந்த சித்தாந்தத்தின் அடிப்படையிலான கருத்துகளை எளிதாகவும் உறுதியாகவும் பின்பற்றக்கூடியவராக இருக்கிறார். 19ஆம் நூற்றாண்டின் பிற்பகுதியில், ஆறுமுக நாவலரினால் சமூக அளவில் மறுநிர்மாணம் செய்யப்பட்ட இந்த சைவ-வேளாள சித்தாந்தம் பின்னர் தமிழ் அரசியல் தலைமையின் அரசியலிலும் செல்வாக்கு செலுத்தியது. இதன் பின்னர் சமூகரீதியில் மாத்திரமன்றி, அரசியலிலும் முஸ்லிம்களை அந்நியர்களாகவும், தூய்மை அற்றவர்களாகவும், அடக்கிவைக்கப்பட வேண்டியவர்களாகவும் கருதுகின்ற தப்பெண்ணங்கள் தமிழ் மக்கள் மத்தியில் பரப்பப்பட்டன. அன்றைய 19ஆம் நூற்றாண்டு தலைமை தொடங்கி இன்றைய ஆயுதப் போராட்ட தலைமைவரை இந்தப் போக்கு பின்பற்றப்பட்டு வந்திருக்கின்றது. இதனால் வட-கிழக்கு முஸ்லிம்களைத் தம்மவராகக் கருதுகின்ற மனஉணர்வைத் தமிழ் மக்கள் பெறமுடியாத நிலை ஏற்பட்டு வந்திருக்கின்றது. பதிலாக, 'தொப்பி புரட்டிகள்', 'காட்டிக் கொடுப்பவர்கள்' என்று அவர்களைத் தனியாக சமூக அடையாளத்துடன் கேவலப் படுத்துவதும், அவர்களுக்கு எதிரான கருத்துகளைப் பரப்புவதும் தமிழ்த் தலைமைகளுக்கு எப்போதும் எளிதான செயலாக இருந்து வந்திருக்கின்றது.

சகல அம்சங்களிலும் ஒத்த தன்மைகளைக் கொண்டிருக்கின்ற மக்கள் திரள்தான் தம்மை ஒரு தேசமாக உருவாக்க முடியும் என்பதல்ல. பதிலாக, சில அம்சங்களில் (சாதாரணமாக மதம், கலாசாரம் போன்றவற்றில்) வேறுபட்டிருக்கின்ற பிரிவினரும்கூட, குறித்த தேசமாக தம்மையும் இனம் காண்பது சாத்தியமாகியிருக்கின்றது. இது நிகழ்வதற்குரிய ஒரு நிபந்தனையாக, எண்ணிக்கையில் அதிகமுள்ள பிரிவினர், பிற பிரிவினர்மீது சமத்துவமானதும், ஜனநாயக பூர்வமானதுமான உறவுகளை ஏற்படுத்துவது அவசியமாகின்றது. இங்கு தமிழ்த் தேசத்தில் அதிக எண்ணிக்கையில் இருக்கின்ற சைவ மதப் பிரிவினர் (குறிப்பாக அவர்களது தலைமையாகத் தம்மை உருவாக்கியுள்ள யாழ், சைவ, வேளாள பிரிவினர்) வட-கிழக்கு முஸ்லிம்களை ஒரு சமத்துவமான பிரிவினராகக் கருதாததோடு, வட-கிழக்கில் அவர்களுக்கு எனத் தனியான உரிமைகள் இல்லை

என்றும் கூறிவந்திருக்கின்றனர். தமிழ்மக்களின் அரசியல் தொடர்பாக வெளிப்படையாகச் செயற்படுகின்ற தமிழ் அரசியல் தலைவர்கள் மட்டுமின்றி, தமிழ் மக்கள் தொடர்பாக எவ்வித அரசியல் செயல் பாடுகளிலும் பங்குகொள்ளாமலும், இன்னமும் சிங்கள கொவி பிரிவினருடன் நெருக்கமான உறவுகள் கொண்டு தமக்குரிய நலன்களைப் பேணி வருகின்ற சைவ-வேளாள பிரிவினரும்கூட வட-கிழக்கு முஸ்லிம்களின் உரிமைகளுக்கு எதிராகச் செயற்பட்டு வருகின்றனர். வட-கிழக்கு முஸ்லிம்களுக்கு எனத் தனியான தீர்வு யோசனைகள் குறித்து பேச்சு எழுகின்ற போதெல்லாம் அதற்கு எதிராகக் கருத்துக்கூறி வருகின்ற யோகேந்திரா துரைசாமி போன்றோரை இங்கு உதாரணமாகக் கூறலாம். இத்தகைய போக்குகள் தமிழ் மக்கள் மத்தியில், தனிமனிதர்கள் அளவில் மட்டுமின்றி, வெகுஜன அளவிலும் ஊடுருவி, வட-கிழக்கு முஸ்லிம்களை ஒரு சமத்துவமற்ற பிரிவினராகவும், தமக்கென தனியான உரிமைகளற்ற சமூகமாகவும் கருதும்படிச் செய்திருக்கின்றது.

பௌத்த - சிங்கள இனவாதத்திற்கு எதிராகத் தமிழ் மக்கள் நடத்தி வந்திருக்கின்ற போராட்டங்களில் தனிமனிதர்கள் என்ற அளவிலாவது பல முஸ்லிம்கள் பங்கு பற்றியிருக்கிறார்கள். உதாரணமாக மசூர் மௌலானா, உதுமான் லெப்பை போன்றவர்களைக் குறிப்பிடலாம். தமிழ்த் தலைமைகள், இத்தகையவர்களின் பங்களிப்புகளைத் தமிழ் மக்கள் மத்தியில் விளக்கி, தமிழ் மக்களின் போராட்டத்திற்கு முஸ்லிம்களிடமிருந்தும் ஆதரவுகள் கிடைத்திருக்கின்றன என்ற உண்மையைச் சுட்டியிருக்க வேண்டும். இதன் மூலமாக, வட-கிழக்கு முஸ்லிம்கள் குறித்து தமிழ் மக்களிடையே நிலவுகின்ற தப்பெண்ணங் களை அகற்ற முயன்றிருக்க வேண்டும். ஆனால் முஸ்லிம்களை வட-கிழக்கு சமத்துவமாகக் கருதத் தயாராக இல்லத தமிழ்த் தலைமை, அவர்களின் இத்தகைய பங்களிப்புகளை மறைத்து, அவர்களில் சிலர் கட்சி மாறியதை மட்டுமே மேடை தோறும் பிரச்சாரப்படுத்தி வந்தது.

ஆ. தெற்கு முஸ்லிம் தலைமைகளின் செயற்பாடுகள்

தெற்கு முஸ்லிம் தலைமைகள் தமிழ் மக்களின் அரசியல் தொடர்பாக மேற்கொண்டு வந்திருக்கின்ற நிலைப்பாடுகளை இரு கட்டங்களாக மதிப்பிட வேண்டும். முதலாவது கட்டமாக 19ஆம் நூற்றாண்டின் பிற்பகுதியில், தமிழ்த் தலைமை அரசியல் அதிகாரத்தில் ஏகபோக உரிமை பெறும் நோக்கத்தில் இலங்கை முஸ்லிம்களைத் தமிழர்களாக

வகைப்படுத்த முயன்றபோது, அதற்கு எதிராக வாதிட்டு, இலங்கை முஸ்லிம்களின் தனித்துவத்தை அரசியல்ரீதியாகவும் உறுதிப் படுத்தியதில் அன்றைய தெற்கு முஸ்லிம் தலைமை வகித்த பாத்திரம் வரலாற்று முக்கியத்துவமிக்கது. இரண்டாவது கட்டத்தில், பௌத்த-சிங்கள இனவாத சக்திகளுடன் இணைந்து இந்நாட்டிலுள்ள முஸ்லிம்களும் அடங்கலாக ஒடுக்கப்படுகின்ற சமூகங்கள் அனைத்திற்கும் எதிராகச் செயற்பட்டு வந்திருக்கிறார்கள் என்ற வகையில் தெற்கு முஸ்லிம் தலைமையின் அரசியல் பாத்திரம் இழிநிலைக்குரியதாக விளங்குகின்றது.

தம்மிடமிருந்து சமூக, பொருளாதார, அரசியல் அம்சங்களில் பெரிதும் வேறுபட்டிருக்கின்ற வட-கிழக்கு முஸ்லிம்களின் அரசியலில் தலையிடாமல் அவர்கள் அரசியலில் சுயமாக இயங்குவதற்கு தெற்கு முஸ்லிம் தலைமை வழிவிட்டிருக்க வேண்டும். இவ்வாறு செய்திருப்பின், பாராளுமன்ற அரசியலில் அறிமுகப் படுத்தப்பட்ட குறிப்பிட்ட காலத்திற்குள் வட - கிழக்கு முஸ்லிம்கள் தமக்கான அரசியல் பாதையைத் தெரிவு செய்திருப்பார்கள். ஆனால், தெற்கு முஸ்லிம் தலைமை இதற்கு முற்றிலும் மாறாக, (வட) கிழக்கு முஸ்லிம்களின் தனித்துவத்தைச் சிதைத்து வந்திருக்கின்ற பௌத்த-சிங்கள சக்திகளுடன் அரசியற் கூட்டை ஏற்படுத்தியதோடு (வட) கிழக்கு முஸ்லிம்களை தமிழ் தேசத்திற்கெதிரான திசையிலும் இட்டுச் சென்றிருக்கிறது. தமிழ்த் தலைமைகளின் ஐம்பதுக்கு ஐம்பது கோரிக்கை, சமஷ்டிக் கோரிக்கை போன்றவற்றையும், தமிழ்த் தேசவிடுதலைப் போரட்டத்தையும் தெற்கு முஸ்லிம் தலைமை தீவிரமாக எதிர்த்து வந்திருக்கிறது. மேலும் மலையகத் தமிழர்களின் குடியுரிமை, வாக்குரிமை பறித்தல், தனிச்சிங்கள சட்டம் போன்ற அப்பட்டமான ஒடுக்குமுறை முயற்சிகளில் தமிழ்மக்களுக்கு எதிராகச் செயல்பட்டதன் மூலமாக தமிழ் மக்களுக்கும், வட-கிழக்கு முஸ்லிம் களுக்கும் இடையே பகைமையுணர்வுகள் மேலும் தீவிரமடை வதற்கும் தெற்கு முஸ்லிம் தலைமை காரணமாகியிருந்தது.

இ. சிங்களத் தலைமையின் பாத்திரம்

தமிழ் மக்களையும், வட-கிழக்கு முஸ்லிம்களையும் இணைய விடமால் தடுத்ததில் சிங்களத் தலைமை வகித்து வந்திருக்கின்ற பாத்திரம் முக்கியமானது. இந்நூற்றாண்டின் முதல் கால்பகுதி வரை சிங்கள மக்களிடையே நிலவிவந்த கண்டி, கரையோரம் என்ற

வேறுபாடுகளையும், பௌத்த கிறிஸ்தவ வேறுபாடுகளையும் அகற்றி, அவர்களை ஒரே தேச வரையறைக்குள் கொண்டு வருவதில் சிங்களத் தலைமை உறுதியாகச் செயற்பட்டிருந்தது. ஆனால் தனது அரசு அதிகார எல்லைக்குள் வாழ்ந்து வந்திருக்கின்ற தமிழ், முஸ்லிம் மக்களிடையே அவ்வாறான ஓர் ஐக்கியத்தை ஏற்படுத்துவதில் இந்த சிங்களத் தலைமை ஒருபோதும் அக்கறை காட்டியதில்லை. மாறாக அவர்களிடையே பிரிவினைகளையும், பகைமையையும் ஏற்படுத்துவதற்காக அது திட்டமிட்டுச் செயற்பட்டு வந்திருக்கிறது.

ஈ. ஏனைய காரணிகள்

தமிழ் மக்களை ஒரு தேசமாக ஒன்றிணைத்ததில், மொழி, வேலை வாய்ப்பு, தரப்படுத்தல் என்பவை தொடர்பான நெருக்கடிகள் முக்கிய பாத்திரம் வகித்திருக்கின்றன. ஆனால், வடகிழக்கு முஸ்லிம்களைப் பொறுத்தவரை அவர்கள், தமிழ்மக்கள் போன்று இவற்றினால் பாதிக்கப்படவில்லை. மொழிப்பிரச்சினை தீவிரமடைந்திருந்த காலப் பகுதியில், தமிழ் மொழிக்கு ஏற்பட்டிருக்கின்ற நெருக்கடி களினால், தமது பொருளாதார வாழ்வுக்கு ஏற்படக்கூடிய பாதிப்பு களை உணரக்கூடிய பிரிவினர் வட-கிழக்கு முஸ்லிம்களிடையே பரந்த அளவில் இருக்கவில்லை. அதே வேளை (வட) கிழக்கு முஸ்லிம்களுக்கு வேலைவாய்ப்புகள் தனியாக வழங்கப்பட்டதாலும், தரப்படுத்தலின் காரணமாக கிழக்கு முஸ்லிம்கள் நன்மை அடைந்ததாலும் இவையும்கூட அவர்களுக்குப் பாதகமாக அமைய வில்லை. எனவே இவற்றின் அடிப்படையில், தம்மைத் தமிழ் தேசத்திற்குள் இணைத்துக்கொள்ள வேண்டிய அவசியம் (வட) கிழக்கு முஸ்லிம்களுக்கு ஏற்படவில்லை.

1980களின் முற்பகுதியில் தமிழ் மக்களின் தனியான அரசியலானது அரை நூற்றாண்டிற்கும் மேற்பட்ட வரலாற்றைக் கொண்டதாகவும் பௌத்த-சிங்கள இனவாதத்திற்கு எதிரான போராட்டத்தைக் கொண்டதாகவும் இருந்தது. இவர்களுடன் ஒப்பிடுகையில், சிங்கள அரசியல் கட்சிகளின் ஆதரவாளர்களாக இருந்த (வட) கிழக்கு முஸ்லிம்களின் அரசியல் விழிப்புணர்வு முற்றிலும் வேறுபட்டதாக இருந்தது. தேர்தல்களின் போது தாம் சார்ந்திருந்த சிங்களக் கட்சிகளுக்கும், தமது அபிமானத்திற்குரிய அரசியல்வாதிகளுக்கும் ஆதரவளிப்பது என்ற எல்லைக்குள்ளே அவர்களின் அரசியல் செயற்பாடுகள் அமைந்திருந்தன. இதனால், பௌத்த-சிங்கள அரசின்

திட்டமிட்ட செயற்பாடுகளின் காரணமாக, தமது பாரம்பரிய நிலங்களுக்கும், பொருளாதாரத்திற்கும், குடிசன செறிவுக்கும், அரசியல் பலத்திற்கும், இவற்றின் மொத்த விளைவாக தமது எதிர்கால சமூக இருப்புக்கும் ஏற்பட்டுக்கொண்டிருந்த அபாயங் களைப் புரிந்துகொள்ளக்கூடிய அரசியல் விழிப்புணர்வை இன்னமும் பெற்றிராதவர்களாகவே (வட) கிழக்கு முஸ்லிம்கள் இருந்தார்கள். இதனால் பௌத்த சிங்கள இனவாதத்தை எதிர்த்த போராட்டத்தி னூடாக தம்மை ஒரு தேசமாக உருவாக்கிக் கொண்டிருந்த தமிழ் மக்களுடன் இணைந்து, அந்த தேசத்தின் ஒரு கூறாக தங்களை உணருகின்ற நிலையில் (வட) கிழக்கு முஸ்லிம்கள் இருக்கவில்லை.

இவ்வாறு (வட) கிழக்கு முஸ்லிம்கள் தமிழ்மக்களுடன் ஒரே தேசமாக ஒன்றிணைந்து, தமிழீழத்தின் விடுதலைக்காகப் போராடக் கூடிய நிலைமைகள் அன்று காணப்படவில்லை. இந்த உண்மையை எந்தவொரு விடுதலை அமைப்பும் புரிந்துகொள்ள முயலவில்லை. மாறாக, எவ்விதத்திலாவது (வட) கிழக்கு முஸ்லிம்களைத் தமிழீழப் போராட்டத்தில் நேரடியாகப் பங்குபெறச் செய்ய வேண்டும் என்பதுதான் அவற்றின் நோக்கமாக இருந்தது. எனினும் ஆங்காங்கே, போராட்டத்தில் பங்கெடுக்க முன்வந்த சில முஸ்லிம் இளைஞர்களைத் தவிர அனைத்து முஸ்லிம்களும் அப்போராட்டத் திலிருந்து ஒதுங்கியே இருந்தார்கள்.

எவ்வாறாயினும், வட-கிழக்கு முஸ்லிம்களில் பெரும் பாலானோர் தமிழ் மக்களின் போராட்டத்தின் மீது அனுதாபம் கொண்டிருந்தார்கள். இத்தனை காலமும் தமிழ் மக்களுடன் சமூக பொருளாதார ரீதியில் நெருக்கமான நல்லுறவுகளைப் பேணி வந்திருந்த கிழக்கு முஸ்லிம் விவசாயிகளும் முற்போக்கு முஸ்லிம் பிரிவினரும், தமிழ் மக்களுடைய போராட்டத்தின் மீது உண்மையான அனுதாபம் கொண்டிருந்தார்கள். இவர்கள் பௌத்த-சிங்கள இனவாதத்தினால், தமது நிலங்களுக்கும், விவசாயத்திற்கும் ஏனைய சமூக பொருளதார நடவடிக்கைகளுக்கும், ஏற்படுத்தப்பட்டிருக்கின்ற பாதிப்புகளை அனுபவித்தவர்கள். இத்தகைய பாதிப்புகளை அரசியல் மயப்படுத்தி புரிந்து கொள்ளாதவர்களாக இருந்த போதிலும்கூட அவற்றின் தாக்கத்தை உணர்ந்தவர்கள். எனவே இவர்கள் அரச படையினரால் தமிழ் மக்களுக்கு இழைக்கப்பட்ட கொடுமைகளைக் கண்டு வேதனை அடைந் தார்கள். இவர்கள் தம்மால் முடிந்த அளவு, தார்மீக ரீதியான உதவிகளை தமிழ் மக்களுக்கு வழங்கிவந்தார்கள். அரச படையினரின்

தாக்குதல்களுக்குள்ளாகி, வெளியேறிய தமிழ் மக்களைத் தமது வீடுகளில் தங்கவைத்தார்கள். இக்கட்டான அபாயத்திற்குரிய நிலைமைகளில்கூட தமிழ் மக்களையும் அவர்களின் உடைமைகளையும் போராளிகளையும் காப்பாற்றியிருக்கிறார்கள். இவ்வாறு கிழக்கு முஸ்லிம் விவசாயிகளும் முற்போக்கு சக்திகளும் வழங்கிய ஆதரவின் பெறுமதியையும், முக்கியத்துவத்தையும் விடுதலை அமைப்புகள் உணர்ந்து கொள்ளவில்லை. வட-கிழக்கு முஸ்லிம்களை ஒரு தனியான, சமமான உரிமைகள் கொண்ட சமூகமாகக் கருதி, தமிழீழ விடுதலைப் போராட்டத்திற்கு அவர்கள் வழங்கிய ஆதரவை முறையாகக் கையாண்டிருந்தால், தமிழீழ விடுதலைப் போராட்டத்தின் நிலைமை இன்று வேறுவிதமாக மாறியிருக்கலாம்.

2. விடுதலை அமைப்புகளின் அராஜக நடவடிக்கைகள் கிழக்கு முஸ்லிம்கள் மத்தியில் ஏற்படுத்திய உணர்வலைகள்

வட-கிழக்கு முஸ்லிம்களின் தனித்துவத்தை மறுப்பதன் மூல மாகவே அவர்களைத் தமிழ்த் தேசத்திற்குள் இணைத்துவிடலாம் எனக் கருதிச் செயற்பட்ட விடுதலை அமைப்புகளின் நட வடிக்கைகள் முற்றிலும் வேறு விதமாக இருந்தன. பொதுவாக விடுதலை இயக்கங்களுக்கும் தமிழ்மக்களுக்கும் இடையிலான உறவுகள் அதிகார உறவாக இருந்தனவே அன்றி, தமிழ் மக்களை அரசியல்மயப்படுத்தி, அணி திரட்டி போராட வழிகாட்டுகின்ற தன்மையுடையதாக இருக்கவில்லை. முஸ்லிம் மக்களைப் பொறுத்த வரையிலும்கூட விடுதலை இயக்கங்கள் இதே விதமான அதிகார உறவுகளையே கொண்டிருந்தன. அவை வட-கிழக்கு முஸ்லிம்கள் வழங்கிய ஆதரவின் முக்கியத்துவத்தை உணராமல், அவர்கள் மீது தமது அராஜகச் செயற்பாடுகளை மேற்கொள்ளத் தொடங்கின. முஸ்லிம் நிலவுடைமையாளர்களிடமும், வர்த்தகர்களிடமும் பின்னர் முஸ்லிம் அரசாங்க உத்தியோகத்தர்களிடமும் விடுதலை அமைப்புகள் பணம் பறிக்கவும், வரி அறவிடவும் ஆரம்பித்தன. தமிழ்ப் பகுதிகளுக்குள் வியாபாரத்திற்குச் சென்ற சிறு வியாபாரிகளும், விறகு எடுக்கச் சென்ற ஏழை உழைப்பாளிகளும், தமது வயல் நிலங்களுக்குச் சென்ற விவசாயிகளும் 'உளவாளிகள்', 'சமூக விரோதிகள்' என்ற முத்திரைகளின் கீழ் விடுதலை அமைப்புகளினால் கொல்லப்பட்டார்கள். இவர்கள் மீதான கொலைத் தண்டனைகள், எந்த விதமான இராணுவக் காரணங்களுமின்றி, முஸ்லிம்கள் குறித்து வழக்கமாகக் கொண்டிருந்த தப்பெண்ணங்களின் அடிப்படையிலேயே தீர்மானிக்கப்பட்டன.

முஸ்லிம்களின் வைப்புகள் செறிந்திருந்த வங்கிகளிலும் (எடுத்துக் காட்டாக காத்தான்குடி, கிண்ணியா) முஸ்லிம்களுக்கான கல்வி நிலையங்கள், பயிற்சி நிலையங்கள் (உதாரணத்திற்கு சம்மாந்துறை தொழில்நுட்பக் கல்லூரி, அக்கறைப்பற்று முஸ்லிம் மத்திய கல்லூரி) என்பவற்றிலும் விடுதலை அமைப்புகள் அபகரிப்புகளில் ஈடுபட்டன. இத்தகைய செயற்பாடுகளைத் தமிழ் மக்கள் மீதும் முற்றிலும் தமிழ்மக்கள் வாழ்ந்த பிரதேசங்களிலும் விடுதலை இயக்கங்கள் மேற்கொண்ட போதிலும், தம்மை வேறொரு சமூகமாக இனம் காணும் முஸ்லிம்கள் மீது அதே நடவடிக்கைகள் மேற்கொள்ளப்பட்ட போது, அவர்கள் அதை வேறுவிதமாக அர்த்தப்படுத்தினார்கள். விடுதலை அமைப்புகள் தம்மை அடிமைப் படுத்தவும், தமது பொருளாதாரம், கல்வி என்பவற்றை அழிக்கவும் முயல்கின்றன என்று கிழக்கு முஸ்லிம்கள் கருத ஆரம்பித்தார்கள். இவ்வாறாக கிழக்கு முஸ்லிமக்ள் விடுதலை அமைப்புகளின் அடக்குமுறைகள் தம்மைச் சூழ்ந்துகொண்டிருப்பதை உணர்ந்து கொண்டார்கள். இதுவரை, தாம் போராளிகளுக்கும் தமிழ் மக்களுக்கும் வழங்கிய உதவிகள், ஆதரவுகள் பாதுகாப்புகள் போன்ற அனைத்தும் விடுதலை அமைப்புகளினால் மறக்கப்பட்டிருந்த சூழலில், கிழக்கு முஸ்லிம்கள், தமிழ்ச் சமூகத்தை நன்றிகெட்ட சமூகமாகத் தூற்றினார்கள். விடுதலை அமைப்புகளுக்கு எதிரான ஆவேச உணர்வுகள் கிழக்கு முஸ்லிம்களிடையே பரவின.

7
கிழக்கில் தமிழ்-முஸ்லிம் வன்முறை மோதல்கள்

இதன் பின்னர் தம்மீது விடுதலை அமைப்புகள் மேற்கொள்கின்ற அராஜகங்களை எதிர்த்துக் கிழக்கு முஸ்லிம்கள் வெளிப்படையாகச் செயற்பட ஆரம்பித்தார்கள். முஸ்லிம்களிடம் பணம் பறிக்கவும், தனியார் மற்றும் அரசு நிறுவனங்களில் அபகரிப்பில் ஈடுபடவும் வந்த விடுதலை அமைப்புகளின் உறுப்பினர்களை முஸ்லிம்கள் சூழ்ந்து கொண்டார்கள். அத்தகைய நடவடிக்கைகளில் ஈடுபடாமல் அந்த உறுப்பினர்களைத் தடுத்தார்கள். சில இடங்களில் அவர்களைப் பிடித்து அரச படைகளிடம் ஒப்படைத்தார்கள். ஹர்த்தால், கடையடைப்புகள் செய்யும்படி விடுதலை அமைப்புகள் விடுத்த அறிவித்தல்களை உதாசீனம் செய்தார்கள். 'சமூக விரோதிகள்' என்ற பெயரிலும் வேறு காரணங்களுக்காகவும் முஸ்லிம்கள் மீது விடுதலை அமைப்புகள் வன்முறைகளைப் பிரயோகித்த போது அதற்கு எதிராக முஸ்லிம் இளைஞர்கள் தமிழ்ப் பொதுமக்கள் மீது வன்முறைகளைப் பிரயோகிக்க ஆரம்பித்தார்கள்.

விடுதலை அமைப்புகள் பல்வேறு காரணங்களுக்காக முஸ்லிம்களைக் கடத்திய போது அதற்கு பதிலடியாக முஸ்லிம் இளைஞர்கள் தமிழர்களைக் கடத்தினார்கள். இவற்றின் மொத்த திரட்சியாக 1985இல் கிட்டத்தட்ட கிழக்கு எங்கும் தமிழ்-முஸ்லிம் வன்முறை மோதல்கள் வெடித்துப் பரவின. தமக்கு எதிராகச் செயற்படுகின்ற முஸ்லிம்களைப் பழிவாங்க வேண்டும் என்ற உணர்ச்சியுடன் இந்த விடுதலை அமைப்புகள் இத்தகைய வன்முறை மோதல்களைத் தமது பழிதீர்ப்புக்குரிய களங்களாகப் பாவித்தன. எல்லா விடுதலை அமைப்புகளும் முஸ்லிம்களுக்கு எதிரான வன்முறைத் தாக்குதல்களில் ஈடுபட்டன. சில இடங்களில் தனியாகவும், சில இடங்களில் ஒன்றுக்கு மேற்பட்ட அமைப்புகள்

கூட்டாக இணைந்தும் முஸ்லிம் பிரதேசங்களைத் தாக்கின. இவற்றின் விளைவாகப் பல அப்பாவி உயிர்கள் பலியாக்கப்பட்டன. உடைமைகள் அழிக்கப்பட்டன. கிழக்கில் தமிழ்மக்களும் முஸ்லிம் மக்களும் வெளிப்படையாகவே எதிரெதிர் முனைகளுக்குப் பிரிக்கப்பட்டார்கள்.

1985இல் ஆரம்பித்த இத்தகைய வன்முறை மோதல்கள் பின்னர் அடிக்கடி இடம்பெறத் தொடங்கின. ஒரு மோதல் ஏற்படக்கூடிய அளவுக்கு முரண்பாடுகள் வெளிப்படாத சந்தர்ப்பங்களிலும்கூட இத்தகைய மோதல்கள் வெடித்தன. இவ்வாறான மோதல்களின் போது, முஸ்லிம்களின் வியாபாரத் தலங்கள், தொழில் நிலையங்கள், வீடுகள் என்பவை பிரதான இலக்குகளாகக் கொள்ளப்பட்டன. இவற்றில் இருந்த பெறுமதிமிக்க பொருள்கள் கொள்ளையிடப்பட்ட பின்னர் அக்கட்டிடங்கள் அழிக்கப்பட்டன. இத்தகைய தாக்குதல்களின் போது ஆங்காங்கே முஸ்லிம்களில் சிலர் கொல்லப்பட்டார்கள். மறுபுறத்தில் மோதல்களில் ஈடுபட்ட முஸ்லிம் பிரிவினரைப் பொறுத்தவரை அவர்களினால் தமிழ்க் கிராமங்களுக்குள் ஊடுருவி தாக்குதல்களை நடத்துவது எளிதானதாக இருக்கவில்லை. இதனால் பெரும்பாலும் தமக்கிடையேயும், மிக அருகிலேயும் வாழ்ந்த தமிழ்மக்களின் வீடுகளையும், உடைமைகளையும் அழிப்பதிலும், ஆட்களைக் கொல்வதிலும் இவர்கள் தீவிரம் காட்டினார்கள்.

இத்தயை மோதல்களில் விடுதலை அமைப்புகள் பங்கு கொண்டதற்கு, கிழக்கு முஸ்லிம்கள் கருதியது போன்று, முஸ்லிம் களின் பொருளாதாரத்தைச் சிதைக்க வேண்டும் என்றும் தமக்கு எதிரான நிலையை எடுக்கவிடாமல் அவர்களை அடக்கி வைக்க வேண்டும் என்றும் விடுதலை அமைப்புகளிடையே நிலவியிருக்கக் கூடிய மனோபாவம் குறித்து கவனம் கொள்வது அவசியம். தமிழ் மக்கள் மத்தியில் முஸ்லிம்கள் குறித்து சமூக அரசியல் தளங்களில் ஏற்கனவே நிலவிய தப்பெண்ணங்களும் விடுதலை அமைப்புகளைச் சேர்ந்த முன்னணி அங்கத்தினர்களில் பலர் ஏற்கனவே முஸ்லிம் களுடன் (குறிப்பாக கிழக்கு முஸ்லிம்களுடன்) உத்தியோக ரீதியிலும் வர்த்தக ரீதியிலும் முரண்பட்டவர்களாகவும், போட்டியைச் சந்தித்தவர்களாகவும் இருந்தமையும் இந்த மோதல்களில் வகித்திருக்கக்கூடிய பங்கு கவனிக்கப்பட வேண்டும்.

விடுதலை அமைப்புகளில் இருந்த இவ்வாறான நபர்கள் இத்தகைய மோதல்களில் உணர்வுபூர்வமாக (அல்லது உணர்வுபூர்வமற்ற

நிலையில்) பங்குபற்றியிருக்கக்கூடிய சாத்தியம் கவனிக்கப்பட வேண்டும். இவ்வகையில் கிழக்கில் இடம்பெற்ற தமிழ்-முஸ்லிம் வன்முறை மோதல்களை வெறுமனே இரு சமூகங்களிடையே தன்னியல்பாக வெடித்துக் கிளம்பிய மோதல்களாகக் கருத முடியாது. இத்தகைய மோதல்களில் விடுதலை அமைப்புகள் தீவிரமாகப் பங்கு பற்றியிருந்தன என்பதையும் பெரும்பாலான சந்தர்ப்பங்களில் இவ்வமைப்புகள், முஸ்லிம் மக்கள்மீது திட்டமிட்ட வகையில் தாக்குதல்களை நடத்தியிருந்தன என்பதையும் கவனத்தில் கொள்ளும்போது இவற்றை முஸ்லிம் இனச் சுத்திகரிப்பின் ஒரு வடிவமாகக் கொள்வதே பொருத்தமாக அமையும்.

இந்த நிகழ்வுகள் அனைத்தும் ஒரு முக்கியமான உண்மையைத் தெளிவாக வெளிப்படுத்தின. அதாவது விடுதலை அமைப்புகள் வட-கிழக்கு முஸ்லிம்களைத் 'தமிழ்பேசும் மக்கள்', 'இஸ்லாமியத் தமிழர்கள்' அல்லது 'ஈழவர்கள்' என்று வரையறுக்க முனைந்த போதிலும், அவர்களை உணர்வுபூர்வமாகத் தங்களில் ஒருவராகக் கருத முடியாதிருந்த அந்நிய மனோபாவத்தையும் இந்த விடுதலை அமைப்புகளில் முஸ்லிம்கள் குறித்த தப்பெண்ணங்கள் எவ்வளவு ஆழமாக ஊடுருவியிருந்தன என்பதையும் இவை வெளிப்படுத்தின.

முஸ்லிம்கள் மீதான தாக்குதல்களை நியாயப்படுத்துவதற்காக, காட்டிக் கொடுக்கின்ற நடவடிக்கைகளில் அவர்கள் ஈடுபடுகிறார்கள் என்றும், அரசாங்கப் படைகளுடன் இணைந்து அப்பாவித் தமிழ் மக்களுக்கும் தமக்கும் எதிரான நடவடிக்கை களில் ஈடுபடுகிறார்கள் என்றும் விடுதலை அமைப்புகள் கூறின. எனினும் இத்தகைய நியாயப்படுத்தல்களில் தர்க்கப் பொருத்தம் இருக்கவில்லை. தமிழீழ விடுதலைப் போராட்டத்தின் ஆரம்பக் கட்டத்திலிருந்தே பல தமிழர்கள் காட்டிக் கொடுக்கின்ற நடவடிக்கைகளில் ஈடுபட்டு வந்திருக்கிறார்கள். போலீஸ் அதிகாரிகளாகவும், உளவுப் பிரிவைச் சேர்ந்தவர்களாகவும் இருந்த பல தமிழர்கள் விடுதலை அமைப்பு களுக்கு எதிரான நடவடிக்கைகளில் தீவிரமாக ஈடுபட்டும் வந்திருக்கிறார்கள். போராட்டத்தின் பிற்பகுதிகளில் விடுதலை அமைப்புகளின் அராஜகங்களுக்கு எதிராகத் தமிழ் மக்கள் ஆங்காங்கே ஆர்ப்பாட்டங்களிலும் ஈடுபட்டிருக்கின்றனர். மேலும் விடுதலைப் புலிகள் ஏனைய இயக்கங்களைத் தடைசெய்த போது அவற்றில் அனேகமானவை இலங்கை மற்றும் இந்திய இராணுவத்தினருடன் இணைந்து விடுதலைப் புலிகளுக்கு எதிராகவும், பல சந்தர்ப்பங்களில்

அப்பாவித் தமிழ்மக்களுக்கு எதிராகவும் செயற்பட்டு வந்திருக்கின்றன. அப்போது விடுதலைப் புலிகள் சிங்கள அரசுடன் இணைந்து ஏனைய அமைப்புகளை வேட்டையாடியது. எனினும் விடுதலை அமைப்புகள் இத்தகைய நடவடிக்கைகளில் ஈடுபட்ட தமிழர்கள் வாழ்ந்த பிரதேசங்களைத் தாக்கி அழிக்கவில்லை. பதிலாக தமிழர்களினால் மேற்கொள்ளப்பட்ட இத்தகைய நடவடிக்கைகளைத் தனிநபர் துரோகமாகக் கருதி தொடர்புடைய நபர்களுக்கு மட்டுமே தண்டனை வழங்கின.

ஆனால், முஸ்லிம்களில் சிலர் காட்டிக்கொடுக்கின்ற நடவடிக்கைகளில் ஈடுபட்ட போதும், அரசாங்கப் படைகளுடன் சேர்ந்து செயற்பட்ட போதும் விடுதலை அமைப்புகளின் அராஜகங்களுக்கு எதிராக வெகுஜன எதிர்ப்புகளைக் காட்டிய போதும், விடுதலை அமைப்பினர் அவற்றைத் தனிநபர் துரோகமாகக் கருதாமல் அவற்றை ஒரு அந்நிய சமூகத்தின் சமூகத் துரோகமாகக் கருதி முழுச் சமூகத்தையுமே கூட்டாகத் தண்டித்தனர். அவர்கள் வாழ்ந்த பிரதேசங்களைத் தாக்கி அழித்தனர். பள்ளிவாசல்கள், மதரசாக்கள் (அதாவது மதப் பாடசாலைகள்) என்பவற்றை சேதப்படுத்தினார்கள். அந்தக் கட்டிடங்களில் 'ஓம்' 'சூலம்' போன்ற இந்துமத அடையாளங்களை இட்டனர். அவற்றில் இருந்த முஸ்லிம்களின் மதநூலான குர்ஆனைக் கிழித்து எரித்தனர். இவை அனைத்தும் தமிழீழ விடுதலை அமைப்புகளில் முஸ்லிம் விரோத உணர்வு எவ்வளவு ஆழமாக வேரூன்றியிருந்தது என்பதற்கான அடையாளங்களாக விளங்கின. (பிற்காலங்களில் அம்பாறை மாவட்டத்தில் 44 முஸ்லிம் போலீசாரையும், காத்தான்குடியில் தொழுதுகொண்டிருந்த நூற்றுக் கணக்கான முஸ்லிம்களையும் படுகொலை செய்தும், வடபகுதி முஸ்லிம்களை 48 மணிநேர அவகாசத்தில் அங்கிருந்து வெளியேற்றியதும், விடுதலை அமைப்புகளில் காணப்பட்ட ஆழமான முஸ்லிம் விரோத உணர்வுகளின் உச்ச வெளிப்பாடாக அமைந்திருக்கின்றன.)

தமிழ்-முஸ்லிம் மோதல்களில் அரசபடைகளின் பங்கு

1985 இலும், அதற்குப் பின்னரும் கிழக்கில் இடம்பெற்ற தமிழ் முஸ்லிம் மோதல்களில், அரசபடையினர் வகித்த பங்கு முக்கியமானது. இவர்கள் நேரடியாகவும், மறைமுகமாகவும் இம்மோதல்களைத் தூண்டுவதிலும், இவற்றில் முஸ்லிம்களை ஈடுபடுத்துவதிலும்

தீவிரமாகச் செயற்பட்டனர். சில சந்தர்ப்பங்களில் தமிழ் பகுதிகளுக்குச் சென்ற முஸ்லிம்களை அரச படையினர் கொன்றுவிட்டு, அவற்றை விடுதலை அமைப்புகளின் செயலாகக் காட்டுவதன் மூலமாக முஸ்லிம்களைத் தூண்டினார்கள். கிழக்கில் தமிழ்-முஸ்லிம் மக்களிடையே ஏற்படக்கூடிய அரசியல் ஐக்கியத்தைச் சிதைப்பதன் மூலமாக தமிழ் மக்களின் தாயகக் கோட்பாட்டையும், தமிழீழ விடுதலைப் போராட்டத்தையும் பலவீனப்படுத்துகின்ற நோக்கத்தில், அன்றைய தேசிய பாதுகாப்பு அமைச்சராக இருந்த லலித் அத்துலத் முதலியின் தலைமையில் அரசு திட்டமிட்டுச் செயற்பட்டு வந்தது. இதற்காக கிழக்கில் தமிழ்-முஸ்லிம் நல்லுறவைச் சீர்குலைப்பதும், அவர்களிடையே பகைமையை ஏற்படுத்துவதும் அவசியமாக இருந்தன. இதை நிறைவேற்றுவதற்காக அரசு, முக்கியமாக தனது உளவுப் பிரிவைப் பயன்படுத்தியது. இந்த உளவுப் பிரிவு சில தனிநபர் களினூடாக முஸ்லிம்கள் சிலரைப் பயன்படுத்தி, கிழக்கில் தமிழ்-முஸ்லிம் உறவுகளைச் சீர்குலைப்பதில் தீவிரமாகச் செயற்பட்டது. இந்த உளவுப் பிரிவின் திட்டத்துடனும் உதவியுடனும் தான் இக்கொலைப் படையினர் கிழக்கில் முக்கிய முஸ்லிம் பிரமுகர்களைக் கொலை செய்தார்கள். பின்னர் இவற்றைத் தமிழ் இயக்கங்களின் செயல் எனக் கூறி தமிழ்-முஸ்லிம் மக்களிடையே மோதல்களைத் தூண்டினர். இவ்வாறு அரசாங்கமும், உளவுப் பிரிவும், ஆயுதப்படை யினரும் கிழக்கில் தமிழ்-முஸ்லிம் உறவுகளைச் சீர்குலைப்பதற்கு மேற்கொண்ட முயற்சிகளுக்குரிய சாதகமான சூழலை, கிழக்கு முஸ்லிம்கள் மீதான விடுதலை அமைப்புகளின் அராஜகச் செயற்பாடுகள் உருவாக்கிக் கொடுத்தன.

8

மத்திய கிழக்கு வேலை வாய்ப்புகளால் கிழக்கு முஸ்லிம்களிடம் ஏற்பட்ட தாக்கங்கள்

1977இன் பின்னர் இலங்கையில் அறிமுகப்படுத்தப்பட்ட திறந்த பொருளாதாரக் கொள்கையின் காரணமாக இலங்கையர்கள் வெளிநாடுகளுக்கு, குறிப்பாக மத்திய கிழக்கு நாடுகளுக்கு வேலை பெற்றுச் செல்ல ஆரம்பித்தார்கள். இந்த மத்திய கிழக்கு வேலை வாய்ப்பு, கிழக்கு முஸ்லிம்களின் சமூக பொருளாதார அமைப்பில் குறிப்பான மாற்றங்களை ஏற்படுத்தியது. மத்திய கிழக்கு வேலை வாய்ப்பு ஆரம்பத்தில் முஸ்லிம் இளைஞர்கள் மத்தியிலேயே ஆர்வத்தை ஏற்படுத்தியது. முஸ்லிம் பெண்கள் தொழிலுக்காக வெளிநாட்டுக்குச் செல்வது மதத்திற்கு முரணானது எனக் கூறி முஸ்லிம் பெண்கள் வெளிநாடு செல்வதை மத நிறுவனங்கள் தடுக்க முயன்றன. எனினும் அதிகரித்துச் சென்ற வறுமையும் வாழ்க்கைச் செலவும், வேலை வாய்ப்பின்மையும் புதிய நுகர்வுப் பொருள்கள் கட்டுப்பாடற்ற முறையில் இறக்குமதி செய்யப்பட்டதால் உருவாக்கப் பட்ட நுகர் பொருள் வெறியும் மத நிறுவனங்கள் போட்ட இத்தகைய கட்டுப்பாடுகளை உடைத்து நொறுக்கின. முதலில் தென்னிலங்கை முஸ்லிம் பெண்கள் மத்திய கிழக்குக்குச் செல்லத் தொடங்கினார்கள்.

சமூகக் கட்டுப்பாடுகளும் இறுக்கமான உறவுகளும் நிறைந்திருந்த கிழக்கில் முஸ்லிம் பெண்கள் மத்திய கிழக்கு நாடுகளுக்குச் செல்வது பரவலாக இடம்பெறவில்லை. அங்கொன்றும் இங்கொன்றுமாக சில முஸ்லிம் பெண்களே மத்திய கிழக்குக்குப் பயணமானார்கள். 1980களின் நடுப்பகுதிவரை இத்தகைய நிலைமையே காணப்பட்டது. ஆனால் 1985 வன்முறை நிகழ்வுகளுக்குப் பின்னர், கிழக்கின் சூழ்நிலை தொடர்ச்சியாகக் குழப்பத்துக்குள்ளான போது, கிழக்கு முஸ்லிம் பெண்களின் மத்திய கிழக்குப் பயணம் விரைவாக அதிகரித்தது.

பரஸ்பர ஆள்கடத்தல், தாக்குதல்கள், கொலைகள் என கிழக்கின் சூழல் பாதுகாப்பற்றதாக மாறியதால், அங்கு விவசாய முயற்சிகள், காட்டுத் தொழில், குடிசைக் கைத்தொழில், மீன்பிடி, கூலித்தொழில் என்பன பெரிதும் பாதிக்கப்பட்டன. இதனால் முற்றிலும் இவற்றில் தங்கியிருந்த சிறுவிவசாயிகள், கூலியாட்கள், மற்றும் மீனவர்கள் ஆகியோர் வறுமையின் பிடிக்குள் இறுக்கப்பட்டார்கள். இதன் தவிர்க்க முடியாத (மற்றும் தடுக்க முடியாத) நிகழ்வாக, கிழக்கு முஸ்லிம் பெண்கள் அதிக எண்ணிக்கையில் மத்திய கிழக்குக்குச் செல்ல ஆரம்பித்தார்கள். முஸ்லிமாக இருந்ததாலும் ஆண்களைவிட மிகவும் குறைந்த கட்டணத்தில் அல்லது கட்டணமின்றியும் உடனடியாகவும் செல்லக்கூடியதாக இருந்ததாலும் ஆயிரக்கணக்கான வறிய முஸ்லிம் பெண்கள் மத்திய கிழக்கிற்குச் செல்லத் தொடங்கினார்கள்.

இவ்வாறு அதிக எண்ணிக்கையிலும் தொடர்ச்சியாகவும் கிழக்கு முஸ்லிம் பெண்கள் மத்திய கிழக்குக்குச் செல்லத் தொடங்கியதன் விளைவாக கிழக்கு எங்கும் உழைப்பதற்கு அவசியமில்லாத, உழைப்பதில் ஆர்வம் குறைந்த ஆண்கள் கூட்டம் ஒன்று உருவாகத் தொடங்கியது. வெளிநாடு சென்ற பெண்களின் கணவன்மார் அவர்களின் வயது வந்த மகன்மார் அல்லது தகப்பன், சகோதரர்கள் போன்றோர் இதன் பின்னர் வேலை செய்யவேண்டிய அவசியமின்றி வீதிச் சந்துகளிலும் கடைத் தெருக்களிலும் குழுமத் தொடங்கினார்கள்.

அத்துடன் மத்திய கிழக்கு வேலை வாய்ப்பின் காரணமாக கிழக்கு முஸ்லிம்களின் பொருளாதாரத் தன்மையிலும் குறிப்பிடத்தக்க மாற்றங்கள் ஏற்பட்டன. வெளிநாடு சென்ற பெண்களிடம் இருந்து ஒவ்வொரு மாதமும் ஆயிரக்கணக்கில் பணம் வரத் தொடங்கியது. இதன் காரணமாக ஒரு புறத்தில் வறிய மற்றும் கூலி விவசாயிகளின் விவசாய முயற்சிகள் பலவீனப்பட்டன. உற்பத்தியிலும் உழைப்பிலும் ஈடுபடாமலேயே தமது பொருளாதாரத் தேவைகளை நிறைவு செய்யக்கூடிய நிலை இப்போது இருந்ததால் தமது தொழிலுக்கு ஏற்பட்டிருக்கின்ற நிலை குறித்து இவர்கள் அதிகம் கவலைப்பட வில்லை. விவசாயம் செய்வதற்கு ஏற்றதாக இல்லாத போதிலும் அத்தகைய சூழலை மாற்றியமைக்க வேண்டியது அவசியம் என்ற எண்ணம் கூட ஏற்படாமல் இந்த மத்திய கிழக்கு வேலை வாய்ப்பு அவர்களைத் தடுத்தது. மறுபுறத்தில் மத்திய கிழக்கு வேலை வாய்ப்பானது கிழக்கு எங்கும் வியாபாரத்தில் ஈடுபடக்கூடிய

முஸ்லிம்களின் எண்ணிக்கையை வெகுவாக உயர்த்திவிட்டது. அதிகரித்த பணப்புழக்கத்தினாலும் விவசாயத்திற்கு ஏற்பட்ட மோசமான பாதிப்புகளினாலும் வியாபாரம் வளர்ந்து பெருகியது. மூலைமுடுக்கு எங்கும் சிறு சிறு கடைகள் தோன்றின. அத்தியாவசியப் பொருள்களுக்குரிய கடைகள் மாத்திரமின்றி, ஆடம்பரப் பொருள்களுக்குரிய கடைகளும் உருவாகத் தொடங்கின.

மத்திய கிழக்கு வேலை வாய்ப்பு கிழக்கு முஸ்லிம்களின் விழுமியங்களிலும் தாக்கங்களை ஏற்படுத்தியது. அவர்களின் மத்தியில் நிலவிய விவசாய சமூகத்திற்குரிய இறுக்கமான ஒழுக்கநெறிகளும் கலாசார மதிப்பீடுகளும் இப்போது மாற்றமடையத் தொடங்கின. மத்திய கிழக்குக்குச் சென்ற ஆண்கள், பெண்கள் மாத்திரமின்றி, ஊரில் உழைப்பில் ஈடுபடாமல் இருந்த அவர்களின் குடும்ப உறுப்பினர்கள் மத்தியிலும் இத்தகைய விழுமிய மாற்றங்கள் உருவாகின. குடும்பத் தலைவனுக்கு கட்டுப்பட்டும், தங்கியும் இருக்கவேண்டிய இறுக்கமான விவசாயக் குடும்ப உறவுகள் சிதைவடைந்து, தமது சுதந்திரமான தேர்வுகளைச் சாத்தியமாக்குகின்ற தளர்ந்த உறவுகள் உருவாகின.

இவ்வாறு கிழக்கு முஸ்லிம்களின் சமூகப் பொருளாதார உறவுகளிலும் விழுமியங்களிலும் ஏற்பட்ட மாற்றங்களுடன் நிலத்தை அடிப்படையாகக் கொண்டிருந்த உறவுகள் படிப்படியே சிதைவுறத் தொடங்கின. தமது அடிப்படைத் தேவைகள் நிறைவேறுவதற்கு தமிழ் மக்களுடன் நெருங்கிய உறவுகளைப் பேணிவந்த முஸ்லிம் விவசாயிகளின் இடத்தில், அத்தகைய உறவுகளுக்கான தேவையைக் கொண்டிராத சிறு வர்த்தகர்களும், புதிய நலன்களும் பண்புகளும் கொண்ட உழைப்பில் ஈடுபடாதவர்களும் உருவாகிக் கொண்டிருந்தனர். இவர்களுடன் ஏற்கனவே தமிழ்த் தரப்பினருடன் நிர்வாக ரீதியாக முரண்பட்டுக் கொண்டிருந்த படித்த முஸ்லிம் பிரிவினர், விடுதலை அமைப்புகளின் வரி, கொள்ளைத் தாக்குதல்கள் என்பவற்றால் பாதிக்கப்பட்ட மற்றும் நிலவுடைமையாளர்கள், வன்முறைகளின் போதும் விடுதலை அமைப்பினரின் தாக்குதல்களினாலும் தமது உறவினர்களையும் உடைமைகளையும் இழந்து குமுறிக் கொண்டிருந்தோர் எனத் தமிழ் மக்களுடன் முரண்பாட்டைக் கொண்டிருந்த முஸ்லிம் பிரிவினரின் சமூக ஆதிக்கம் மேலோங்கியது. இதன் பின்னர் கிழக்கு முஸ்லிம்களின் பெரும்பான்மையினராக இருக்கின்ற நடுத்தர விவசாயிகளின் தேவைகளும் நலன்களும் சமூக அளவில் முக்கியத்துவம் இழக்கத் தொடங்கின.

8
ஊர்க்காவல் அமைப்பின் தோற்றம்

1985 மோதல்களுக்குப் பின்னர் கிழக்கு முஸ்லிம்களில் ஒரு சிறு தொகையினர் தமது ஊரைப் பாதுகாக்கும் நோக்கத்தில் ஆயுதப் படையினரின் ஆதரவுடனும் ஊர்க்காவல் அமைப்புகளில் பங்கேற்றும் செயற்பட ஆரம்பித்தார்கள். இவர்களில் ஒரு சாரார் 'உதிரிகள்' பிரிவைச் சேர்ந்தவர்கள். இவர்களில் பெரும்பாலானோர்கள் நிரந்தரத் தொழில் இல்லாதவர்களாகவும், சமூக ஒழுக்கமற்றவர்களாகவும் இருந்தார்கள். இவர்கள் விடுதலை அமைப்புகளினால் மேற்கொள்ளப் பட்ட 'சமூக விரோத செயல்களுக்கு' எதிரான நடவடிக்கைகளினால், பாதிக்கப்பட்டிருந்தார்கள். சிலர் விடுதலை அமைப்புகளினால் தண்டனை வழங்கப்பட்டவர்கள். (இவர்களில் சிலர், விடுதலை அமைப்புகளின் தீவிர ஆதரவாளர்களாகவும் தம்மைக் காட்டிக் கொண்ட வர்கள்) இன்னொரு பிரிவினர் மத்திய கிழக்குக்குச் சென்ற பெண்களின் குடும்ப உறுப்பினர்களாக இருந்தார்கள். உழைக்க வேண்டிய அவசியமில்லாமலும் குடும்ப பொறுப்புகளைக் கைவிட்டவர்களாகவும் இருந்த இவர்களில் கணிசமானோர் ஊர்க்காவல் அமைப்புகளில் இணைந்துகொண்டார்கள்.

தமிழ்-முஸ்லிம் வன்முறை மோதல்களின் போதும், விடுதலை அமைப்புகளின் தாக்குதல்கள், கடத்தல் என்பவற்றால் பாதிக்கப்பட்ட குடும்பங்களைச் சேர்ந்த ஒரு பிரிவினரும் இவற்றில் சேர்ந்து கொண்டார்கள். இவர்கள் முற்றிலும் அரச படைகளில் தங்கி யிருந்ததால் அப்படையினரால் நேரடியாகக் கட்டுப்படுத்தப் படுகின்றவர்களாக இருந்தார்கள். சிலரை தமிழ்-முஸ்லிம் உறவைச் சீர்குலைப்பதற்கான தமது முயற்சிகளுக்குப் பயன்படுத்த முடிந்தது. இவர்கள் விடுதலை அமைப்புகளுக்கு எதிராக மட்டுமின்றி அப்பாவித் தமிழ் மக்களுக்கு எதிரான செயல்களிலும் ஈடுபட்டார்கள். 'முஸ்லிம்களின் பாதுகாவலர்கள்' என்ற உரிமையுடன் ஆயுதம்

ஏந்திச் செயற்படத் தொடங்கிய இவர்கள் தமிழ்-முஸ்லிம் முரண்பாடுகளை மேலும் ஆழப்படுத்த முனைந்த அரச படையினரின் திட்டமிட்ட செயற்பாடுகளுக்குப் பொருந்தமான உடந்தையாளர் களாக மாறினார்கள்.

'ஜிஹாத்' அமைப்புகள்

இதே வேளையில் படித்த மற்றும் வர்த்தக குடும்பங்களைச் சேர்ந்த முஸ்லிம் இளைஞர்களில் ஒரு பிரிவினர், விடுதலை அமைப்புகளின் தாக்குதல்களிலிருந்து தமது பிரதேசங்களைப் பாதுகாப்பதற்காக ஆயுத அமைப்புகளை உருவாக்க முயன்றனர். இவர்கள் ஆயுதப் படையினரால் நேரடியாகக் கட்டுப்படுத்தப்படாதவர்களாக ஓரளவுக்கு தமது சுயேச்சையைப் பேணிய நிலையில் ஆயுதங்களைப் பெறுவதிலும், பயிற்சியெடுப்பதிலும் ஈடுபட்டனர். கல்முனை, அக்கரைப்பற்று, காத்தான்குடி போன்ற செல்வமிக்க நகர்ப் பகுதிகளில் இப்போக்கு முதலில் தொடங்கியது. 'ஜிஹாத்' இயக்கம் என்ற பெயரில் (ஜிஹாத் என்ற அரபுச் சொல் இறைவனுக்காக அர்ப்பணித்தல் என்ற கருத்தைக் குறிக்கிறது. மேலும் இஸ்லாத்தையும் முஸ்லிம்களையும் பாதுகாப்பதற்காக புனிதப்போர் புரிதல் என்ற தீவிர அர்த்தத்தையும் இது பெறுகிறது) செயற்பட்ட இவர்கள், ஆரம்பத்தில் கிழக்கு மற்றும் தெற்குப் பகுதிகளைச் சேர்ந்த முஸ்லிம் செல்வந்தர்களிடம் பணம் பெற்று அதன் மூலம் ஆயுதப்படையைச் சேர்ந்த சில உயரதிகாரிகளினூடாக ஆயுதங்களை வாங்கினார்கள். அத்துடன் விடுதலை அமைப்புகளில் அராஜகம் உச்ச நிலையை அடைந்து, அதன் காரணமாகப் போராட்டத்தில் நம்பிக்கை இழந்து பல தாபனங்களைவிட்டு வெளியேறுகின்ற போக்கு ஆரம்பித்த போது, அவர்களிடமிருந்தும் கணிசமான ஆயுதங்களை ஜிஹாத் இயக்கத்தினர் விலைக்கு வாங்கினார்கள்.

ஜிஹாத் இயக்கம் என்பது கிழக்கிலுள்ள முழு முஸ்லிம் பிரதேசங்களையும் உள்ளடக்கிய ஒரு பொது அமைப்பு அல்ல. மாறாக பிரதேச அளவில் தனித் தனியாக தன்னியல்பான முறையில் அவை தோன்றின. 'ஜிஹாத்' என்றால் 'புனித யுத்தம்' என்று அர்த்தம் பெறுவதால் பொதுவாக உலகெங்கும் உள்ள முஸ்லிம்கள் தமது சமூகத்தைப் பாதுகாக்கின்ற நோக்கத்தில் அமைப்புகளை உருவாக்கும் போது அங்கு ஜிஹாத் என்ற பதம் பிரபல்யம் பெறும். இங்கு கிழக்கு முஸ்லிம்களிடையே பிரதேச ரீதியில் தன்னியல்பாக உருவான

பல அமைப்புகளும் தம்மைத் தனித்தனியே ஜிஹாத் அமைப்பு என்றே அழைத்துக்கொண்டன. இவ்வாறு வெவ்வேறு பிரதேசங்களில் உருவான ஜிஹாத் அமைப்புகளுக்கிடையே நெருங்கிய தொடர்புகள் காணப்படவில்லை. விடுதலை அமைப்புகளின் தாக்குதல்களில் இருந்து தமது பிரதேச முஸ்லிம்களின் உயிர்களையும், உடைமைகளையும் பாதுகாக்கின்ற நோக்கத்துடன் செயற்பட்ட இவர்களுக்குத் தமது பிரதேச எல்லைக்குள் அப்பால் தமது அமைப்பை விரிவுபடுத்த வேண்டிய தேவை ஏற்படவில்லை. மேலும் கிழக்கிலுள்ள பெரும்பாலான முஸ்லிம் பிரதேசங்களிடையே நெருங்கிய நிலத்தொடர்ச்சி காணப்படாததாலும் விடுதலை அமைப்புகள் கிழக்கு முழுவதிலும் செயற்பட்டதாலும், ஜிஹாத் அமைப்பினரால் தமது பிரதேச எல்லைகளைக் கடந்து செயற்பட முடியவில்லை. இவற்றின் காரணமாக ஜிஹாத் இயக்கங்களிடையே நெருக்கமான உறவுகள் தோன்றவோ அவ்வியக்கத்தினர் ஒரே தலைமைக் கூடாக ஒரே இலக்கு சார்ந்து செயற்படவோ முடியவில்லை. பிற்காலங்களில் இவர்களிடையே ஆயுதம் வாங்குவதற்கு உதவுதல், ஆயுதப் பயிற்சிகள் போன்ற சில அம்சங்களில் சிறியளவில் ஒத்துழைப்புகள் ஏற்பட்ட போதிலும் ஒருபோதும் ஒன்றுபட்ட ஒரே அமைப்பாக இவர்களினால் இயங்க முடியவில்லை.

ஆரம்பத்தில் ஜிஹாத் அமைப்புகளில் படித்தவர்களும் ஓரளவு வசதிபடைத்த குடும்பங்களைச் சேர்ந்தவர்களும் இணைந்திருந்த போதிலும், படிப்படியே முஸ்லிம் சமூகத்தின் வெவ்வேறு பிரிவுகளைச் சேர்ந்தவர்களும் அவற்றில் இணைந்துகொண்டார்கள். குறிப்பாக, மத்திய கிழக்குக்குச் சென்ற பெண்களின் குடும்ப உறுப்பினர்கள், தமது தொழில் வாய்ப்புகள் பாதிக்கப்பட்டவர்கள், விடுதலை அமைப்புகளினால் பாதிக்கப்பட்டவர்கள் போன்றோர், ஜிஹாத் இயக்கங்களில் தீவிரமாகச் செயற்பட்டனர்.

ஆரம்பத்தில் ஜிஹாத் இயக்கத்தினர், அரச படையினரின் பிடிக்குள் முற்றிலும் அகப்பட்டு விடாமல், தமது சுயேச்சையை ஓரளவிற்கேனும் பேணிக்கொள்ள விரும்பிய போதிலும், விடுதலை அமைப்புகளின் அடக்குமுறைகளும் அவற்றின் ஆயுதபலமும் தொடர்ந்து அதிகரித்து வந்ததன் காரணமாக, படிப்படியே அரச படைகளைச் சார்ந்து செயற்பட வேண்டிய நிலைக்கு மாறினார்கள்.

சில இடங்களில் ஜிஹாத் அமைப்புகள் முற்றிலும் இராணுவத்தினரின் கட்டுப்பாட்டிற்குள்ளேயே இயங்கின. இவை படிப்படியே

தமது நோக்கத்திலிருந்து விலகி, இராணுவ உயர் அதிகாரிகளின் மறைமுகமான ஆயுத விற்பனைக்குரிய சந்தையாக மாறின.

ஜிஹாத் அமைப்பினர் தாம் வாழ்ந்த பிரதேசத்தைத் தமது ஆளுகைக்குட்பட்ட சுதந்திரமான ஆட்சிப் பிரதேசமாகக் கருதிச் செயற்பட்டார்கள். முஸ்லிம் வியாபாரிகள், நிலவுடைமையாளர்கள், உத்தியோகத்தர்கள் என்பவர்களிடமும் நிவாரண உதவி பெறுகின்ற சாதாரண பொதுமக்களிடமும் இவர்கள் நிதி அறவித்தார்கள். தமது பகுதிகளில் இஸ்லாமியச் சட்டங்களை நடைமுறைப்படுத்துவதாக அறிவிட்டார்கள். அதாவது சூது, களவு, குடி, விபச்சாரம், திரைப்படங்கள், வீடியோ போன்றவை தடைசெய்யப்பட்டு இவற்றில் சம்பந்தப்படுபவர்களுக்கு தண்டனைகள் வழங்கப்பட்டன. எனினும் ஜிஹாத் அமைப்பினர் தாம் செயல்படுத்திய இந்தச் சட்டங்களுக்கு ஒரு போதும் விசுவாசமாக இருக்கவில்லை. தமது சமூகத்தினரிடையே, மதத்தின் பெயரால் இவர்கள் எவற்றையெல்லாம் தடை செய்து தண்டனைக்குரியவையாக ஆக்கினார்களோ, அவை அனைத்தையும் அவர்களே செய்துவந்தார்கள். சமூகத்திற்காக உயிரைத் துறக்கப்போகிறோம் என்ற நியாயப்படுத்தலுடன், எவ்விதக் குற்றவுணர்வுமின்றி தடை செய்யப்பட்ட அனைத்தையும் இவர்கள் செய்துவந்தார்கள்.

வரி வசூல் என்பவற்றின் மூலமாக, இவர்களிடம் லட்சக்கணக்கில் பணம் திரண்டது. இதை அனுபவிப்பதிலும் பகிர்ந்துகொள்வதிலும் போட்டியும் முரண்பாடுகளும் ஏற்பட்டன. இதனால் தலைமைப் பொறுப்புகளிலிருந்தவர்கள் அடிக்கடி மாற்றப்பட்டு புதியவர்கள் நியமிக்கப்பட்டார்கள். சில இடங்களில் உட்கொலைகளும் இடம் பெற்றன. இவ்வாறான செயல்களுக்கு எதிராகத் தமது பிரதேச முஸ்லிம்களிடமிருந்து எவ்வித உணர்வலைகளும் தோன்றிவிடாமல் தடுப்பதற்காகவே ஜிஹாத் அமைப்பினர் இஸ்லாமியச் சட்டத்தைச் செயல்படுத்தினார்கள்.

இவ்வாறு விடுதலை அமைப்புகளின் அராஜகத்தை எதிர்த்துப் போராட முன் வந்த ஜிஹாத் அமைப்பினர், விரைவிலேயே அந்த அராஜகத்தை ஒன்றுவிடாமல் தமது சொந்த மக்களின் மீது தாமே பிரயோகிப்பவர்களாக மாறினார்கள். இத்தகைய அராஜகத்தின் மூலம் தமது பகுதி முஸ்லிம்கள் மீது ஆதிக்கம் செலுத்தவும் வரிவசூல் என்பவற்றைத் தடையின்றி பெறவும், தாம் விரும்பியவாறு செயற்படவும் அவர்களால் முடிந்தது.

இவ்வாறிருந்தும், ஜிஹாத் அமைப்பினர் தமது பிரதேச முஸ்லிம்களின் பலத்த ஆதரவைப் பெற்றார்கள். விடுதலை அமைப்புகளில் அராஜகங்களினால் அச்சத்திற்கு உள்ளானவர் களாயும், ஆவேசம் கொண்டவர்களாகவும் இருந்த கிழக்கு முஸ்லிம்கள் தம்மை ஜிஹாத் அமைப்பினர் பாதுகாப்பார்கள் என்று நம்பினார்கள். மேலும் ஜிஹாத் உறுப்பினர்கள் அந்தந்தப் பகுதி முஸ்லிம்களின் உறவினர்களாகவும், இம்முஸ்லிம்களை ஏதோ வழியில் பாதிப்புக்குள்ளாக்கிய விடுதலை அமைப்புகளுக்கு எதிராகப் போராட முன்வந்தவர்களாகவும் இருந்தனர். இதனால் ஜிஹாத் அமைப்பினர் முஸ்லிம்களின் அனுதாபத்தையும், மதிப்பையும் பெற்றவர்களாகவும், இளஞ் சந்ததியினரான மாணவர்கள், சிறுவர்கள் மத்தியில் அபிமானத்திற்கும் வியப்புக்கும் உரிய 'கதாநாயகர்களாகவும்' விளங்கினார்கள்.

கிழக்கு முஸ்லிம்களிடையே ஜிஹாத் இயக்கங்களும், ஊர்க் காவல் அமைப்புகளும் உருவாகிய பின்னர் அங்கு தமிழ்- முஸ்லிம் உறவுகள் மேலும் சீர்குலைக்கப்பட்டன. தாங்கள் விடுதலை அமைப்புகளுக்கு எதிராகச் செயற்படத் தொடங்கி விட்டதால் என்றோ ஒரு நாள் அந்த அமைப்புகளினால் தமது உயிருக்கு ஆபத்து ஏற்படும் என்று இந்த முஸ்லிம் ஆயுதப் பிரிவினர் அச்சம் கொண்டிருந்தனர். எனவே, தங்கள் பாதுகாப்பை உறுதிப்படுத்திக் கொள்வதற்கு, கிழக்கின் சூழ்நிலை குழப்பப்படுவதும், அங்கு தமிழ்-முஸ்லிம் உறவுகள் மேலும் சீர்கெடுவதும் இவர்களுக்கு அவசியமானவையாக இருந்தன. கிழக்கில் மீண்டும் தமிழ்-முஸ்லிம் நல்லுறவு ஏற்படுமாயின் அதனால் இந்த முஸ்லிம் ஆயுதப் பிரிவினரின் உயிருக்கு ஆபத்து உண்டாகக்கூடிய சாத்தியம் இருந்தது.

அதாவது இத்தகைய நல்லுறவு ஏற்படுமாயின் சாதாரண தமிழ் மக்களுடன் சேர்ந்து, விடுதலை அமைப்பினரும் முஸ்லிம் பிரதேசங் களுக்குள் நடமாடக்கூடிய வாய்ப்புகள் ஏற்படும். மேலும் இத்தகைய ஒன்றுதலின் மூலம் அமைதியான சூழ்நிலை உருவாகுமாயின், அதன் பின் ஆயுதப் படையினரின் கண்காணிப்பிலிருந்து அத்தகைய பிரதேசங்கள் விடுபடக்கூடிய நிலை உருவாகும். இவ்றறின் விளைவாக முஸ்லிம் ஆயுதப் பிரிவினர், விடுதலை அமைப்புகளின் தாக்குதல்களுக்கு எளிதில் உள்ளாக நேரிடும்.

இவ்வாறான நிலைமை ஏற்படுவதைத் தவிர்ப்பதற்காக, முஸ்லிம் ஆயுதப்பிரிவினர் கிழக்கில், தமிழ்-முஸ்லிம் உறவுகளைத் திட்டமிட்டு

சீர்குலைத்தார்கள். தமது பிரதேசங்களுக்குள் பொருள்களை வாங்கவோ விற்கவோ வருகின்ற சாதாரண தமிழர்களையும் கூலி உழைப்பிற்காக வந்த தமிழர்களையும் திட்டமிட்டுக் கொலை செய்ததன் மூலம் அவர்கள், இந்த உறவைச் சீர்குலைத்தார்கள். முன்னாள் மூதூர் பாராளுமன்ற உறப்பினர் ஏ.எல். அப்துல் மஜீது போன்ற முக்கிய நபர்களினதும் பிரபல்யம் பெறாத இன்னும் பல சாதாரண முஸ்லிம்களினதும் கொலைகளுக்கு இந்த முஸ்லிம் ஆயுதப் பிரிவினர் காரணமாக அமைந்தனர். இந்த முக்கிய நபர்களின் கொலைகளில் அரச படையினரும் உளவு நிறுவனத்தினரும் நின்று செயற்பட்டனர். ஆயுதப்படையிலும் உளவு நிறுவனத்திலும் இருந்த சில உயரதிகாரிகளுக்கு கிழக்கில் தமிழ்-முஸ்லிம் உறவு குழப்பப் படுவது பல வகைகளில் அவசியமானதாக இருந்தது.

முதலவதாக தமிழ்-முஸ்லிம் மக்களிடையே ஏற்படக்கூடிய பகைமை, தமிழீழ விடுதலைப் போராட்டத்தைப் பலவீனப்படுத்தும். இரண்டாவதாக இத்தகைய பகைமையின் மூலமாக இராணுவத்துடன் இணைந்து செயற்படக்கூடிய முஸ்லிம்களின் எண்ணிக்கை அதிகரிக்கும். மூன்றாவதாக, இத்தகைய குழப்ப நிலை தொடரும் போது ஜிஹாத் அமைப்பினருக்குத் தாம் ஆயுத விற்பனை செய்வதும் அதிகரிக்கும். மேலும் இத்தகைய குழப்ப நிலை காரணமாக அரசாங்கம் வழங்கக்கூடிய நிவாரணத்தில் கணிசமானவற்றைத் தாங்கள் அபகரித்துக் கொள்வதும் சாத்தியப்படும். எனவே, இவர்கள், தமிழ்-முஸ்லிம் பிரமுகர்களையும் கொலை செய்வதில், முஸ்லிம் ஆயுதப் பிரிவினருக்கு பக்க பலமாக நின்றார்கள். திட்டங்கள் வகுத்தும் ஆயுத மற்றும் போக்குவரத்து வசதிகள் வழங்கியும் இத்தகைய கொலைகள் இடம் பெறுவதற்குக் காரணமாக அமைந்தார்கள்.

காத்தான்குடி அஹமட் லெப்பை, மூதூர் மஜீது போன்ற முற்போக்கு ஜனநாயக சக்திகள் கொலை செய்யப்பட்டதானது, கிழக்கு முஸ்லிம்களிடையே உருவாகக்கூடிய ஜனநாயக இயக்கத்திற்கு பலத்த பின்னடைவைக் கொடுத்திருக்கிறது. உண்மையில் இவர்கள் கிழக்கு முஸ்லிம்களிடையே இருந்த முற்போக்கு ஜனநாயகப் பிரிவினருக்குத் தலைமை தாங்கக்கூடியவர்களாக இருந்தார்கள். இவர்கள் கிழக்கு முஸ்லிம்களின் சுயமான அரசியல் குரலாக வெளிப்பட்டார்கள். தாம் வாழ்ந்த பிரதேச முஸ்லிம்களின் மத்தியில் இவர்களின் வார்த்தைகளுக்கு அதிக மதிப்பு இருந்தது. இவர்களின் மீது அந்த மக்கள் அதிக நம்பிக்கை கொண்டிருந்தார்கள். இவர்கள் பகைமையாக்கப்பட்டுக்

கொண்டிருந்த தமிழ்-முஸ்லிம் உறவுகளை சீர்படுத்த தீவிரமாக உழைத்தார்கள். பௌத்த-சிங்கள இனவாத ஒடுக்குமுறைகள் குறித்தும், அவற்றுக்கு எதிராகப் போராடுகின்ற தமிழ் மக்களுடன் சுமூகமான உறவுகளைப் பேணுவதன் அவசியம் குறித்தும் இவர்கள் வலியுறுத்தி வந்தார்கள். இவ்வகையில் கிழக்கில் தமிழ்-முஸ்லிம் சமூகங்களை ஒன்றிற்கு ஒன்று எதிராக நிறுத்துவதற்கு திட்டமிட்டு வந்த பௌத்த-சிங்கள இன வாதத்தின் முயற்சிகளுக்கு இவர்கள் பெரும் இடைஞ்சலாக இருந்தார்கள். எனவே, இவர்கள் கொலை செய்யப் படுவது சிங்கள அரசிற்கு அவசியமாகவும் சாதகமாகவும் இருந்தது. இவர்களின் கொலைகளினால் கிழக்கின் முஸ்லிம் முற்போக்கு ஜனநாயக இயக்கத்திற்கு ஏற்படுத்தப்பட்ட இடைவெளி இன்னமும் நிரப்பப்படாமலேயே இருக்கின்றது. இத்தகைய ஒரு ஜனநாயக இயக்கம் கருக்கொள்ளக்கூட முடியாத நிலையே இன்றுவரை கிழக்கில் இருந்து வருகிறது.

இவ்வாறு கிழக்கில் தமிழ்-முஸ்லிம் உறவுகள் சீர்குலைக்கப்பட்டு, முஸ்லிம் பிரதேசங்களின் சூழ்நிலை அச்சத்துக்குரியதாக மாற்றப் பட்டதன் காரணமாக மேலும் சில புதிய பிரிவினர்கள் பொருளாதார ரீதியில் பெரும் நன்மைகளை அடைந்தார்கள். அரசாங்கத்தினாலும், அரச சார்பற்ற முஸ்லிம் நிறுவனங்களினாலும் வழங்கப்பட்ட நிவாரண உதவிகளில் கணிசமான பகுதியை, முஸ்லிம் ஆயுதப் பிரிவினர் இராணுவ உயரதிகாரிகள் என்பவர்களோடு, உள்ளூர்க் கிராம சேவையாளர்கள், நிவாரணப் பணியாளர்கள், மொத்த வியாபாரிகள் எனப் பல பிரிவினரும் பகிர்ந்துகொண்டார்கள். கிழக்கு முஸ்லிம் பிரதேசங்களில் குழப்பமான அச்சமூட்டக் கூடிய சூழலைத் தொடர்ந்தும் பேணுவதன் மூலமாக பொருளாதார ரீதியில் வசதி களைப் பெருக்கிக்கொண்டிருந்த இத்தகைய புதிய பிரிவினர் தமிழ்-முஸ்லிம் உறவுகளை மேலும் சீர்குலைப்பதில் ஈடுபட்ட முஸ்லிம் ஆயுதப் பிரிவினருக்குத் தமது ஆதரவுகளை வழங்கினார்கள்.

இவ்வாறு 1985 வன்முறை மோதல்களுக்குப் பின்னர், கிழக்கு முஸ்லிம்களில் ஒருசாரார் கடுமையான தமிழ் விரோத உணர் வுடனும், சுயநல நோக்கத்துடனும் செயற்பட்டுக்கொண்டிருக்க, இன்னொரு பக்கத்தில் தமிழ்-முஸ்லிம் நல்லுறவுகளின் தேவையைக் கொண்டிருந்த முஸ்லிம் விவசாயிகளும், முஸ்லிம் முற்போக்கு ஜனநாயகப் பிரிவினரும் தமது பங்கிற்கு செயற்படவே செய்தார்கள். 1985ஆம் ஆண்டின் வன்முறை மோதல்களின் பாரதூரமான

விளைவுகள் இவர்களைக் கலக்க மடையச் செய்தன. தமிழ்-முஸ்லிம் உறவுகளைச் சிதைப்பதில் ஆயுதப் படையினர் கொண்டிருந்த ஆர்வம் அவர்களை அச்சத்திற்குள்ளாக்கியது. ஆயுதப்படையினர், கிழக்கு முஸ்லிம்களையும் தமிழ் மக்களையும் நிரந்தரப் பகையாளிகளாக்கத் திட்டமிடுகிறார்கள் என்பதை அவர்கள் புரிந்து கொண்டார்கள். தமிழ் மக்களுடன் ஏற்படக்கூடிய நிரந்தரப் பகைமையின் விளைவாக, தமது பொருளாதாரத்திற்கும் வாழ்க்கை முறைகளுக்கும் ஏற்படக்கூடிய பாதிப்புகளை அவர்கள் தெளிவாக உணர்ந்துகொண்டார்கள்.

எனவே, மீண்டும் இத்தகைய மோதல்கள் ஏற்படாமல் தடுக்க வேண்டியது அவசியம் என்று இவர்கள் கருதினார்கள். கிழக்கு முஸ்லிம்கள் தமக்குள் ஒன்றிணைந்து, ஒரே குரலில் தமது கருத்துகளைத் தெரிவிக்கக்கூடிய நிலை உருவாகும் போதுதான், அவர்கள் ஆயுதப்படையினரின் பிடிக்குள் அகப்படுவதிலிருந்து தவிர்த்துக் கொள்ள முடியும் என்று முஸ்லிம் முற்போக்கு ஜனநாயகப் பிரிவினர் முடிவு செய்தார்கள்.

இதன் தொடர்ச்சியாக கிழக்கின் அனைத்து முஸ்லிம் பிரதேசங்களையும் சேர்ந்த பிரதிநிதிகளைக் கொண்ட அமைப்புகளை உருவாக்குகின்ற முயற்சிகள் ஆரம்பிக்கப்பட்டன. இத்தகைய முயற்சிகளில் காத்தான்குடியைச் சேர்ந்த அஹமட் லெப்பை மிகவும் மும்முரமாக ஈடுபட்டார். இவை தொடர்பான கூட்டங்களில் தமிழ்-முஸ்லிம் ஒற்றுமையின் அவசியம் பற்றி வலியுறுத்தப்பட்டதோடு, கிழக்கு முஸ்லிம்களின் விடயங்களில் விடுதலை அமைப்புகளோ, ஆயுதப் படையினரோ தலையிட வேண்டாம் என்றும் கோரிக்கை விடுக்கப்பட்டது. எனினும் இந்த அமைப்புகள் தொடங்கப்பட்ட மிகக் குறுகிய காலத்திலேயே செயலிழந்துவிட்டன. இவற்றின் பிரதிநிதிகள் ஒன்றுக்கொன்று முரண்பட்ட இரண்டு சிங்களக் கட்சிகளின் ஆதரவாளர்களாக இருந்ததாலும், தமது சொந்த ஊர்களில் இராணுவம் மற்றும் முஸ்லிம் ஆயுதப் பிரிவினரை முகம் கொடுக்க வேண்டியிருந்ததாலும், விடுதலை அமைப்புகளினால் தாக்கப்படலாம் என அஞ்சியதாலும் தங்களது சொந்த பிரதேசங்களுக்குத் திரும்பியவுடன் இவர்கள் இந்த அமைப்புகளில் இருந்து விலகிக்கொண்டார்கள்.

இதன் பின்பும்கூட, இ.சு.க.யைச் சேர்ந்த சில முன்னாள் பாராளுமன்ற உறுப்பினர்களும் அமைப்பாளர்களும் மற்றும் சில முற்போக்கு எண்ணம் கொண்டவர்களும் தமிழ்-முஸ்லிம்

ஒற்றுமையின் அவசியம் பற்றியும், இதைச் சீர்குலைப்பதில் அரச படைகள் திட்டமிட்டுச் செயற்படுகின்றன என்றும் வெளிப்படையாகவே பேசிவந்தார்கள். மேலும் இவர்கள் தமிழ் பிரமுகர்களுடன் இணைந்து சமாதானக் குழுக்களை அமைத்து தமிழ்-முஸ்லிம் ஒற்றுமைக்காகச் செயற்பட்டார்கள். இவ்வாறு செயற்பட்டவர்களில் முக்கியமானவர்களான மூதூர் மஜீது போன்றவர்கள் அரச படையினரின் உதவியுடன், முஸ்லிம் ஆயுதக் குழுக்களினால் கொலை செய்யப்பட்டார்கள். தமிழ்-முஸ்லிம் ஐக்கியத்தைப் பேண விரும்பிய சில பிரமுகர்களும் இதே போன்று ஆயுதப் படையினராலும், விடுதலை அமைப்புகளினாலும் கொல்லப்பட்டார்கள். இவ்வாறு தமிழ்-முஸ்லிம் ஐக்கியத்தைப் பேண விரும்பியவர்கள் கொடூரமாக அடக்கப்பட்ட பின்னர், அத்தகைய சமாதான இலக்கு நோக்கிய செயற்பாடுகள் கிழக்கில் படிப்படியே குறைந்து, இறுதியில் மறைந்து போயின.

இவ்வாறு கிழக்கு முஸ்லிம்களின் சமூக பொருளாதாரத் தன்மைகளில் மாற்றங்கள் ஏற்பட்டுக்கொண்டிருந்த சூழலில் கிழக்கு முஸ்லிம் நிலவுடைமையாளர்களினாலும், அவர்களின் ஆதரவு பெற்ற மரபுவழி கிழக்கு முஸ்லிம் பாராளுமன்ற உறுப்பினர்களினதும் சமூக அரசியல் ஆதிக்கம் தளர்வுறத் தொடங்கியது. முற்றாகக் குழம்பி, பாதுகாப்பற்றதாக மாறிவிட்ட கிழக்கின் சூழலில் புதிய சமூகப் பிரிவுகளும், நவீன ஆயுதங்களின் பாவனைகளும் அதிகரித்துவிட்ட நிலையில், பழமையான இந்த நிலவுடைமையாளர்களால் தமது சமூக ஆதிக்கத்தைத் தொடர்ந்தும் பேணிக்கொள்ள முடியவில்லை.

இதே நேரத்தில் கிழக்கின் முஸ்லிம் பாராளுமன்ற உறுப்பினர்கள் மிகவும் சங்கடமான நிலையில் இருந்தார்கள். முஸ்லிம்கள்மீது விடுதலை அமைப்புகள் மேற்கொண்டிருந்த அராஜக செயற்பாடுகளை இவர்களால் கண்டிக்க முடியவில்லை. இவ்வாறு கண்டிப்பதால் அவர்களினதும், அவர்களது குடும்ப உறுப்பினர்களதும் உயிர் உடைமைகளுக்கு விடுதலை அமைப்புகளினால் பாதிப்புகள் ஏற்படலாம். மேலும் தமிழ்மக்கள் மத்தியில் அவர்கள் இனவாதிகளாக கருதப்படக்கூடிய சந்தர்ப்பங்கள் ஏற்படலாம். தமது தேர்தல் வெற்றிகளுக்கு ஓரளவு தமிழ் வாக்குகளையும் எதிர்பார்த்திருக்கின்ற இவர்களின் வெற்றிவாய்ப்பு இதனால் பாதிக்கப்படலாம்.

மறுபுறத்தில் தமிழ் மக்கள்மீது கொடூரமான அடக்குமுறைகள் மேற்கொண்டிருக்கின்ற இனவாத அரசைக் கண்டிக்கவோ கிழக்கில் தமிழ்-முஸ்லிம் உறவுகளைத் திட்டமிட்டு சீர்குலைத்து வருகின்ற ஆயுதப்படைகள் மற்றும் முஸ்லிம் ஆயுதப் பிரிவினரின் செயற்பாடுகளைக் கண்டிக்கவோ இவர்களால் முடியவில்லை. இவ்வாறு கண்டிப்பதால் அவர்களின் உயிர் வாழ்வும், அரசியல் வாழ்வும் கடுமையாக பாதிக்கப்படலாம். இத்தகைய இக்கட்டான நிலையில் தமிழ்மக்களின் பிரச்சினைகள் எப்படியாவது தீர்க்கப் படுவதும் தமிழ்-முஸ்லிம் ஐக்கியம் மீண்டும் உருவாக்கப்படுவதுமே அவர்களுக்குச் சாதகமாக அமையக் கூடியவையாக இருந்தன.

எனினும் இவர்களின் எதிர்பார்ப்புகளுக்கும் விருப்பத்திற்கும் மாறாக, பிரச்சினைகள் கடுமையாகிக்கொண்டே சென்றன. கிழக்கு முஸ்லிம்களிடையே தீவிரமடைந்து கொண்டிருந்த உணர்ச்சிக் குமுறலைக் கட்டுப்படுத்தக்கூடிய ஆற்றலை இப்பாராளுமன்ற உறுப்பினர்கள் இழந்துகொண்டிருந்தார்கள். அத்தோடு கிழக்கு முஸ்லிம்களிடையே சமூக ஆதிக்கத்தைப் பெற்றுக்கொண்டிருந்த புதிய பிரிவினரின் ஆவேசத்துக்குரியவர்களாகவும் இவர்கள் மாறி யிருந்தார்கள். குடும்ப, சமூக உறவுகளில் ஏற்பட்ட மாற்றங்களினால், இவர்களின் பரம்பரை ஆதரவாளர்களாக இருந்தவர்களின் எண்ணிக்கை நன்கு குறைந்து விட்டது. இவற்றின் மொத்த விளைவாக, முஸ்லிம் பாராளுமன்ற உறுப்பினர்களின் அரசியல் செயற்பாடுகள், கிழக்கில் படிப்படியே குறைந்துகொண்டு வந்தன. அவர்கள் மிகப் பெரும்பாலும் கொழும்பிலேயே தமது வாழ்க்கையைக் கழிப்பவர்களாக மாறினார்கள்.

இவ்வாறு 1985ஆம் ஆண்டிலிருந்து கிழக்கு முஸ்லிம்களின் சமூக பொருளாதார அரசியல் நிலைமைகளிலும் விழுமியங்கள் தொடர்பாகவும் ஏற்பட்டுக் கொண்டிருந்த மாற்றங்களின் விளைவாக, அவர்களின் கருத்துகளிலும் மாற்றங்கள் ஏற்படத் தொடங்கின. தமது தனித்துவம், உரிமைகள், முன்னேற்றம் என்பவை பற்றிய சிந்தனைகள் கிழக்கு முஸ்லிம்களிடையே தோன்றின. இவற்றை அழிக்கவும், தம்மைக் கீழ்ப்படுத்தவும் முயல்கின்ற விடுதலை அமைப்பு களிடமிருந்து தமது தனித்து வத்தையும் உரிமைகளையும் பாதுகாக்க வேண்டும் என்ற ஆவேசக் கருத்துகள் எங்கும் வலுப்பெற்றன. பரம்பரையாகப் பின்பற்றப்பட்டுவந்த சிங்களக் கட்சிகள் சார்ந்த அரசியலிலிருந்து அவர்கள் விடுபடத் தொடங்கினார்கள்.

இப்போதுதான் முதன்முதலாக சகல கிழக்கு முஸ்லிம்களையும் உள்ளடக்கிய சுயமான அரசியல் இயக்கத்தை முன்னெடுக்கக்கூடிய வாய்ப்பான சூழல் உருவாகியது. குடும்ப, பிரதேச, கட்சி எல்லைகளுக்கு அப்பால் கிழக்கின் சகல பகுதிகளிலுமுள்ள முஸ்லிம்களை ஒன்றிணைக்கக்கூடிய பொருத்தமான சூழல் இப்போதுதான் தோன்றியது. இதுநாள்வரை நிலவுடைமையாளர்களினதும், அவர்களின் செல்வாக்கிற்கு உட்பட்ட அரசியல்வாதிகளினதும் கட்டுப்பாட்டின் கீழ், நிமிர முடியாமல் முடக்கிவைக்கப்பட்டிருந்த படித்த முஸ்லிம் பிரிவினர் இப்போதுதான் தமது சமூகத்தின் அரசியல் தலைமையை வென்றெடுக்கக்கூடிய சாத்தியம் உருவாகியது. பொதுவாக வெவ்வேறு சமூகங்களிடையே முரண்பாடுகள் கூர்மையடைகின்ற போது, ஒடுக்கப்படுகின்ற சமூகத்தைச் சேர்ந்த படித்த, நடுத்தர வர்க்கப் பிரிவினரே தமது சமூகத்தின் 'தத்துவ ஊற்றாகவும்' அதன் அரசியல் உணர்ச்சியை ஒருமுகப்படுத்துகின்ற 'வடிகாலாகவும்' அமைகின்றனர். கிழக்கு முஸ்லிம்களைப் பொறுத்தவரையிலும் இந்தப் படித்த பிரிவினர்தான் இத்தகைய வரலாற்றுப் பாத்திரத்தை வகித்தார்கள். இவ்விதமாக 'இலங்கை முஸ்லிம் காங்கிரஸ்' ஒரு தனித்துவமான அரசியல் கட்சியாக பரிணாமம் அடைந்தது.

10

கிழக்கு முஸ்லிம்களின் தேசிய எழுச்சியும் இலங்கை முஸ்லிம் காங்கிரசும்

கிழக்கு முஸ்லிம் தேசிய எழுச்சியின் தொடக்கம்

மக்கள் திரள் ஒரு தேசமாக ஒன்றிணைவது சூழ்நிலைகளில் நிகழ்கிறது. இவற்றில் ஒன்றாக ஒரு சமூகம் ஒடுக்குமுறைக் குள்ளாக்கப்படுவது அமைகிறது. ஒரு சமூகத்தின் மீது பிற சமூகம்/ சமூகங்களினால் திட்டமிட்ட ரீதியில் தொடர்ச்சியாக ஒடுக்கு முறைகள் மேற்கொள்ளப்படும் போது ஒடுக்கப்படும் சமூகம் அவற்றிற்காக தனது எதிர்வினையைப் படிப்படியே வெளிப் படுத்துகின்றது. இந்த ஒடுக்குமுறைகளை வெற்றிகொள்வதற்காக அது படிப்படியே தன்னை ஒன்றிணைக்கிறது. தமக்கிடையில் நிலவும் பொது அடையாளத்தைக் கொண்டே தம்மீது ஒடுக்குமுறைகள் மேற்கொள்ளப்படுகின்றன என்பதை, ஒடுக்கப்படும் சமூகத்தினர் உணரும் போது அப்பொது அடையாளத்தின் கீழ் தம்மை ஒன்றிணைக்கிறார்கள். மொழி, மதம், கலாசாரம், பொருளாதாரம், நிறம் (Race) பிரதேசம், பாரம்பரியம், இனம் (Ethnicity) பொதுவான வரலாற்று அனுபவம் எனப் பல்வேறுபட்ட காரணிகளில் ஒன்று அல்லது பல ஒரு மக்கள் திரளை ஒன்றிணைக்கின்ற அடையாளங் களாக அமைகின்றன.

ஒடுக்கப்படும் சமூகத்தினர் இவ்வாறு தமக்கிடையே நிலவுகின்ற இதர வேறுபாடுகளைக் கடந்து பொது அடையாளத்தின் கீழ் ஒன்றிணைந்து தமக்கென தனியான அரசியலை முன்னெடுக்கின்ற போது அவர்கள் ஒரு தேசமாக அமைகின்றார்கள். அவர்களது தனியான அரசியல் இயக்கமானது இங்கு தேசிய இயக்கமாக மாற்றமடைகிறது.

1985 வன்முறை மோதல்களுக்குப் பின்னர், கிழக்கு முஸ்லிம்கள் தம்மை ஒரு தனியான தேசமாக ஒன்றிணைத்து, தேசிய இயக்கத்தை

முன்னெடுக்கக்கூடிய கிளர்ச்சி நிலையில் காணப்பட்டார்கள். 1985மோதல்களுக்குப் பின்னர் தாம் முஸ்லிம்களாக இருப்பதே தம் மீது விடுதலை அமைப்புகள் தாக்குதல்கள் மேற்கொள்ளக் காரணம் என்று கிழக்கு முஸ்லிம்கள் உணர்கின்ற வகையில் வரிசையாக சம்பவங்கள் நிகழ்ந்தன. விறகு எடுக்கவும், தம் கால்நடைகளைக் கவனிக்கவும், வியாபாரத்திற்காகவும், மீன்பிடிக்கவும், தமது வயல் நிலங்களுக்கும் சென்ற சாதாரண முஸ்லிம்கள் கொல்லப்பட்டதற்கும் பயணம் சென்று கொண்டிருந்த முஸ்லிம்கள் கடத்தப்பட்டுக் கொலை செய்யப்பட்டதற்கும், தமது பிரதேசங்கள், வியாபாரத் தலங்கள், மத, கலாசாரத் தலங்கள் போன்றவை விடுதலை அமைப்புகளினால் தாக்கி அழிக்கப்பட்டதற்கும் வேறு காரணங்கள் எதையும் கிழக்கு முஸ்லிம்களினால் கண்டுகொள்ள முடியவில்லை. கிழக்கின் எப்பகுதியைச் சேர்ந்த முஸ்லிம்களாயினும் தாம் முஸ்லிம் என்ற ஒரே காரணத்திற்காகவே அவர் எந்நேரமும் விடுதலை அமைப்புகளின் வன்முறைக்கு உள்ளாகலாம் என்ற அச்சத்தைக் கொண்டிருந்தார். இப்படிப்பட்ட சூழ்நிலையில் கிழக்கு முஸ்லிம்கள் தமது குடும்ப, பிரதேச, வர்க்க வேறுபாடுகளைக் கடந்து தாம் 'முஸ்லிம்கள்' என்ற பொதுவான உணர்வைப் பெற்றிருந்தார்கள். 'முஸ்லிம்கள்' என்ற பொது அடையாளத்தின் கீழ் கிழக்கு முஸ்லிம்களை ஒரு தேசமாக ஒன்றிணைத்து அவர்களிடையே தேசிய இயக்கத்தை முன்னெடுக்க வாய்ப்பான சூழ்நிலை இப்போது உருவாகியிருந்தது. கிழக்கு முஸ்லிம்களிடையே நிலவிய இத்தகைய கொந்தளிப்பு நிலைமையை 'இலங்கை முஸ்லிம் காங்கிரஸ்' பற்றிப் பிடித்தது. முஸ்லிம்களின் தனித்துவம், சுதந்திரம், உரிமைகள், பாதுகாப்பு, மதம் என்பவற்றை உணர்ச்சி மிகு முழக்கங்கள் ஆக்கி அது கிழக்கு முஸ்லிம்களை அரசியல் ரீதியாக ஒன்றிணைத்தது.

கிழக்கு முஸ்லிம்களின் தேசிய எழுச்சி 85இல் இடம்பெற்ற தமிழ்-முஸ்லிம் வன்முறை மோதல்களுடன் தோன்றியது. இத்தேசிய எழுச்சி ஒரு படிமுறை சார்ந்த வளர்ச்சியின் விளைவாக அல்லாமல் ஒரு திடீர் எழுச்சியாக அமைந்தது. 1985க்கு முன்னர் கிழக்கு முஸ்லிம்கள் வெகுசன அளவில் தமது அரசியல் தனித்துவம் பற்றியோ தமது உரிமைகளை உத்திரவாதம் செய்யும் தனியான அரசியல் அதிகார அலகு குறித்தோ சிந்தித்திருக்கவில்லை. தமது உரிமைகளைப் பெறுவதற்கான அரசியல் போராட்டங்கள் எதனையும் அவர்கள் முன்னெடுத்திருக்கவில்லை. தாம் ஒரு தனியான சமூகம் தமக்கென மறுக்க முடியாத உரிமைகள் இருக்கின்றன போன்ற பிரக்ஞை

அவர்களிடம் நிலவியிருக்கவில்லை. இவ்வகையில் 1985 வரையில் கிழக்கு முஸ்லிம்கள் ஒரு தேசிய இயக்கம் சார்ந்த அனுபவங்கள் எதனையும் பெற்றிருக்கவில்லை.

கிழக்கு முஸ்லிம்கள் பௌத்த சிங்கள இனவாத ஒடுக்கு முறைகளினால் கடுமையாகப் பாதிப்புற்றிருந்தார்கள் என்பது உண்மை. காணிப்பறிப்பு, விவசாயத்துறைக்கு ஏற்படுத்தப்பட்ட பாதிப்புகள், திட்டமிட்ட சிங்களக் குடியேற்றத்தின் விளைவால் ஏற்பட்ட அரசியல் பொருளாதார பாதிப்புகள், இதன் விளைவாக கிழக்கு முஸ்லிம் இளைஞர்களிடையே (குறிப்பாக அம்பாறை மாவட்ட இளைஞரிடையே) சிங்கள இனவாதத்திற்கும் அரசுக்கும் எதிரான உணர்வலைகள் என்பன கணிசமாக உருவாகியிருந்தன. ஆங்காங்கே சில முஸ்லிம் இளைஞர்கள் விடுதலை அமைப்புகளில் இணைந்தமைக்கும், 1984இல் கிழக்கில் (குறிப்பாக அம்பாறை மாவட்டத்தில்) பரவலாக இடம்பெற்ற இஸ்ரேல் எதிர்ப்பு ஆர்ப்பாட்டங்களுக்கும் பின்னணியாக சிங்கள இனவாதத்திற்கு எதிரான உணர்வலைகளும் காரணமாக இருந்தன.

எனினும் கிழக்கு முஸ்லிம்கள் சிங்கள இனவாத ஒடுக்கு முறைகளுக்கு எதிராக ஒன்றிணைந்த போராட்டத்தை முன்னெடுத்திருக்கவில்லை. இதற்குச் சில குறிப்பான காரணங்கள் இருந்தன.

முதலாவது, கிழக்கில் பௌத்த சிங்கள இனவாதமும், இனவாத அரசும் மேற்கொண்டு வந்திருக்கின்ற ஒடுக்குமுறைகள், அங்குள்ள முஸ்லிம்களைப் பாதித்த அதே வேளையில் அங்குள்ள தமிழ் மக்களையும் பாதித்திருக்கின்றன. இதனால் இனவாத ஒடுக்கு முறைகள் 'முஸ்லிம்கள்' என்ற வகையில் தம்மை இலக்காகக் கொண்டவை என அவர்களால் உணர முடியவில்லை.

இரண்டாவதாக, தெற்கு மற்றும் கிழக்கு முஸ்லிம் அரசியல் வாதிகள் சிங்கள இனவாதத்தின் ஒடுக்குமுறைகளுக்கு எதிரான வெகுசன நடவடிக்கைகள் எதனையும் கிழக்கு முஸ்லிம்கள் மத்தியில் முன்னெடுக்கவில்லை. ஒடுக்குமுறைகள் குறித்த விழிப் புணர்வையும் ஏற்படுத்தவில்லை. இதனால் கிழக்கு முஸ்லிம்கள் தாம் வாழ்ந்த பிரதேச அளவில் பௌத்த-சிங்கள இனவாத ஒடுக்கு முறைகளை உணர்ந்தார்களே தவிர அவை பிரதேச எல்லைகளைக் கடந்து, முழு கிழக்கு முஸ்லிம்களுக்கும் பொதுவானது என்ற பிரக்ஞையைப் பெறவில்லை.

மூன்றாவதாக கிழக்கு முஸ்லிம்கள் அதுவரைக்கும் சிங்கள கட்சிகளின் பரம்பரை ஆதரவாளர்களாக இருந்து வந்திருப்பதால், தம் மீதான சிங்கள இனவாத அரசின் ஒடுக்குமுறைகளை, கட்சி அரசியலுடன் இணைத்துப் புரிந்துகொள்ள முடியாதவர்களாக இருந்தனர். இந்தக் கட்சிகளில் போட்டியிட்டவர்கள் முஸ்லிம்களாகவும், தமது பிரதேசத்தைச் சேர்ந்தவராக அல்லது தமது அபிமானத்திற்குரியவர்களாகவும் இருந்தமையால், சிங்கள கட்சிகளுக்கும் தம் மீதான சிங்கள அரசின் ஒடுக்குமுறைகளுக்கும் இடையிலான உறவை அவர்களால் புரிந்துகொள்ள முடியவில்லை.

இவ்வாறு கிழக்கு முஸ்லிம்கள் 1985ஆம் ஆண்டு வரைக்கும் தாம் ஒரே அரசியல் விதியினால் பிணைக்கப்பட்டுள்ள ஒரு சமூகம் என்றோ தமக்கென தனியான அரசியல் இயக்கம் அவசியம் என்றோ உணராதவர்களாக இருந்துள்ளனர்.

விடுதலை அமைப்புகளினால் கிழக்கு முஸ்லிம்களின் மீது மேற்கொள்ளப்பட்ட அராஜகம் சிங்கள இனவாத ஒடுக்கு முறைகளில் இருந்து வேறுபட்டதாக இருந்தது. இந்த அராஜகம் கிழக்கு முஸ்லிம்களின் உயிர் வாழ்வு, பொருளாதாரம், கலாசாரம், மதம் என்பவற்றை நேரடி இலக்காகக் கொண்டதாயும் தொண்டுணரக் கூடியதாகவும் அமைந்திருந்தது. இந்த அராஜகம் அவர்களது தனிமனித, சமூக இருப்பை நேரடியாக அச்சுறுத்துவதாகவும் அதனால் இதிலிருந்து விடுபட வேண்டியதன் உடனடி அவசியத்தை வலியுறுத்துவதாகவும் அமைந்திருந்தது. விடுதலை அமைப்புகளின் அராஜக செயற்பாடுகள் அதிகரித்துச் செல்ல, கிழக்கு முஸ்லிம்கள் மத்தியில் தம்மையும் தமது நலன்களையும் உரிமைகளையும் பாதுகாக்க வேண்டும் என்ற உணர்வும் அதிகரித்து ஆழமாகிச் சென்றது. 1985 வன்முறை மோதல்களுக்குப் பின்னர் இந்த உணர்வலைகளின் திரட்சி தேசிய எழுச்சியாக வெளிக் கிளம்பியது.

முஸ்லிம் தேசிய எழுச்சியில் வன்முறை இயக்கம்

கிழக்கு முஸ்லிம்களின் தேசிய எழுச்சி எடுத்த எடுப்பிலேயே வன்முறை சார்ந்த வடிவம் பெற்றது. கிழக்கு முஸ்லிம்களைப் பொறுத்தவரை விடுதலை அமைப்புகளில் வன்முறையில் இருந்து தமது உயிர், உடைமைகளைப் பாதுகாப்பது என்பது உடனடிப் பிரச்சினையாக இருந்தமையால் அவர்கள் உடனடி யாகவே ஆயுதங்களுடன் தொடர்புகொண்டனர். இதனால் தேசிய இயக்கத்தின்

தொடக்கத்திலேயே ஜிஹாத் குழுக்கள், ஊர்க்காவல் அமைப்புகள் போன்ற ஆயுதப் பிரிவுகளும், அரச படையினருடன் சேர்ந்து செயற்படுவதும் இடம் பெறத் தொடங்கின.

இவ்வாறு கிழக்கு முஸ்லிம் தேசிய எழுச்சியின் ஆரம்பத்திலேயே தோன்றிவிட்ட வன்முறை இயக்கமானது அந்த முஸ்லிம்களின் தேசிய உணர்வைத் தொடர்ந்து வளர்த்தெடுக்கவும், அவ்வுணர்வை முழுமையாகப் பிரதிபலிக்கக் கூடிய வகையில் தேசிய இயக்கத்தை முன்னெடுத்துச் செல்லவும் தவறிவிட்டது. இவ்வன்முறை இயக்கத்தினால் அனைத்து கிழக்கு முஸ்லிம்களையும் ஒன்றிணைக்க முடியாமல் போனதோடு தான் செயற்பட்ட பிரதேசத்திலுள்ள முஸ்லிம்களின் தேசிய உணர்வையும்கூட வளர்த்தெடுக்க முடியவில்லை. அவர்களின் பிரதேச எல்லைகளைக் கடந்ததாகவும் பொதுவான இலக்கு நோக்கியதாயும் தேசிய உணர்வை வளர்த்தெடுக்க முடியவில்லை. இந்த இயக்கத்தை முன்னெடுத்துச் சென்றவர்களில் ஒரு பிரிவினரிடம் ஆழமான சமூக உணர்வுகள் காணப்பட்டன. எனினும் இவர்களுக்கு அரசியலிலும் ஆயுதப் போராட்ட முறையிலும் படிமுறை சார்ந்த வளர்ச்சி ஏற்படாமையால் தமது இயக்கத்தைத் தொடர்ச்சியாக முன்னெடுத்துச் செல்ல இவர்களால் முடியவில்லை. இன்னொரு பிரிவினரோ, சமூக நலன்களில் எந்த அக்கறையுமே அற்ற உதிரிப் பிரிவினராக இருந்தனர். இவர்கள் தமது செயற்பாடுகளுக்குரிய சமூகப் பெறுமதியைக்கூட உணரவில்லை. பெரிதும் தமது சுயநலன் கருதியே செயற்பட்ட இவர்கள் முஸ்லிம்களின் தேசிய இயக்கத்தை முன்னெடுத்துச் செல்வதற்குப் பதிலாக அரச படையினரின் கைக்கூலிகளாகவே மாறினர். வன்முறை இயக்கத்தை முன்னெடுத்தவர்களின் யதார்த்த நிலைமைகள் இவ்வாறு அமைந்து இருப்பதால், கிழக்கு முஸ்லிம்கள் அவர்களது தேசிய இயக்கத்தில் உறுதியாக அணி திரட்டப்படவும் அவர்களிடையே ஒரு தேசம் சார்ந்த உணர்வு தெளிவாக வளர்த்தெடுக்கப்படவும் முடியாது போயிற்று.

கிழக்கு முஸ்லிம்களிடையே குறுகிய காலத்தில் கணிசமான வளர்ச்சியைப் பெற்ற ஜிஹாத் அமைப்புகளை வழி நடத்தியவர்கள் அவற்றைக் கட்டுப்படுத்தி ஒழுங்காக முன்னெடுத்துச் செல்லக்கூடிய ஆற்றலை விரைவிலேயே இழந்துவிட்டனர். இவற்றின் தலைமைப் பொறுப்புகள் பல்வேறு நபர்களிடையே கைமாறிய போதிலும், எவராலுமே அவற்றைக் கட்டுப்படுத்தி ஒழுங்கமைக்க முடியவில்லை. ஓர் அமைப்பு தனது இலக்கு நோக்கி படிப்படியாக முன்னேற

முடியாமல் தேக்கமுறும் போது அவ்வமைப்பு சீர்குலைவுக்கு உள்ளாவது இயல்பு. அதன் உறுப்பினர்கள் மத்தியில் காணப்பட்ட போர்க்குணாம்சமும், சமூகநோக்கும் அகன்று சுயநலப் போக்குகள் முதன்மை பெறுகின்றன. கிழக்கு முஸ்லிம்களிடையே தோன்றிய ஜிஹாத் அமைப்புகள் இத்தகைய தேக்கநிலைமையையும் சீர்குலைவையும் விரைவிலேயே சந்தித்தன. அவற்றை வழிநடத்திச் சென்றவர்களுக்கு பொருளாதார மற்றும் அதிகார நலன்களே, பிரதான இலக்காகியது. பண மோசடியும் அதிகார துஷ்பிரயோகங்களும் தாராளமாக இடம்பெற்றன. சில இடங்களில் உட்கொலைகள் நடந்தன. முக்கிய உறுப்பினர்கள் ஏராளமான பணத்தைக் கையாடி தெற்கிற்கும் மத்திய கிழக்கு நாடுகளுக்கும் சென்றுவிட்டனர். இவ்வாறாக கிழக்கு முஸ்லிம்களிடையே கிட்டத்தட்ட 5 ஆண்டு காலம் நிலவிய இந்த வன்முறை இயக்கம் ஆங்காங்கே பல வடுக்களைப் பதித்து விட்டு இப்போது ஓய்ந்திருக்கிறது.

இலங்கை முஸ்லிம் காங்கிரஸ் (இமுக)

கிழக்கு முஸ்லிம்களிடையே வன்முறை சார்ந்த வடிவமானது முனைப்புற்ற வேளையில் அதற்கு அருகாக வன்முறை சாராத வடிவில் தேசிய இயக்கத்தை முன்னெடுக்கும் அமைப்பாக இலங்கை முஸ்லிம் காங்கிரஸ் (SMLC) வளர்ச்சியுற்றது. 'ஜிஹாத்' போன்ற வன்முறை இயக்கங்களால் ஒன்றுபடுத்தப்படாதிருந்த கிழக்கு முஸ்லிம்களின் தேசிய உணர்விற்கு பொருத்தமான வடிகாலாக முஸ்லிம் காங்கிரஸ் அமைந்தது. வன்முறை இயக்கத்தினுள் நேரடியாக இணைந்து கொள்ளத் தயங்கிய கிழக்கு முஸ்லிம்களின் பல்வேறு பிரிவினரும் தமது தேசிய உணர்வின் குவிமையமாக முஸ்லிம் காங்கிரசைக் கருதினர். இதனால், 1986 நவம்பரில் முஸ்லிம் காங்கிரஸ் 6ஆவது வருடாந்தர மாநாடு முடிவடைந்த மிகக் குறுகிய காலத்திலேயே இக்கட்சி பெரும்பாலான கிழக்கு முஸ்லிம் பிரதேசங்களில் தன்னை வலுவாக ஊன்றிக் கொண்டது. குறிப்பாக தமிழ்- முஸ்லிம் மோதல்கள் கடுமையாகவும் அடிக்கடியும் இடம்பெற்ற அக்கரைப்பற்று, சம்மாந் துறை, கல்முனை, காத்தான்குடி, ஏறாவூர், வாழைச்சேனை, ஓட்ட மாவடி, மூதூர் போன்ற இடங்களில் முஸ்லிம் காங்கிரசுக்குப் பெரும் ஆதரவு கிடைத்தது. முஸ்லிம் காங்கிரஸ் வன்முறை சார்ந்த முஸ்லிம் இயக்கங்களைக் கண்டிக்காமலும், அவற்றின் உறுப்பினர்களுடன் நல்லுறவையும் பேணியதால் கிழக்கு முஸ்லிம்களிடையே சக்திமிக்க ஓர் அரசியல் அமைப்பாக முஸ்லிம் காங்கிரஸ் உருவாக முடிந்தது.

இவ்வாறாக, கிழக்கு முஸ்லிம்களின் தேசிய உணர்வின் குவிமையமாக முஸ்லிம் காங்கிரஸ் அமைந்ததன் மூலமாகவே அது வரலாற்று முக்கியத்துவம் பெறுகிறது. முஸ்லிம்களிடையே எழுச்சி பெற்ற தேசிய உணர்வானது ஜிஹாத் முஸ்லிம் வன்முறை அமைப்புகளினால் இணைக்கப்படாமல் இருந்த நிலையில், அந்தத் தேசிய உணர்வை ஒருமுகப்படுத்தி அரங்கிற்கு கொண்டுவந்த வரலாற்றுப் பொறுப்பை முஸ்லிம் காங்கிரஸ் நிறைவேற்றி இருக்கிறது.

கிழக்கு முஸ்லிம்கள் முஸ்லிம் காங்கிரசிற்கு உறுதியான ஆதரவை வழங்கினர். மிகுந்த அர்ப்பணிப்புகளுடன் அதனை வளர்த்தெடுத்தனர். விடுதலை அமைப்புகளின் அச்சுறுத்தல்களுக்கும் சிங்கள கட்சிகளின் பாராளுமன்ற உறுப்பினர்களின் பழிவாங்கல் களுக்கும் மத்தியில் தமது நலன்கள் பலவற்றை விலையாகக் கொடுத்து கிழக்கு முஸ்லிம்கள் இதனைச் செய்தனர். அவர்களைப் பொறுத்த வரையில் இலங்கை முஸ்லிம்களின் வரலாற்றில் உருவாக்கப் பட்டுள்ள முஸ்லிம்களுக்கான தனிக் கட்சியை வளர்த்துப் பலப்படுத்த வேண்டும் என்பது ஒரு கடமையாக உணரப்பட்டது.

கிழக்கு முஸ்லிம்களிடையே நிலவிய தேசிய உணர்வு, 1987ஆம் ஆண்டு முதல் கிழக்கில் இடம்பெற்ற ஒவ்வொரு தேர்தலிலும் தெளிவாக வெளிப்பட்டது. கிழக்கு முஸ்லிம்கள் முஸ்லிம் காங்கிரசிற்கு தொடர்ச்சியாகத் தமது ஆதரவை வழங்கி வந்துள்ளனர். ஓரளவு ஏற்ற இறக்கங்கள் காணப்பட்ட போதிலும் இந்த ஆதரவு பலமானதாகவே இருந்துவருகின்றது. மறுபுறம், அவர்கள் சிங்களக் கட்சிகளைச் சேர்ந்த முஸ்லிம் அரசியல்வாதிகளை நிராகரிக்கும் போக்கும் படிப்படியாக அதிகரித்து வந்திருக்கின்றது. 1977 பொதுத் தேர்தலில் யுஎன்பி சார்பில் ஐந்து முஸ்லிம் உறுப்பினர்கள் தெரிவாயினர். ஆனால் 1989 பொதுத் தேர்தலில் யுஎன்பி சார்பில் மூன்று உறுப்பினர்களே தெரிவாயினர். (இவர்களில் இருவர் நியமன உறுப்பினர்கள்). 1994 பொதுத் தேர்தலில் யுஎன்பியிலிருந்து இரண்டு முஸ்லிம் உறுப்பினர்கள் மட்டுமே தெரிவாகியுள்ளனர். 1987மாகாண சபைத் தேர்தலில் சிங்களக் கட்சியைச் சேர்ந்த ஒருவர் தவிர (யுஎன்பி) கிட்டத்தட்ட சகல முஸ்லிம் வேட்பாளர்களும் தோற்கடிக்கப்பட்டனர். அதேசமயம், இமுக சார்பில் 1989 பொதுத் தேர்தலில் இரண்டு உறுப்பினர்களும் 1994இல் நான்கு உறுப்பினர்களும் கிழக்கில் தெரிவு செய்யப்பட்டனர் (நஜீப் ஏ. மஜீத்

இசுகவைச் சேர்ந்தவராக இருப்பினும் இமுக பட்டியலிலேயே தெரிவானார்) இவற்றுடன் வட கிழக்கு மாகாண சபை தேர்தல்களிலும் உள்ளூராட்சித் தேர்தல்களிலும் இமுக மீதான ஆதரவை கிழக்கு முஸ்லிம்கள் வெளிப்படுத்தி யிருந்தனர். இவற்றின் மூலம் அவர்கள் தெற்கு முஸ்லிம் தலைமையை அரசியல் ரீதியில் முற்றாக நிராகரித்து விட்டமையையும் அத்தலைமை மீதான மாயை இப்போது தமக்கு இல்லை என்பதையும் தெளிவாக எடுத்துக் காட்டினர்.

முஸ்லிம் தேசியமும் பெண்களும்

வடகிழக்கு முஸ்லிம் தேசியத்தில் முஸ்லிம் பெண்களின் பாத்திரம் காத்திரமானது. ஆரம்பத்திலிருந்தே இத்தேசிய இயக்கத்தில் முஸ்லிம் பெண்களும் ஈர்க்கப்பட்டு இத்தேசிய இயக்க வளர்ச்சிக்கு காத்திரமான பங்களிப்பை ஆற்றியுள்ளனர். 1985க்கு முன்னர் (வட) கிழக்கு முஸ்லிம் பெண்களின் அரசியல் பங்களிப்பு என்பது தமது குடும்ப ஆண்கள் சார்ந்துள்ள கட்சிக்கு தாமும் வாக்களிப்பது என்ற எல்லைக்குள் குறுக்கப்பட்டிருந்தது. கிழக்கு முஸ்லிம்களிடையெ திருமண உறவும் கூட பெரும்பாலும் ஒரே கட்சியைச் சார்ந்த குடும்பங்களிடையே ஏற்படுத்தப்படுவதால் ஒரு முஸ்லிம் பெண், கணவன் சார்ந்த கட்சிக்கு வாக்களிக்க முடிந்தது.

எனினும், 1980களில் இருந்து கிழக்கு முஸ்லிம் பெண்களின் இப்போக்கில் படிப்படியே மாற்றங்கள் ஏற்படத் தொடங்கின. 1970களில் இருந்த கிழக்கு முஸ்லிம் பெண்கள் மத்தியில் கல்வியின் பால் ஏற்பட்ட தீவிர ஆர்வம் அவர்களின் கருத்துகளிலும் பாதிப்பை ஏற்படுத்தியது. அத்தனை காலமும் இல்லாத வாறு கிழக்கு முஸ்லிம் பெண்களிடையே பரஸ்பர தொடர்புகள் அதிகமாக ஏற்பட்டன. குறிப்பிட்ட பிரதேசத்திலுள்ள பல பகுதிகளையும் சேர்ந்த பெண்களிடையே மாத்திரமின்றி, வெவ்வேறு பிரதேச பெண் களிடையிலும் தொடர்புகள் ஏற்பட்டன. கிழக்கு எங்கும் முஸ்லிம் பெண்கள் உயர்கல்வி கற்பதும் விரிவாக இடம்பெற்றது. இவர்கள் 1980களில் வாக்களிக்கத் தகுதியுடைய பெண்களின் எண்ணிக்கையில் கணிசமான அளவில் அமைந்தனர். இவர்களில் கணிசமானோர் மரபுவழியில் தமது வாக்குகளை அளிக்கவில்லை. இதற்கு ஒரு காரணம் இவர்கள் தமக்குத் கிடைத்த கல்வியினாலும் புதிய தொடர்புகளினாலும் கருத்து ரீதியில் குடும்பத்தாரிடமிருந்து மாறுபட்டவர்கள். இரண்டாவது இவர்கள் அரச உத்தியோகங்களில்

நாட்டம் கொண்டிருந்தனர். அரச உத்தியோகங்கள் பெறுவது அரசியல் மாற்றங்களுடன் தொடர்புடையதால் தமக்குச் சாதகமாக அமையும் கட்சிக்கு ஆதரவளிக்கும் போக்கை இவர்கள் எடுத்தனர்.

1980களில் காணப்பட்ட போட்டிப் பரீட்சை அடிப்படையிலான நியமனமுறை கட்சி, பால் வேறுபாடுகளைத் தாண்டி பலருக்கு உத்தியோகங்களை வழங்கியது. இதனால் கிழக்கில் ஆண்களுக்குச் சமமாக முஸ்லிம் பெண்களும் அரச உத்தி யோகங்கள் பெற்றனர். சுய உழைப்பும் புதிய தொடர்புகளும் காரணமாக மரபான குடும்பம் சார்ந்த கட்சி ஆதரவு என்ற போக்கு இவர்களிடையே வலுவிழக்கத் தொடங்கியது.

கிழக்கு முஸ்லிம் பெண்களிடையே கட்சி சார்ந்த உணர்வில் பாரிய தாக்கத்தை ஏற்படுத்திய மற்றொரு காரணியாக மத்திய கிழக்கு வேலை வாய்ப்பு அமைந்தது. 1980களின் நடுப்பகுதியில், கிழக்கு முஸ்லிம் பெண்கள் ஆயிரக்கணக்கில் மத்திய கிழக்கு வேலை வாய்ப்புப் பெற்றுச் சென்றதும், கிழக்கில் ஆண்களின் பாரம்பரிய தொழில் முயற்சிகளில் (விவசாயம், மீன்பிடி, மந்தை வளர்ப்பு, காட்டுத் தொழில், கூலித் தொழில்) பாதிப்புகள் ஏற்பட்டதும் முஸ்லிம் குடும்பங்களின் பண்பில் மாற்றங்களை ஏற்படுத்தின. இத்தனை காலமும் அனைத்துத் தேவைகளுக்குமே ஆண்களில் தங்கியிருந்த முஸ்லிம் பெண்கள் தற்போது ஆயிரக்கணக்கில் ஊதியம் பெறும் உழைப்பாளிகளாக மாறினர். தமது திருமணத்திற்கும், தமது குடும்பத்திற்குமான தேவைகளையும்கூட தமது உழைப்பின் மூலம் நிறைவேற்றினர்.

முற்றிலும் புதிய சூழலில் புதிய வாழ்க்கை முறைகளைச் சந்தித்த இவர்களின் கருத்துகளிலும் சொந்த வாழ்க்கை முறைகளிலும் மாற்றங்கள் ஏற்பட்டன. சுதந்திர உணர்வும் தனித்து நிற்கும் துணிவும் பெற்றனர். இக்கட்டத்தில் கிழக்கின் நிலை மோசமடைந்து, ஆண்களின் பாரம்பரியத் தொழில்கள் பாதிப்புற்றிருந்தமையால், குடும்பத் தேவைகளுக்கு உழைப்பவர்கள் (Bread winners) எனும் நிலையில் இருந்து பல ஆண்கள் அகற்றப்பட்டு இப்போது இவர்கள் (அதாவது மத்திய கிழக்கு சென்ற முஸ்லிம் பெண்களின் கணவன், தந்தை, சகோதரர்கள், மகன்மார்...) பெண்களின் உழைப்பில் தங்கியிருக்க வேண்டியவராயினர். இதன் பின்னர் ஆண்களின் ஆதிக்கத்தையும் கட்டுப்பாடுகளையும் முற்று முழுதாக ஏற்றுக் கொள்ளும் நிலையில் பெண்கள் இல்லை. இந்த நிலை பெண்களின் அரசியல் தேர்விலும் வெளிப்பட்டது.

சமகாலத்தில் கிழக்கு முஸ்லிம்கள் மீது விடுதலை அமைப்புகளின் அராஜகம் தீவிரமடைந்ததும், முஸ்லிம் பெண்கள் மத்தியில் தேசிய உணர்வும் தோற்றம் பெற்றது. விடுதலை அமைப்புகளின் அராஜகம் முஸ்லிம் பெண்களின் உடல், உள நிலைகளைக் கடுமையாக பாதித்தது. விடுதலை அமைப்புகளின் வன்முறைகள் காரணமாக வறுமையும் அகதி வாழ்வும் பற்றாக் குறைகளும் முஸ்லிம் பெண்களின் குடும்பச் சுமைகளைக் கடுமையாக்கின. குடும்பத்தி லுள்ள குழந்தைகள், வயோதிகர், நோயாளிகள் போன்றோரின் தேவைகள் உட்பட அனைத்து குடும்பச் சுமையும் இவர்களை அழுத்தின. மறுபுறம் அடுத்தடுத்த வன்முறைகளில் தமது உடைமை களையும், உறவினர்களையும் இழந்தும், விடுதலை அமைப்பு களினால் எந்நேரமும் தாக்கப்படலாம் என்ற அச்சமும் இந்தப் பெண்களை உளரீதியில் பாதித்தன.

இப்படிப்பட்ட சூழலில் தமது துயரங்களை முடிவுக்குக் கொண்டு வரக்கூடிய ஒரு புதிய அரசியல் இயக்கத்திற்கு ஆதரவளிக்கக் கூடியவர்களாக கிழக்கு முஸ்லிம் பெண்கள் காணப்பட்டனர். தொடக்கத்தில் கிழக்கு முஸ்லிம்களிடையே உருவான தேசிய இயக்கத்தின் வன்முறை சார்ந்த வடிவத்தில் இப்பெண்கள் நேரடியாக ஈடுபட முடியாதிருந்த போதிலும்கூட அவர்கள் அதனை ஆதரித்தனர். தமது பிரதேசத்தையும் மக்களையும் பாதுகாப்பதற்காக தமது பிள்ளைகளும் உறவினரும் ஊர்க்காவல் அமைப்புகளிலும் 'ஜிஹாத்' இயக்கங்களிலும் பங்குகொண்ட போது முஸ்லிம் பெண்கள் அதனை வரவேற்றனர்.

பின்னர், முஸ்லிம் தேசிய இயக்கத்தின் வன்முறை சாராத வடிவமாக முஸ்லிம் காங்கிரஸ் உருவான போது முஸ்லிம் பெண்கள் அதனை உணர்வுபூர்வமாக ஆதரித்தனர். படித்த நகர்ப்புற பெண்களில் இருந்து கிராமப்புற பெண்கள்வரை இந்த ஆதரவு பரந்தளவில் அமைந்தது. முஸ்லிம் காங்கிரஸ் தேர்தல்களில் வெற்றிபெற வேண்டும் என அவர்கள் நோன்பிருந்தனர். (விரதம் இருத்தல்) பிரார்த்தனை செய்தனர். வாக்களிப்புகளில் ஆர்வமாயும் தீவிரமாயும் பங்குபற்றினர். உண்மையில் முஸ்லிம் காங்கிரசின் ஒவ்வொரு தேர்தல் வெற்றிக்கும் பின்னே கிழக்கு முஸ்லிம் பெண்களின் ஆதரவு உறுதியான தளமாக அமைந்திருந்தது எனலாம். ஆண்களில் பலர் இன்னமும் ஐதேக-இசுக கட்சிகளுக்கு ஆதரவு வழங்கிய போதிலும் அவர்களின் குடும்பங்களைச் சேர்ந்த பெண்கள் இமுகக்கு ஆதரவை வழங்கினர்.

இவ்வாறாக முஸ்லிம் தேசிய இயக்கத்தில் முஸ்லிம் பெண்களின் பாத்திரம் மிகவும் காத்திரமானதாக அமைந்திருந்தது குறிப்பிடத் தக்கதாகும்.

இமுக தலைமை குறித்து

கிழக்கு முஸ்லிம்கள் அற்ப சலுகைகளையோ, சில அபிவிருத்தித் திட்டங்களையோ எதிர்பார்த்து இ.மு.கட்சிக்குத் தமது ஆதரவை வழங்கவில்லை. சிங்களக் கட்சிகளில் இருந்து, முஸ்லிம் அரசியல் வாதிகளிடமிருந்து கிடைக்ககூடிய சில சலுகைகளையும், அபிவிருத்திகளையும் உதறிவிட்டே அவர்கள் இ.மு. கட்சியை ஆதரித்தனர். தமது பாரம்பரிய பிரதேசங்களில் கௌரவமும், உரிமைகளும் கொண்ட சுதந்திர குடிமக்களாக பாதுகாப்புடன் வாழ விரும்புகிறார்கள் என்பதையே இமுகவுக்கு ஆதரவளிப்பதன் மூலம் வெளிப்படுத்தி வருகின்றனர்.

எனினும் இமுக தனது வரலாற்றுப் பாத்திரத்தை முழுமையாக நிறைவேற்றவில்லை. கிழக்கு முஸ்லிம்களின் தேசிய உணர்வை அடித்தளமாகக் கொண்டு உறுதியான தேசிய இயக்கத்தை முன்னெடுப்பதில் இன்றுவரை இமுக நேர்மையான அக்கறையுடன் செயல்படவில்லை. இவ்வாறு இமுக தனது சொந்த மக்களின் அரசியல் தேவைகளை நிறைவேற்றாமல் தவறியமைக்கு, குறிப்பாக அதன் தலைவரின் அரசியல் பண்புகளும், இலக்குகளுமே பிரதான காரணிகளாய் அமைகின்றன. இவற்றைத் தெளிவாக விளங்கிக் கொள்வதற்கு இமுக தலைவரான அஷ்ரப்பின் இன்று வரையிலான அரசியல் செயற்பாடுகள் குறித்து பரிசீலிப்பது அவசியமாகிறது.

இமுக, 1980ஆம் ஆண்டு உருவாக்கப்பட்டது. எனினும் இலங்கை முஸ்லிம்களுக்கென ஒரு தனியான அரசியல் கட்சியை உருவாக்கக் கடந்த காலங்களில் மேற்கொள்ளப்பட்ட ஏனைய முயற்சிகளுக்கு நடந்தது போலவே, இமுகவின் ஆரம்பமும் அமைந்திருந்தது. அதாவது, இமுக இலங்கை முஸ்லிம்களை, குறிப்பாக கிழக்கு முஸ்லிம்களையும்கூட, ஒன்றிணைக்கக்கூடிய ஆற்றலை அப்போது கொண்டிருக்கவில்லை. இக்கட்சியின் ஸ்தாபகரான காத்தான்குடியைச் சேர்ந்த அஹமட் லெப்பை, ஒரு நேர்மையான சமூக சேவையாளராக செயற்பட்டார். காத்தான்குடி மெத்தைப் பள்ளியின் நிர்வாக சபைத் தலைவராக இருந்த இவர், மத ரீதியாக மட்டுமன்றி, காத்தான் குடியின் சமூக, கலாசார, அரசியல் விடயங்களிலும் காத்திரமாகச்

செயலாற்றினார். இவர் தமிழ் மக்களின் போராட்டம் குறித்து அக்கறையும் ஆர்வமும் கொண்டிருந்தார். வடக்கு, கிழக்கு இணைக்கப்பட வேண்டும் எனவும் அதில் முஸ்லிம்களின் உரிமைகள் பாதுகாக்கப்பட வேண்டும் எனவும் கருதினார். எனினும் இவர், இமுகவுடன் ஏற்கனவே தாம் கொண்டிருந்த தொடர்புகளை அறுத்துக் கொள்ளாததோடு, இமுகவை முஸ்லிம்களின் தனிக்கட்சியாக உருவாக்குவதிலும், தீவிரமாகச் செயற்படவில்லை. 1983க்குப் பின்னர், தமிழ் மக்களின் போராட்டத் தலைமை தமிழ் இளைஞர்களிடம் கைமாறிய போது, இமுகவின் தலைமையும் முஸ்லிம் இளைய தலைமுறையிடம் ஒப்படைக்கப்படுவது அவசியம் எனக் கருதினார். இதனால், இமுகவின் தற்போதைய தலைவரான எம் எச்.எம். அஷ்ரப்பை 1984இல் கட்சித் தலைவராக முன்மொழிந்தார். இருந்தும் 1986 பிற்பகுதி வரைக்கும் இக்கட்சியினால் குறிப்பிடக்கூடிய செயற்பாடுகள் எதனையும் முன்னெடுக்க முடியவில்லை.

இக்கட்டத்தில்தான் இமுகவின் 6வது வருடாந்த மாநாடு, 1986 நவம்பரில் மிகுந்த பரபரப்புடன் கொழும்பில் நடத்தப்பட்டது. இம்மாநாடு குறித்து, தலைவர் அஷ்ரப், கட்சியின் ஸ்தாபகருக்கோ, அதன் முக்கிய ஆரம்ப கால உறுப்பினர்கள் பலருக்கோ முறையான அறிவித்தல் எதனையும் வழங்கியிருக்கவில்லை. மாநாடு நடைபெற ஒரு வாரத்திற்கு முன்பு, பத்திரிகைகளில் வெளியிடப்பட்ட விளம்பர அறிவித்தல்கள் மட்டுமே, இம்மாநாடு நடக்கவிருப்பது பற்றி கட்சியின் பல உறுப்பினர்களுக்குத் தெரியப்படுத்தின. தான் இவ்வாறு செயற்பட வேண்டியிருந்தமைக்கு முறையான அறிவித்தல் வழங்க கால அவகாசம் போதவில்லை என்று அஷ்ரப் விளக்கம் அளித்தார்.

எனினும், முஸ்லிம்களின் அரசியல் தலைவிதியில் பாரிய மாற்றங்களை ஏற்படுத்தக்கூடிய அளவிற்கு முக்கியத்துவம் பெற்றிருந்த அந்த மாநாடு ஏன் அவ்வளவு அவசரமாகக் கூட்டப்பட்டது என்பது பற்றியோ அஷ்ரப்பின் சொந்த மாவட்டமான அம்பாறை மாவட்டத்தில் இருந்து பெருந்தொகையானோரை இலவச போக்குவரத்து, உணவு மற்றும் இருப்பிட வசதிகளுடன் மாநாட்டில் பங்கு கொள்ளச் செய்வதற்கு மட்டும் எப்படி அவகாசம் கிடைத்தது என்பது பற்றியோ அஷ்ரப் தெளிவான விளக்கம் எதனையும் கூறவில்லை. எனவே அவர் எதிர்பார்த்தது போலவே, இந்த அவமதிப்பு காரணமாக இமுகவின் ஸ்தாபகர் உட்பட, முக்கிய ஆரம்ப கால உறுப்பினர்கள் பலர் அம்மாநாட்டில் கலந்துகொள்ளவில்லை.

இதற்கு மாறாக பல பகுதிகளில் இருந்து, குறிப்பாக அம்பாறை மாவட்டத்தில் இருந்து கலந்துகொண்ட புதியவர்களில் இருந்து மத்திய குழுவிற்கான உறுப்பினர்கள் தெரிவு செய்யப்பட்டனர். இவ்வாறு தெரிவு செய்யப்பட்டவர்களில் அம்பாறை மாவட்டத்தவரே அதிகமாக இருந்தனர். அஷ்ரப் தேசியத் தலைவர் என்ற புதிய அந்தஸ்திற்கு தன்னைத் தானே உயர்த்திக்கொண்டார். கட்சியின் முக்கிய பொறுப்புகள் அஷ்ரப்பின் ஆலோசனைப்படி ஏற்கனவே தீர்மானிக்கப்பட்டிருந்தவர்களுக்கு வழங்கப்பட்டிருந்தன. இவ்வாறு நியமிக்கப்பட்டவர்களில் முன்னாள் கட்சித் தவிசாளர் சேகு இஸ்ஸதீன், தற்போது மூத்த துணைத் தலைவர் என அழைக்கப்படும் மருதூர்க்கனி போன்றோர் முக்கியமானவர்களாவர். இவ்வாறு குறுகிய நோக்குடன் திட்டமிட்டு நடத்தப்பட்ட 6ஆவது வருடாந்த மாநாடு, இதுவரைக்கும் இலங்கை முஸ்லிம்களின் தலைமை எனக் கூறிவந்த தெற்கு முஸ்லிம் தலைமையை மாத்திமின்றி, செயல்திறன் குறைவான இமுகவின் ஸ்தாபகர் மற்றும் ஆரம்பகால உறுப்பினர்களையும் நிராகரித்த போக்கினை வெளிப்படுத்தியது.

இமுகவின் பரபரப்பான 6ஆவது மாநாடும் அதன் பின்னராக இமுகவின் வேகமான செயற்பாடுகளும் அன்றைய அரசியல் அரங்கில் சில கேள்விகளை எழுப்பின. இத்தனை காலமும் ஒரு கட்சியாக அடையாளம் காணப்படாமலும், பெருமளவில் அங்கத்தவர்களைக் கொண்டிராமலும் இருந்த இமுக இவ்வளவு பிரமாண்டமாக செயற்படுவதற்குரிய பொருளாதார வசதிகளை எவ்வாறு பெற்றுக் கொண்டது? சிங்கள இனவாதத்திற்கு எதிராகச் செயற்பட்ட தமிழ் கட்சிகள் மற்றும் அமைப்புகளின் சுதந்திரமான செயற்பாடுகளை எப்போதுமே அரசு கட்டுப்படுத்தி வந்துள்ள நிலையில் பௌத்த-சிங்கள இனவாதத்தையும் எதிர்த்துப் பிரச்சாரம் செய்துவந்த இமுகவினால் மட்டும் தங்கு தடையின்றி எப்படிச் செயற்பட முடிந்தது?

இவ்வினாக்களுக்கான பதிலை இமுக தலைவரே கூறினார். நல்லெண்ணம் மிக்க சில செல்வந்தர்கள் கட்சிக்குரிய முழுச் செலவையும் பொறுப்பெடுத்திருப்பதாயும், அதே சமயம் இமுக உறுப்பினர்களுக்கு அரச படையினரால் எவ்வித பாதிப்புகளும் எற்படாதவாறு கவனித்துக் கொள்வதாக தேசிய பாதுகாப்பு அமைச்சர் (லலித் அத்துலத் முதலி) உறுதி அளித்திருப்பதாகவும் கட்சியின் மத்திய குழு உறுப்பினர்களிடம் அஷ்ரப் தெரிவித்தார். தேசிய இயக்க

அரசியல் செயற்பாடுகளில் முதன் முதலாக பங்குகொண்ட இமுகவின் மத்திய குழு உறுப்பினர்களுக்கு கிழக்கு முஸ்லிம்களுக்கும் அஷ்ரப்பின் இக்கூற்றுகள் பிரமிப்பையும் ஊக்கத்தையும் அளித்தன. ஆனால் தனது சமூகத்தின் அரசியல் உரிமைகளுக்காகப் போராட முன்வந்த ஒரு கட்சி அந்தச் சமூகத்தின் வெகுசன பங்களிப்புகளில் பெரிதும் தங்கியிருக்காமல் யாரோ முகம் தெரியாத ஒரு சிலரின் ஆதரவில் தங்கியிருப்பதும் தமது மக்களின் உரிமைகளை மறுத்து சமூக இருப்பைச் சிதைத்து வருகின்ற சிங்கள அரசிடமே தமது கட்சி உறுப்பினர்களின் பாதுகாப்பை ஒப்படைப்பதும் அந்தக் கட்சிக்கு மாத்திரமின்றி அந்தச் சமூகத்திற்கும் அரசியல் ரீதியில் கடுமையான பாதிப்புகளை ஏற்படுத்தக் கூடியது. இதன் விளைவாக, சமூகத்தின் உரிமைகளுக்காகப் போராட முன்வரும் கட்சி இறுதியில் ஒரு சிலரால் கட்டுப்படுத்தப்பட்டு சீரழிவுக்குட்படுகின்ற நிலை படிப்படியே உருவாகின்றது.

கடந்த ஒன்பது வருடங்களுக்கும் மேலான இமுகவின் அனுபவங்கள் இந்த உண்மையைத் தெளிவுபடுத்துகின்றன. ஒரு புறம் இ.மு.கட்சியின் ஏகபோக அதிகாரம் படைத்த தலைவராக அஷ்ரப் உருவாகியிருக்கின்றார். கட்சிக்குள் விவாதங்கள் நடத்தி கருத்துகளை ஒன்று திரட்டி அவற்றின் அடிப்படையில் பொது முடிவுகளை எடுப்பதற்கு பதிலாக அஷ்ரப் தம் விருப்பப்படி முடிவுகளை எடுத்துச் செயற்படும் நிலை உருவாகியுள்ளது. கட்சியின் ஏனைய உறுப்பினர்களும் வடகிழக்கு முஸ்லிம்களும் தமது கட்சி விடயங்கள் தொடர்பாக அறியாமையில் இருத்தப்படவும் அஷ்ரப் முன்வைக்கும் எந்தத் தீர்மானங்களையும் அப்படியே ஏற்கவேண்டிய நிலையும் தோன்றியுள்ளது. மறுபுறம், இமுக உறுப்பினர்களின் பாதுகாப்பு தொடக்கத்திலிருந்து அரசிடம் ஒப்படைக்கப்பட்டுள்ளதால், இன்று வரை இ.மு.கட்சியினால் அரசின் கட்டுப்பாட்டை மீறி சுயமாகச் செயற்பட முடியவில்லை.

எந்தக் கட்சி ஆட்சிக்கு வந்தாலும் அதற்கு ஆதரவாகச் செயற்பட வேண்டிய நிலைக்கு இமுக தள்ளப்பட்டுள்ளது. இமுக எதிர்க்கட்சி வரிசையில் இருந்த சந்தர்ப்பங்களிலும்கூட வட-கிழக்கு முஸ்லிம்கள் மீது அரசினாலும் படைகளினாலும் மேற்கொள்ளப்பட்ட ஒடுக்குமுறைகளையும் வன்முறைகளையும் கண்டிக்கவோ அவற்றிற்கு எதிராக வெகுசன எதிர்ப்புகளைத் திரட்டி முன்செல்லவோ இமுகவால் முடியவில்லை.

வடகிழக்கு முஸ்லிம் தேசிய எழுச்சியின் விளைவாக புத்துயிர் படைத்த இமுக அத்தேசிய இயக்கத்தைத் தொடர்ந்தும் உறுதியாக முன்னெடுக்க வேண்டிய தனது வரலாற்றுப் பொறுப்பை இப்போது தவறவிட்டிருக்கிறது. பதிலாக அது ஒரு தேர்தல் கால அரசியல் கட்சியாக குறுக்கப்பட்டுள்ளது.

இந்நிலை ஏற்படுவதற்கு இமுக தலைவர் அஷ்ரப் முக்கிய காரணமாகின்றார். வட-கிழக்கு முஸ்லிம்கள் தமது சமூக அரசியல் இருப்புகளை உறுதிப்படுத்தி, சகல உரிமைகளையும் வென்று தருவதற்கான ஆணையை இமுகவுக்கு வழங்கியிருக்கின்றனர். இவ்வரலாற்றுக் கடமையை நிறைவேற்ற வேண்டிய பொறுப்பில் உள்ள அஷ்ரப், அதற்கான வெகுசன பங்குபற்றுதலுடன்கூடிய பல்வேறு அரசியல் போராட்டங்களை முன்னெடுக்க வேண்டிய கடப்பாட்டைக் கொண்டுள்ளார். இருப்பினும், அஷ்ரப் உரிமை களைப் பெறுவதற்கான அரசியல் களமாக தேர்தல்களை மட்டுமே கருதிச் செயற்பட்டு வருகின்றார்.

பொதுவில் தேர்தல்கள் ஒரு சமூகத்தின் அரசியல் உணர்வை ஓரளவு அளவிடக்கூடிய 'அரசியல் மானியாக' பயன்படுகின்றன என்பது உண்மையே. எனினும் தேர்தல் வெற்றிகளால் மட்டும் ஒரு சமூகம் தனது உரிமைகளை வென்றெடுக்க முடியாது. ஒரு சமூகம் தனது அரசியல் ஒற்றுமையையும் அபிலாசைகளையும் வெளிப் படுத்துகின்ற பிரச்சாரக் களமாக மட்டுமே தேர்தல்களைப் பயன்படுத்த முடியும். இதற்கு மேல், ஒரு ஒடுக்கப்பட்ட சமூகம் தேர்தல்களின் மூலமாக மட்டும் தனது உரிமைகளை வென்றெடுக்க உதாரணம் ஒன்றைக்கூட எடுத்துக் காட்ட முடியாது. தனது சமூகத்தின் உணர்வுகளை அரசியல் தளத்தில் உறுதியாகப் பிரதிபலிக்கக் கூடிய ஒரு தலைமையானது தேர்தல் மூலம் மக்கள் வெளிப்படுத்திய அரசியல் ஒருமைப்பாட்டை ஆதாரமாகக் கொண்டு அவர்களின் உரிமைகளை வென்றெடுக்க தேர்தலுக்கு புறம்பான நடவடிக்கைகளை முன்னெடுக்க வேண்டியது அவசியம். இவற்றால் மட்டுமே இறுதியில் ஒரு சமூகம் தனது உரிமைகளை வென்றெடுக்க முடிகிறது.

ஒடுக்கப்பட்ட சமூகத்தின் போராட்டத்தில், தேர்தல்களின் மட்டுப்படுத்தப்பட்ட பாத்திரத்தை ஓர் அரசியல் இயக்கத்தை வெறும் தேர்தல் இயக்கமாக மட்டும் குறுக்கும் போது குறிப்பிட்ட சமூகமானது தனது போராட்ட ஆயுதமான கட்சியின் பின்னே அணி திரளாமல் வெறுமனே வாக்களிப்பதுடன் நின்றுவிடுகிறது.

ஒரு சமூகத்தின் அரசியல் வெற்றிக்கு, அந்தச் சமூகத்தின் அரசியல் இயக்கத்தின் குவிமையமாக அமைகின்ற கட்சியே பிரதான ஆயுதமாகும். ஒரு கட்சி எந்தளவிற்கு மக்களாதரவில் தங்கி யிருக்கின்றதோ எந்தளவிற்கு மக்களை அரசியல் ரீதியில் அணி திரட்டி பல்வேறு வெகுசனப் போராட்டங்களில் ஈடுபடச் செய்கின்றதோ அந்தளவிற்கு அச்சமூகம் அரசியல் வெற்றி பெறுவது உறுதியாகிறது.

மாறாக அக்கட்சியானது வெறும் தேர்தல் கால அமைப்பாகி விடும்போது, அங்கு தனி மனிதர் ஆதிக்கமும், பதவி மோகமும், ஊழலும் செழித்து அக்கட்சியை சீரழித்துவிடுகிறது. தேர்தல்கள் ஒருபுறம் சமூகத்தின் அரசியல் உணர்வைப் பிரதிபலிக்கும். அதே சமயம் மறுபுறம் தனி மனிதர்கள் தமது நலன்களை உயர்த்திக் கொள்வதற்கான பல்வேறு வழிகளையும் திறந்துவிடுகின்றன. எனவே ஒரு கட்சி முற்றிலும் தேர்தல் அமைப்பாகிவிட்டால் அது மக்களுக்கு அரசியல் விழிப்பூட்டுவதை கைவிடுகிறது. சந்தர்ப்பவாத நிலைப் பாடுகளை மேற்கொள்கிறது. சந்தர்ப்பவாத கூட்டுகளை அமைக்கிறது. அங்கு தனிநபர் போட்டிகளும் கழுத்தறுப்புகளும் மேலோங்கு கின்றன. இவற்றின் விளைவாக கட்சி உ றுப்பினர்களிடையே சமூக உணர்வு மறைந்து சுயநலப் போக்குகள் ஊட்டம் பெறுகின்றன. கட்சியின் அதிகாரம் ஒரு சிலரின் கைகளில் குவிகின்றன.

இவை அனைத்துமே இ.மு.கட்சியினுள் நடந்தேறியுள்ளன. கட்சியின் 'தனிப்பெரும்' தலைவராகத் தன்னை உறுதிப்படுத்திக் கொள்ள அஷ்ரப் பல நடவடிக்கைகளையும் மேற்கொண்டு வந்துள்ளார். கட்சியின் ஸ்தாபகரும் அதன் ஆரம்பகால உறுப்பினர்களும் கட்சியிலிருந்து வெளியேறும் நிலையை ஏற்படுத்தினார். கட்சி நடவடிக்கைகளில் தன் சமகால உறுப்பினர் களாக இருந்து செயற்பட்ட முக்கிய உறுப்பினர்கள் படிப்படியே கட்சியிலிருந்து வெளியேறும் அல்லது வெளியேற்றப்படும் நிலையை ஏற்படுத்தினார். இறுதி முடிவை எடுக்கும் பூரண அதிகாரம் தலைவருக்கே என்ற நிபந்தனையைக் கட்சி யாப்பில் சேர்த்து, தனது முடிவையே கட்சியின் முடிந்த முடிவாக அஷ்ரப் மாற்றியிருக்கின்றார். அனுபவிமக்க உறுப்பினர்களைக் கட்சியிலிருந்து வெளியேற்றி அனுபவமற்ற புதியவர்களைக் கட்சியின் முக்கிய பொறுப்புகளுக்கு அவ்வப்போது நியமிப்பதன் மூலமாக, அவர்கள் மீது அஷ்ரப் தனது மேலாண்மையை இலகுவில் ஏற்படுத்தி வருகின்றார். தவிர, ஆட்சியிலுள்ள கட்சியின் உயர் அதிகாரத்திலுள்ளவர்களுடன்

நெருங்கிய உறவைப் பேணுவதனூடாக இமுக உறுப்பினர்கள் மத்தியிலும் முஸ்லிம்கள் மத்தியிலும் சக்திமிக்க ஒருவராகத் தன்னை உருவகப்படுத்துகின்றார். தன்னைப் பற்றிய ஒரு வகை பக்தி மிகுந்த பிரமிப்பைக் கட்சி உறுப்பினர்கள் மத்தியில் ஏற்படுத்தியுள்ளார்.

இவ்வாறு அஷ்ரப் மேலாதிக்க நிலையில் தன்னை இருத்திக் கொண்ட அதே வேளை, கட்சியும் அதன் உறுப்புகளும் அனுபவமற்ற உறுப்பினர்களைக் கொண்ட ஒரு கதம்பமாக உயிர்ப்பற்ற ஒன்றாக மாற்றப்பட்டுள்ளது. வட-கிழக்கு முஸ்லிம்களின் தேசிய உரிமைகள் குறித்தும் அவற்றை வென்றெடுப்பதற்கான வழிமுறைகள் குறித்தும் தெளிவான பார்வை அற்றவர்களை முக்கிய உறுப்பினர்களாகக் கொண்டதாய் கட்சி மாற்றப்பட்டுள்ளது. இதனால் அது அரசியல் ரீதியில் தனது முதிர்ச்சியை வெளிப்படுத்த முடியாததாக உள்ளது. வெறுமனே தேர்தல் வெற்றி, பதவிமோகம் என்பவற்றைக் குறியாகக் கொண்ட நபர்களை உள்வாங்குகின்ற ஒரு சந்தர்ப்பவாதக் கட்சியாக இமுக மாற்றப்பட்டுள்ளது.

முற்றிலும் தேர்தலையே இலக்காகக் கொண்டதாக இமுக வைக்கப்பட்டுள்ளதால், அதற்கும் மக்களுக்கும் இடையிலான உறவுகளும்கூட தேர்தல் உறவாகவே குறுக்கப்பட்டுள்ளது. வட-கிழக்கு முஸ்லிம்களின் தேசிய உணர்வை ஒன்றிணைப்பது என்பது தேர்தல்களின் போது இமுகவுக்கு வாக்களிப்பதாகவே அர்த்தம் கொள்ளப்பட்டுள்ளது. கட்சித் தலைமைக்குத் தேர்தல் வெற்றி யொன்றே இறுதி இலக்கு என்பதால் மக்களின் உணர்வுகளும்கூட அந்த மட்டத்திற்குள் வைக்கப்பட்டிருப்பதையே அது விரும்புகிறது. இது இத்தலைமைக்கு அவசியமானதும்கூட. மக்களின் அரசியல் உணர்வு தேர்தல் எல்லையைத் தாண்டும் போது அவர்கள் அத்தலைமையைக் கேள்விக்குள்ளாக்கித் தூக்கி எறிந்துவிட்டு புதிய தலைமையையும், புதிய வழிமுறைகளையும் நாடுகின்றனர். எனவே அஷ்ரப்பைப் பொறுத்தவரையில், கட்சியில் தனது மேலாதிக்கத்தைப் பேண வட-கிழக்கு முஸ்லிம்களின் அரசியல் உணர்வைத் தேர்தல் ஆதரவு என்பதுடன் மட்டுப்படுத்த வேண்டியுள்ளது. இதற்கு மேல் கட்சியும் மக்களும் அரசியல் வளர்ச்சியை எட்டுவது அஷ்ரப்பின் இருப்பிற்கு ஆபத்தானதாகிறது. இதனைத் தவிர்க்கவே அவர் பல வகையிலும் திட்டமிட்டுச் செயற்படுகின்றார்.

முதலாவதாக, இ.மு.கட்சிக்கு வாக்களிப்பதால் மட்டும் உரிமைகளைப் பெற்றுவிடலாம் என்ற கருத்தையே முஸ்லிம்கள்

கிழக்கு முஸ்லிம்களின் தேசிய எழுச்சி ❋ 115

மத்தியில் அஷ்ரப் பரப்பியுள்ளார். ஏறக்குறைய தொண்டமானையும், மலையக மக்களையும் ஒத்த மாதிரியை முஸ்லிம் களிடையே உருவாக்க அவர் முனைகின்றார். ஆனால், ஒரு முக்கிய விடயத்தை அவர் இங்கு மறைத்துவிடுகின்றார். அதாவது, மலையகத் தமிழர்கள் தொண்டமானையும் இலங்கைத் தொழிலாளர் கட்சியையும் தேர்தலில் ஆதரித்ததால் மட்டுமே சில உரிமைகளை வென்றெடுக்க வில்லை என்பதையும், கூடவே வேலை நிறுத்தம், சத்தியாக்கிரகம், உண்ணாவிரதம், பிரார்த்தனைப் போராட்டம் போன்ற பல்வேறு வெகுசனப் போராட்டங்கள் மூலமாகத்தான் அவற்றை வென்றெடுத் துள்ளார்கள் என்பதையும் அஷ்ரப் மறைத்து விடுகின்றார்.

இரண்டாவதாக முஸ்லிம்களிடையே அரசியல் விழிப் புணர்வை ஏற்படுத்துவதிலும் தமது உரிமைகளைத் தெளிவாகவும் பிரக்ஞை பூர்வமாக கண்டுகொள்ளச் செய்வதிலும் அஷ்ரப் காத்திரமான நடவடிக்கைகள் எதனையும் மேற்கொள்ளவில்லை. குறிப்பாக கட்சி உறுப்பினர்களினதும் மக்களினதும் அரசியல் உணர்வை உயர்த்தி, முனைப்புறச் செய்யும் கட்சி மாநாடு, கட்சிப் பத்திரிகை போன்ற தீர்க்கமான விடயங்களில் பயனுள்ள நடைமுறைகள் எதனையும அஷ்ரப் கொண்டிருக்கவில்லை.

கட்சி மாநாடுகளில், வட-கிழக்கு முஸ்லிம்களின் அரசியல் கோரிக்கைகளைத் திரட்டி, கறாராக வரையறுத்துத் திட்டவட்டமாக முன்வைத்ததில்லை. முக்கிய அரசியல் தீர்மானங்களை எடுப்பதாக மாநாடுகள் அமைவதில்லை. பதிலாக இம்மாநாடுகளை அவர் தேர்தல் பிரச்சாரக் கூட்டங்களைப் போலவே நடத்துகின்றார். ஆட்சி அதிகாரத்திலுள்ளவர்களிடம் தனது பலத்தைக் காட்டுகின்ற தனக்குள்ள விசுவாசத்தை வெளிப்படுத்துகின்ற, அவர்களை முகஸ்துதி செய்கின்ற களமாகக் கட்சி மாநாட்டை மாற்றியிருக்கின்றார். பொதுவாக ஒடுக்கப்படும் ஒரு சமூகத்தைப் பிரதிநிதித்துவம் செய்யும் ஒரு கட்சி நடத்தக்கூடிய மாநாட்டிற்கு முற்றிலும் முரணான வகையில் பிரமாண்டமாகவும், ஆடம்பரத்துடனும், ஒடுக்கும் சமூகத்தின் கட்சிப் பிரதிநிதிகளை அழைத்தும் மாநாடு நடத்தும் முதல் அரசியல் தலைவராக அஷ்ரப் விளங்குகின்றார்.

கட்சி மாநாடுகளை இவ்வாறு திட்டமிட்டு பிரமாண்டமாக நடத்துவதில் குறியாக இருக்கும் அஷ்ரப் கட்சிப் பத்திரிகை விடயத்தில் மௌனம் சாதிக்கிறார். முஸ்லிம்களின் உரிமைகளையும் அபிலாஷைகளையும் வெளிப்படுத்தி அவர்களின் தேசிய உணர்வை

மேலும் பலப்படுத்தி முன்னெடுப்பதில் காத்திரமான பாத்திரம் ஆற்றக்கூடிய கட்சிப் பத்திரிக்கையை வெளியிடுவதில் அறவே அக்கறைப்படாதவராக இருக்கின்றார். எந்தவொரு தேசிய இயக்கத்திலும் பத்திரிகை மிகுந்த முக்கியத்தும் உடையதாகும். தேசிய இயக்கத்தை நேர்மையுடனும், உறுதியுடனும் முன்னெடுத்துச் செல்லும் ஒரு தலைமை கட்சியின் நிலைப்பாட்டில் நின்று இத்தகைய பத்திரிகையைக் கட்சி மூலமாகவோ கட்சி சார்ந்த சிலர் மூலமோ வெளிக்கொண்டு வருவதில் தீவிர அக்கறை காட்டும். ஏனெனில் கட்சியின் கொள்கைகள் மக்களைச் சென்றடையும் ஒரு பிரதான மார்க்கமாக பத்திரிகை பங்கு பற்றுதலுடன் விவாதங்களை நடத்தும் களமாக பத்திரிகை அமைகிறது. அதன் மூலம் அவர்களின் அரசியல் தரத்தை உயர்த்தவும் அவர்களின் வளர்ச்சியைக் கண்டுகொள்ளவும் பத்திரிகை உதவுகிறது. தற்போது தமது சந்தர்ப்பவாத நிலைப் பாடுகளை விளக்க தெற்கு முஸ்லிம் தலைமையின் கருத்துகளுக்கு மறுப்புவிட இமுக இரவல் பத்திரிகைகளை நாடி ஓடவேண்டியுள்ளது. இவ்வாறு, தமது மக்களின் அரசியல் உணர்வை உயர்த்திப் பலப்படுத்தக் கூடிய ஒரு பத்திரிகை குறித்து அஷ்ரப் அக்கறை கொள்ளாதிருப்பது அறியாமையின் விளைவாகத் தோன்றவில்லை.

இமுகவானது முஸ்லிம்களது நேரடி பங்குபற்றுதலுடன் கூடிய ஒரு வெகுசனக் கட்சியாகவும் மக்களால் கண்காணிக்கப்படவும், விமர்சிக்கப்படவும் கூடிய ஒரு ஜனநாயகக் கட்சியாகவும் அமையக் கூடிய சாத்தியத்தை அஷ்ரப் தவிர்த்து வருகின்றார். ஒரு கட்சிக்கு அது பிரதிநிதித்துவப்படுத்தும் சமூகத்திற்கும் இடையே நெருங்கிய உறவு ஏற்படுவதில், அந்தக் கட்சி பொதுமக்களின் பங்களிப்பில் தங்கியிருப்பது பிரதான காரணியாகிறது. மக்களின் உணர்வு மற்றும் உடல்ரீதியான பங்களிப்பு மட்டுமின்றி, முக்கியமான பொருளாதார பங்களிப்பும் இப்பிணைப்பிற்கு அவசியம். அஷ்ரப்பைப் பொறுத்த வரையில் இமுகவின் பொருளாதாரத் தேவைகளுக்காக அவர் சொந்த மக்களில் தங்கியிராமல் இமுக அரசியலுடன் சம்பந்தமற்ற சில தனி நபர்களிடம் செல்கின்றார். இவ்வாறு நிதி வழங்குபவர்கள் குறித்தும் பெற்ற தொகை குறித்தும் கட்சிக்குள்ளேயே தெளிவான விவரங்கள் எதனையும் தெரிவிப்பதில்லை. கட்சியின் நிதி விவகாரங்களை முற்றிலும் தன்னிடம் வைத்திருப்பதன் மூலமாக அஷ்ரப் இமுகவில் தனது ஆதிக்கத்தை மேலும் வலுவாக நிலைநாட்ட முடிகிறது. தேவைக்கும் சந்தர்ப்பத்திற்கும் ஏற்ப, கட்சிக்கு உதவுகின்றவர்கள் என்ற பெயரில் சில நபர்களைப் பிரச்சாரப்படுத்தவும், அவர்களுக்கு

கட்சியிலும் பாராளுமன்றப் பிரதிநிதித்துவத்திலும் இடமளிக்கவும் அவரால் முடிகின்றது. இதற்கு உதாரணமாக புகாரிதீன், அஸித பெரேரா, ரவூப் ஹக்கீம், கஹைர் போன்றவர்களைக் குறிப்பிடலாம். வட-கிழக்கு முஸ்லிம்களின் தேசிய இயக்கத்துடன் எவ்விதத் தொடர்பும் இல்லாத இவர்கள் தமது பொருளாதார பலத்தினால் மட்டும், முஸ்லிம்களின் அர்ப்பணிப்பின் விளைவான கட்சி யினுள்ளும், அதன் பாராளுமன்ற பிரதிநிதித்துவத்தினுள்ளும் மிக எளிதாக இடம் பிடிக்க முடிந்தது.

இவ்வாறு தனிமனிதர்கள் சிலரின் நலன்களை உயர்த்தும் ஆதாரப்படையாக மாற்றப்பட்டு விட்ட கட்சியும், அதன் தலைமையும் முஸ்லிம்களின் தேசிய இயக்கத்தை முன்னெடுத்துச் செல்வதைக் கைவிட்டு பதிலாக ஒரு வீதி திருத்தவும் அதிகாரமற்ற உள்ளாட்சி சபைத் தேர்தல் வெற்றியை முஸ்லிம்களின் அரசியல் உரிமைகளை வென்றெடுப்பதற்கான வழிகளில் ஒன்றாக பிரச்சாரப்படுத்தி தமது அரசியல் வங்குரோத்தை வெளிப்படுத்துகின்றார்.

இமுக தலைவர் அஷ்ரப்பின் அரசியல் தலைமை இவ்வாறாக இருக்க, அவர் சகல திறமைகளும் மிக்க ‘அரசியல் வித்தகர்’ தான் என்ற தோற்றத்தை (Image) முஸ்லிம்களிடம் ஏற்படுத்த முயல் கின்றார். தனது தனித் திறமையின் மூலமாகவே முஸ்லிம்களின் உரிமைகளைப் பெற்றுவிட முடியுமென்ற கருத்தை ஏற்படுத்த அவர் முனைகின்றார். இதற்காக அவ்வப்போது பரபரப்பான அறிக்கைகளை வெளியிடுவதும் சில தனிநபர்களுடன் திரைமறைவில் ஒப்பந்தங்களைச் செய்து கொள்வதும், இத்தகைய இரகசிய ஒப்பந்தங்கள் குறித்து ஆரவாரமாகப் பிரச்சாரப்படுத்துவதும் அஷ்ரப்பின் அரசியல் வழிமுறைகளாக உள்ளன.

இவர் தன் செயல் முனைப்பற்ற தன்மையை மறைக்க வட-கிழக்கு முஸ்லிம்களின் அரசியல் உரிமைகளையும் வட-கிழக்கு இணைப்பு என்ற கருத்தையும் ஒன்றுடன் ஒன்று தொடர்புபடுத்துகின்றார். அதாவது வடக்கு. கிழக்கு மாகாணங்கள் நிரந்தரமாக இணைக்கப் படும் போது மட்டுமே முஸ்லிம்களுக்கு பிரச்சினை ஏற்படும். எனவே அப்போது முஸ்லிம்களுக்குத் தனியான அலகு தேவை என்றும் அவ்வாறன்றி இருமாகாணங்களும் தனித் தனியாகப் பிரிக்கப்படுமாயின் முஸ்லிம்களுக்கு எந்தப் பிரச்சினையும் இருக்காது. எனவே தனியான அதிகார அலகு தேவையில்லை எனவும் அஷ்ரப் பேசத் தொடங்கியுள்ளார். இவ்வாறு வட-கிழக்கு இணைப்பு- பிரிப்பு

என்பதுடன் அங்குள்ள முஸ்லிம்களின் உரிமைகளைத் தொடர்பு படுத்துவதன் மூலமாக, அந்த உரிமைகளைப் பெற தான் முன்னின்று போராட வேண்டிய கடமையிலிருந்து தப்பியோட அஷ்ரப் முயல்கின்றார்.

உண்மையில், வடக்கு கிழக்கு இணைப்பிற்கும் அங்குள்ள முஸ்லிம்களின் தேசிய இயக்கத்திற்கும் இடையே நேரடித் தொடர்பு எதுவும் இருந்ததில்லை. 1985 இல் வட-கிழக்கு முஸ்லிம்களிடையே தேசிய எழுச்சி ஏற்பட்ட போது, வடக்கு கிழக்கு இணைப்பு குறித்த கருத்து அங்கு நிலவியிருக்கவில்லை. இதனால் வட-கிழக்கு முஸ்லிம்களின் தேசிய எழுச்சியில் இந்த இணைப்பு என்ற சிந்தனை எவ்விதப் பங்கும் வகித்திருக்கவில்லை. பதிலாக வட-கிழக்கில் தாம் ஒரு தனியான சமூகம் என்ற வகையில் தமது உரிமைகள் நிலை நாட்டப்பட வேண்டும் என்ற புரிதலின் அடிப்படையிலேயே அம்முஸ்லிம்கள் தமது தேசிய இயக்கத்தை முன்னெடுத்தார்கள். இவ்வுண்மையை, வடக்கும் கிழக்கும் இணைக்கப்படும் போது மட்டுமே முஸ்லிம்களுக்குத் தனியான அதிகார அலகு தேவை என்பதாகத் திரித்து விடுவதன் மூலம் இம்முஸ்லிம்கள் ஒரே அரசியல் தலைவிதியினால் பிணைக்கப்பட்டிருக்கின்ற சமூகம் என்பதையும், எனவே இவர்களுக்கென தனியான அரசியல் அதிகார அலகு வரலாற்றுத் தேவையாக முன்னிறுத்தப்பட்டுள்ளது என்பதையும் அஷ்ரப் வேண்டுமென்றே மறைக்கின்றார்.

வடக்கும்-கிழக்கும் நிரந்தரமாகப் பிரிக்கப்படும்போது, அங்கு முஸ்லிம்களுக்கு என தனியான அரசியல் அதிகார அலகு தேவை யில்லை என அஷ்ரப் கூறுவதன் மூலமாக உண்மையில் வட-கிழக்கு முஸ்லிம்களுக்கு அவர் அரசியல் துரோகம் இழைப்பவராகின்றார். ஏனெனில் வடக்கும் கிழக்கும் தனித்தனியாகப் பிரிக்கப்படுமாயின் அவ்விரு பகுதிகளிலுமுள்ள முஸ்லிம்களின் அரசியல் பலம் கூறு போடப்படவும், உரிமைகள் சிதைக்கப்படவும் வாய்ப்புள்ளது. மேலும், இதுவரை வடக்கும் கிழக்கும் தனித்தனி அலகுகளாக பிரிந்திருந்த நிலையில்தான் கிழக்கு முஸ்லிம்களின் பாரம்பரிய பிரதேசமும், காணிகளும் சிங்கள அரசினால் பறிக்கப்படுவதும் சொந்த பிரதேசங்களிலேயே அவர்களின் செறிவு குறைக்கப்படுவதும் அவர்களின் பல்வேறு பொருளாதார முயற்சிகள் பாதிக்கப்படுவதும் இடம்பெற்றன. இந்த உண்மைகளை மறைப்பதன் மூலம் சொந்த மக்களுக்கு துரோகம் இழைப்பவராக மட்டுமல்ல, சிங்கள

இனவாதத்திற்கு துணைபோகின்றவராகவும் அஷ்ரப் மாறுகின்றார். முஸ்லிம்களது உரிமை தொடர்பான பிரச்சினையை வடக்கு-கிழக்கு இணைப்பு என்பதற்கு எதிராக மட்டுமே திருப்பிவிடுவதன் மூலம் இவர் தமிழர் தாயகத்தைக் கூறுபோட முனையும் சிங்கள பேரினவாதத்தின் கருவியாகவே உண்மையில் செயற்படுகின்றார்.

தவிர, வடக்கு, கிழக்கு இணைப்பையும் முஸ்லிம்களுக்கென தனியான அரசியல் அதிகார அலகையும் வலிந்து இணைத்து, இதன் மூலம் முஸ்லிம்களின் உரிமைகளை முற்றிலும் தமிழ் இன வாதத்துடன் மட்டுமே தொடர்புபடுத்துபவராக அவர் மாறுகின்றார். எனவே வடக்கு, கிழக்கு முழுவதையுமே தன் ஆதிக்கத்தின் கீழ் அடக்கி வைக்க முனைகின்ற சிங்கள இனவாதம் குறித்த தெளிவான புரிதல் முஸ்லிம்களிடம் ஏற்படுவதை அவர் தடுத்துவிட முயல்கின்றார். இவ்வாறாக அவர் தனது அரசியல் கடமைகளைத் துறந்தோடுவதுடன், இப்பிரச்சினையைத் தனது அரசியல் சதுரங்க விளையாட்டுக்கு ஒரு முக்கிய காயாகவும் பயன்படுத்தி வருகின்றார்.

ஒரு தேசிய இயக்கம் சமூகத்தின் பல பிரிவுகளையும் ஐக்கியப் படுத்தியே முன்னேறிச் செல்கின்றது. தேசிய இயக்கத்தில் பங்கு கொள்கின்ற இச்சமூகப் பிரிவுகள் தமக்கென தனித்துவமானதும், சில சமயங்களில் வேறுபட்டதுமான சில நன்மைகளைக் கொண்டிருப்பது தவிர்க்க முடியாதது. எனவே இவற்றை ஒன்றிணைத்து, பொதுவான தேசிய நலன்களை வெளிப்படுத்தும் வகையில் கோரிக்கைகளை வகுக்க வேண்டிய பொறுப்பு அத்தேசிய இயக்கத்தின் தலைமைக்கு உரியதாகும். தனது சமூகத்தின் மத்தியில் இத்தகைய ஐக்கியத்தை உறுதியாக ஏற்படுத்துவதற்கு தலைமையானது பல்வேறு சமூகப் பிரிவினரையும் பிரதிநிதித்துவப்படுத்தும் வகையில் அமைந்த ஒரு கூட்டுத் தலைமையாக இருப்பது அவசியமாகும்.

வட-கிழக்கு முஸ்லிம்களைப் பொறுத்தவரையில், அவர்கள் இத்தனை காலமும் பிரதேச தொடர்ச்சியின்மையும், முரண்பாடுகள், பிரதேச வாதங்கள் என்பவற்றையும் கொண்டு இருப்பதோடு, பிரதேச மட்டங்களின் அடிப்படையில் வேறுபடுகின்ற குறிப்பான தேவை களையும் கொண்டுள்ளனர். மேலும் அவர்கள் மத்தியில் கடந்த காலங்களில் நிலவிய மரபான கட்சி அரசியல் காரணமாக அவர் களிடையே ஐக்கிய தேசியக் கட்சி (UNP) இலங்கை சுதந்திரக் கட்சி (SLFP) என்ற பிளவுகளும், பகைமைகளும், பழிவாங்கல்களும் நிலவி வந்துள்ளன. எனவே இப்படிப்பட்ட பிளவுகளையும்,

முரண்பாடுகளையும் கடந்து, வட-கிழக்கு முஸ்லிம்களை ஒரே தேசிய இயக்கத்தின் கீழ் அணி திரட்டுவதற்கு கூட்டுத் தலைமையும் பொதுக் கோரிக்கைகளும் மிகவும் அவசியமாகின்றன. எனினும் இமுகவில் இத்தகைய நிலைமை இன்றுவரை ஏற்படவேயில்லை. அஷ்ரப்பின் தனி ஆதிக்கம் இமுகவில் நிலவுவது ஒருபுறமிருக்க, கட்சியின் முக்கிய பொறுப்புகளுக்கு அவரின் சொந்த மாவட்டமான அம்பாறையைச் சேர்ந்தவர்களே பெரிதும் நியமிக்கப்பட்டு வந்துள்ளனர். முழு வட-கிழக்கு முஸ்லிம்களின் தேசிய கட்சியாக உருப்பெற்ற இமுக, இன்று பண்புரீதியில், அம்பாறை மாவட்டத்தை முதன்மைப்படுத்துகின்ற ஒரு பிரதேசக் கட்சியாக குறுக்கப் பட்டிருக்கிறது. முழு வட-கிழக்கு முஸ்லிம்களின் நலன்களையும் பிரதிபலிக்கின்ற பொதுவான அரசியல் கோரிக்கைகளைத் திட்ட வட்டமாக வரையறுத்து முன்வைப்பதற்குப் பதிலாக, அம்பாறை மாவட்டத்தை மையப்படுத்திய கோரிக்கைகளே முதன்மையாக்கப் பட்டு வந்திருக்கின்றது. இதன் ஒரு வடிவமாகவே 'தென்கிழக்கு மாகாணம்' என்ற கோரிக்கையும் வெளிப்பட்டிருக்கின்றது. 'தென் கிழக்கு மாகாணம்' என்ற பெயரிடலே, கிழக்கு மாகாணத்தின் மத்திய, வடக்கு பிரதேசங்களான, மூதூர், கிண்ணியா போன்ற முஸ்லிம் பிரதேசங்கள்கூட கைவிடப்பட்டதாக அமைந்துள்ளமை இங்கு கவனிக்கத்தக்கது. இதன் காரணமாக வடகிழக்கின் ஏனைய பிரதேச முஸ்லிம்கள் இமுகவில் நம்பிக்கை இழக்கின்ற நிலை தோன்றி வருகின்றது.

வட-கிழக்கு முஸ்லிம்களின் நலன்களையும், உரிமைகளையும் முதன்மைப்படுத்தி செயற்படுவதற்குப் பதிலாக, அஷ்ரப் முழு நாட்டினதும், அனைத்து சமூகங்களினதும் பிரச்சினைகளுக்கு தீர்வு காண முயலும் ஒருவராக அடிக்கடி தன்னை வெளிப்படுத்தி வந்துள்ளார். இதில் அவரது அரசியல் சாணக்கியத்திற்கு பதிலாக அரசியல் முதிர்ச்சியின்மையை வெளிப்படுத்த வேண்டிய பொறுப்பில் எஸ்எல்எம்சியும் அதன் தலைவரும் உள்ளனர். இப்பொறுப்பைக் கைவிட்டு முழு நாட்டுப் பிரச்சினைக்குமான தீர்வு குறித்து அஷ்ரப் பேசுவதில் அர்த்தம் இல்லை.

ஒரு சமூகம் தன் சொந்த உரிமைகளை வென்று தருவதற்காகவே இ.மு.கட்சிக்கு ஆணையை வழங்கியுள்ளது என்ற உண்மையை அவர் தட்டிக் கழித்துவிடப் பார்க்கின்றார். சிங்கள அரசும் தமிழ் போராட்ட அமைப்புகளும் நவீன ஆயுதங்களை ஏந்தியபடி வட-கிழக்கு

முஸ்லிம்களுக்கு விரோதமான முறையில் செயல்படுகின்றன என்ற உண்மையை அஷ்ரப்பும் இமுகவின் ஏனைய உறுப்பினர்களும் தெளிவாகப் புரிந்துகொள்ள வேண்டும்.

ஒரு சமூகம் ˉனது அரசியல் உரிமைகளைக் கண்ணாமூச்சி விளையாடி வென்றெடுக்க முடியாது. சிங்க.., தமிழ் சமூகங்களின் முன்பாக சந்தர்ப்பத்திற்கு ஏற்ப கோரிக்கைகளையும் அறிக்கை களையும் மாற்றி மாற்றி வெளியிட்டு வருவதால் தமது மக்களின் உரிமையை வென்றுவிடலாம் என அஷ்ரப் கருதினால் அது அவரது அறியாமையின் விளைவாகும். முஸ்லிம்கள் சம காலத்தில் இருபக்க ஒடுக்கமுறைகளால் பாதிக்கப்பட்டு வரு கின்றார்கள். தமிழ் தேசத்தின் மீதான சிங்கள அரசின் ஒடுக்குமுறைகளும் அதற்கு எதிரான போராட்டமும் தொடர்ந்து உக்கிரமடைந்துகொண்டே செல்லும் என்பதை, அஷ்ரபும் இமுக தலைமையும் புரிந்துகொள்வார்களாயின், இந்த மோதல்களின் விளைவாக வட-கிழக்கில் எஞ்சியிருக்கின்ற முஸ்லிம்களின் சமூக இருப்பும்கூட அச்சுறுத்தலுக்குள்ளாகும் என்பதைத் தெளிவாக காண்பார்கள். இந்த நிலை ஏற்படுவதை முடிந்தவரை தவிர்க்க வேண்டுமாயின், அரசியல் தொலைநோக்கும் வெகுசனங்களை அணிதிரட்டும் போராட்ட வடிவங்களும், இம்முஸ்லிம்களின் பிரச்சினைகளை சர்வதேச மயப்படுத்துவதும் அவசியம். இப்படியான நடவடிக்கைகளை முற்கூட்டியே எடுக்காமல் விடப்படும் போதுதான் முஸ்லிம் சமூகத்தின் இருப்பு இருந்த இடம் தெரியாமல் சிதறடிக்கப்படும் வாய்ப்பு ஏற்படும். அதன் பிறகு விழிபிதுங்கிப் பயனில்லை. முதலாவதாக, வட-கிழக்கு முஸ்லிம்கள் ஏற்கனவே சிங்கள, தமிழ் இனவாதங்களின் ஒடுக்கு முறைகளுக்கு உள்ளாக்கப்பட்டிருக்கின்றார்கள். இரண்டாவதாக, இத்தகைய ஒடுக்குமுறைகளை மறைப்பதால் அல்ல, பகிரங்கத்துக்கு கொண்டு வந்து, தேவையான முன்னெடுப்புகளை மேற்கொள்வதால் மட்டுமே ஒரு சமூகம் தன்னை ஒடுக்குதல்களில் இருந்து விடுவித்துக் கொள்ள முடியும். உலகெங்கும் உள்ள ஒடுக்கப்பட்ட சமூகங்களின் தேசிய இயக்கங்களின் அனுபவங்கள் வெளிப்படுத்துகின்ற ஒரே உண்மை இதுதான்.

இன்று தலைவிரித்தாடும் கொடூர இன ஒடுக்குமுறைகளுக்கும், யுத்தப் பேரழிவுகளுக்கும் சிங்கள இனவாதமும், சிங்கள அரசுமே முதற்காரணம். எனவே இந்த அவலங்களை முடிவுக்குக் கொண்டு வர வேண்டிய பொறுப்பும் தொடக்கி வைத்தவர்களுக்கே உரியதாகும்.

ஆனால் இந்தப் பொறுப்பைத் தாம் நிறைவேற்றுவதற்குப் பதிலாக, சிங்கள அரசம், தலைமைகளும் மற்றைய சமூகங்கள் மீதான ஒடுக்குமுறைகளை மேலும் தீவிரப்படுத்தி வருவதோடு, ஒடுக்கப் படும் தமிழ், முஸ்லிம் சமூகங்களைத் தமக்கிடையில் மோதவிடுகின்ற நிலையைத் தொடர்ந்தும் ஏற்படுத்திவருகின்றன. ஒருபுறம் தமிழ், முஸ்லிம்களிடையே வன்முறைகளைத் தூண்டிவிடுவதோடு, மறுபுறம் தேசியப் பிரச்சினைக்கான அரசியல் தீர்வைக் காண்கின்ற பொறுப்பை தமிழ், முஸ்லிம் அரசியல்வாதிகளிடம் தள்ளிவிட்டு, இவ்விரு சமூகங்களிடையிலும் முரண்பாட்டை மேலும் ஆழப்படுத்தி விடுகின்றன.

இனப் பிரச்சினை தீர்வு தொடர்பாகவும், வடக்கு-கிழக்கு இணைப்பு மற்றும் முஸ்லிம்களின் உரிமைகள் தொடர்பாகவும் இமுக இந்தத் தமிழ் அமைப்புகளுடன் பல்வேறு பேச்சுவார்த்தைகளை நடத்தியுள்ளது. இவ்வாறாக தமிழ்த் தரப்புகளுடன் இணக்கம் காண மேற்கொள்ளப்பட்ட இம்முயற்சிகளில் ஏற்படும் தோல்வியின் மூலம் வட-கிழக்கு முஸ்லிம்களின் உரிமைகள் சிங்கள இனவாதிகளினால் உதாசீனப்படுத்தப்பட்டு கேலிக்குள்ளாக்கப்பட்டன என்ற உண்மையை அஷ்ரப் புரிந்துகொள்ள வேண்டும். இங்கு தமிழ்-முஸ்லிம் இணக்கமின்மையைக் காட்டி சிங்கள அரசும், இனவாதி களும் தப்பிக்க முயல்வதையும் அஷ்ரப் உணர்ந்துகொள்ள வேண்டும். இவ்வாறாக சிங்கள அரசின் 'சதிப் பொறியில்' சிக்கி, முஸ்லிம்களின் அரசியல் உரிமைகள் தொடர்ந்து பறிக்கப்படுவதற்கு அஷ்ரப் துணை போவது ஒருவகை சமூக துரோகமே.

சிங்கள அரசினதும், பௌத்த-சிங்கள இனவாதத்தினதும் சதிகள் குறித்து ஒடுக்கப்படும் சமூகம் என்ற வகையில் வட-கிழக்கு முஸ்லிம்கள் தெளிவான புரிதலைப் பெற வேண்டும். அரை நூற்றாண்டு காலமாக போராடி வருகின்ற தமிழ் மக்களுக்கு மிகச் சாதாரண உரிமைகளைக்கூட வழங்கத் தயாராக இல்லாத இந்த சிங்கள இனவாதமும் அரசும், தம்மால் ஒடுக்கப்படுகின்ற இன்னொரு சமூகமான வட-கிழக்கு முஸ்லிம்களின் உரிமைகள் விடயத்தில் தாராளமாக நடந்துகொள்ளும் என முஸ்லிம்கள் தப்புக்கணக்கு போட்டால், அது தமது சமூகத் தற்கொலைக்கு இட்டுச் செல்வதாகவே அமையும். இருந்தும், இன்று வரையிலான தனது அரசியல் முன்னெடுப்புகள் மூலம் அஷ்ரப், சாராம்சத்தில் சிங்கள அரசிற்கும், சிங்கள இனவாதத்திற்கும் அடிபணிந்துவிட்டவராகவே தன்னை

வெளிப்படுத்திவருகின்றார். அதிகாரத்திலுள்ள சிங்கள தலைவர் களை முகஸ்துதி செய்வதும், இலங்கை சிங்கள பௌத்த நாடு என ஏற்றுக்கொள்வதும், சிங்கள சமூகத்தின் தயவில் வட-கிழக்கு முஸ்லிம்களின் உரிமைகள் பாதுகாக்கப்பட வேண்டும் எனக் கூறுவதும் இதனை நிரூபிப்பதாக அமைகின்றன.

தமது தேர்தல் வெற்றியைக் கொண்டு அரசாங்கத்துடன் பேரம் பேசி வட-கிழக்கு முஸ்லிம்களின் உரிமைகளைப் பெற்று விட முடியும் என்ற அஷ்ரப்பின் பிரச்சாரங்கள் தவறானவை என்பது இன்றைய அரசாங்கத்தின் 'பங்காளிகளாக' அவரும் இமுக உறுப்பினர்களும் ஆன பின்னர் தெளிவாக நிரூபிக்கப்பட்டு வருகின்றது. அரசாங்கத்தின் இருப்பைத் தீர்மானிக்கும் 'சக்தி' பெற்றவராயும் புனர்வாழ்வு அமைச்சராயும் அஷ்ரப் இருக்கின்ற போதிலும், வடக்கிலிருந்து வெளியேற்றப்பட்டிருக்கும் முஸ்லிம்கள் புனர்வாழ்வு விடயத்தில் காத்திரமாக எதுவும் செய்ய முடியவில்லை.

அகதிகள் என்ற பெயரே இல்லாத வகையில் அவர்களுக்கு அடிப்படைத் தேவைகள் அனைத்தையும் வழங்கி மறு வாழ்வு அளிப்பேன் என்ற வார்த்தைகள் இன்று மறந்துவிட்ட ஒன்றாகி விட்டது. மூதூரின் மையப் பகுதியில் சிங்களவர்களுக்கு காணி வழங்கி குடியேற்றப் பட்டதையும், ஏறாவூர், புல்மோட்டை போன்ற பகுதிகளில் முஸ்லிம்கள் அரச படைகளால் தாக்கப்பட்டதையும், கொல்லப்பட்டதையும் அஷ்ரப்பினாலும் அவரது பாராளுமன்ற சகாக்களினாலும் தடுக்க முடியவில்லை. இவை அனைத்தும் வெளிப்படுத்தும் உண்மை இதுதான்: இனவாதத்தால் இறுகிப் போயிருக்கும் சிங்கள அரசின் ஓர் அங்கமான அரசாங்கத்தில் ஒடுக்கப்படும் சமூகங்களின் பிரதிநிதிகள் அமைச்சர் பதவிகளை வகிப்பதன் மூலமாக அந்தச் சமூகங்கள் உரிமைகளைப் பெற்றுவிட முடியாது. மாறாக, தனது சமூகத்தின் உரிமைகளைத் தாரைவார்த்து விட்டே இவர்கள் அமைச்சர்களாக நீடிப்பது சாத்தியப்படும். ஒடுக்கப்படும் சமூகங்கள் மற்றொரு உண்மையையும் புரிந்துகொள்ள வேண்டும். அதாவது சிங்கள இனவாத அரசில் அங்கம் வகிக்கின்ற தமது அமைச்சர்களைவிட அந்த அரசு நிறுவனங்களில் பணிபுரிகின்ற ஒரு சிங்கள எழுதுவினைஞர் (கிளர்க்) அதிக அதிகாரமுடையவனாக இருக்கின்றான் என்பதே அந்த உண்மையாகும்.

ஒருபுறம் சிங்கள இனவாதமும் மறுபுறம் தமிழ் இனவாதமும் வட-கிழக்கு முஸ்லிம்களின் சமூக இருப்பை வேரறுத்துக்

கொண்டிருக்கும் நிலையில், அவர்கள் தமது தேசிய இயக்கத்தை வலிமையுடன் முன்னெடுத்தாக வேண்டியுள்ளது. இப்படிப்பட்ட தேசிய இயக்கத்திற்குத் தலைமை தாங்கக்கூடிய ஒரு தேசியத் தலைவராக அஷ்ரப் இருக்கின்றாரா? தமது உரிமைகளை வென்று தரக்கூடிய ஒரு அரசியல் போராட்ட தலைவராக அவர் தன்னை வெளிப்படுத்தியிருக்கின்றாரா? என்பதைத் தீர்மானிக்க வேண்டிய நிலையில் வடகிழக்கு முஸ்லிம்கள் உள்ளனர்.

தனது ஒன்பது ஆண்டுகால இ.மு. கவைச் சார்ந்த அரசியல் வாழ்வின் மூலமாக அஷ்ரப் தன்னை ஒரு பாராளுமன்ற பிழைப்பு வாத அரசியல்வாதியாகவே வெளிப்படுத்தி வந்துள்ளார். தனது அதிகாரத்தையும் நலன்களையும், செல்வாக்கையும் பாதுகாப்பதில் குறியாக இருக்கும் ஒரு சந்தர்ப்பவாத அரசியல் தலைவராகவே தன்னை அடையாளம் காட்டியுள்ளார். அரசியல் பண்பில் அவர் தெற்கு முஸ்லிம் தலைமையிலிருந்து அதிகம் வேறுபடவில்லை. இனவாதத்துடன் பணிந்துபோகின்றார். அதனுடன் சமரசம் செய்கின்றார். அவரும் அவரின் சகாக்களும் தமது வாழிடங்களையும், பொருளாதார முயற்சிகளையும் கொழும்பை மையப்படுத்தியதாக மாற்றியிருக்கின்றனர். இதனால் இவற்றைப் பாதுகாக்க சிங்கள அரசின் தயவை நாட வேண்டியுள்ளனர்.

இறுதியாக இமுக தலைவர் அஷ்ரப் பற்றி ஒன்றைத் தெளிவாக குறிப்பிட முடியும். வடகிழக்கு முஸ்லிம்கள் ஒரு தனியான தேசமாக உருவாகிவிட்டார்கள் என்பதும் அவர்களின் தேசிய இயக்கத்தில்தான் அவர் தனது அரசியலை நடத்திக்கொண்டிருக்கிறார் என்பதும் அஷ்ரப்பிற்கே தெரியவில்லை. முஸ்லிம் தேசத்தின் அரசியல் கோரிக்கைகள் என்ன என்பதைக்கூட இதுவரை இமுக திட்ட வட்டமாக வெளிப்படுத்தவில்லை. தனியான மகாகாண சபை நிபந்தனையுடன் கூடிய வடக்கு கிழக்கு இணைப்பு, தனியான இராணுவம் எனப் பல கோரிக்கைகளை அவ்வப்போது அஷ்ரப் முன்வைத்துள்ளார். இப்போது வடக்கு, கிழக்கு பிரிப்புதான் முஸ்லிம்களின் கோரிக்கை என்பது போல பேச முற்படுகிறார். மறுபுறம் தென்கிழக்கு மாகாண சபை எனவும் இரகசியமாக ஆலோசனை நடத்துகின்றார். இப்படியாக அடிக்கடி சந்தர்ப்பத்திற்கு ஏற்ப கோரிக்கை களை முன்வைப்பதும் பின்பு கைவிடுவதுமாக செயற்பட்டு வந்துள்ளார். உண்மையில் மக்களுடைய பங்கு பற்றுதலுடன் கூடிய விரிவான விவாதத்தை நடத்தி முஸ்லிம் மக்களது அரசியல்

கோரிக்கைகள் இவைதாம் என்பதைத் தெளிவாக முன்வைக்க முடியாத ஒரு அமைப்பாகவே இமுக இதுவரை இருந்துவருகின்றது.

இதன் காரணமாக இமுகவும் வடகிழக்கு முஸ்லிம்களின் தேசிய இயக்கமும் தேக்கத்திற்கும் ஓரளவு பின்னடைவிற்கும் உட்பட்டுள்ளது. இருந்த போதிலும், இம் முஸ்லிம்களின் தேசிய உணர்வு இன்னமும் உள்ளார்ந்து உயிர்த்துடிப்பு மிக்கதாகவே உள்ளது. வடகிழக்கில் தமக்கென தனியான அரசியல் அதிகார அலகு உருவாக்கப்படுவதன் மூலமாக மட்டுமே தமது சமூக இருப்பும், உரிமைகளும், பாதுகாப்பும் உறுதிப்படுத்தப்படும் என்பதில் அவர்கள் இன்னமும் திடமாகவே உள்ளனர். இவற்றை அடைவதற்காக தமக்கென தனியான அரசியல் கட்சி அவசியம் என்பதில் அவர்கள் உறுதியாக இருக்கின்றனர். அஷ்ரப்பின் அதிகாரத்துவப் போக்குகளும் சந்தர்ப்பவாத அரசியலும் தமது உரிமைகளைப் பெற்றுத் தராது என்பதை வட-கிழக்கு முஸ்லிம்கள் படிப்படியே உணர்ந்து வருகின்றார்கள். எனினும் ஒரு பொருத்தமான தேசிய தலைமை தம்மிடையே இன்னமும் உருவாகாததால், அஷ்ரப்பின் தலைமையத் தொடர்ந்தும் ஆதரிக்க வேண்டிய நிர்ப்பந்தத்தில் வட-கிழக்கு முஸ்லிம்கள் இருக்கின்றனர்.

வடக்கு கிழக்கு முஸ்லிம்களும் கிழக்கின் சில பிரதேசங்களைச் சேர்ந்த முஸ்லிம்களும் இமுகவில் இருந்து கணிசமாக விலகி நிற்பதற்கான காரணம் அவர்களின் தேசிய உணர்வு மழுங்கிவிட்டது என்பதால் அல்ல.

மாறாக, அஷ்ரப்பின் மீதான அவநம்பிக்கை காரணமாகவே அவர்கள் இமுகவிலிருந்து விலகி நிற்கின்றார்கள். இவ்வாறு விலகி நிற்பவர்களிடம் மீண்டும் சிங்கள கட்சிகளுக்கு ஆதரவளிக்கும் போக்கு மேலோங்கியிருப்பதால் தமக்கேயுரிய அரசியல் குறித்தும், தமது அரசியல் உரிமைகள் பாதுகாக்கப்படுவது குறித்துமே இன்னமும் சிந்திக்கின்றனர். இவ்வாறு இவர்கள் இமுகவிலிருந்து விலகி நிற்பது, வட-கிழக்கு முஸ்லிம்களின் தேசிய இயக்கம் பலவீனப்பட்டுவிட்டது என்பதையோ, மறைந்து கொண்டிருக்கிறது என்பதையோ குறிக்காது.

மாறாக, பிற்போக்கு சந்தர்ப்பவாத தலைமையிடமிருந்து விடுபடும் போக்கு ஆரம்பித்துவிட்டது என்பதையும், ஒரு தனியான தேசம் என்ற வகையில், அவர்களிடையே உறுதியான ஐக்கியம் கட்டியெழுப்பப்பட வேண்டும் என்பதையுமே காட்டுகிறது.

முஸ்லிம் தேசிய இயக்கம் இன்று ஒரு மாற்றுத் தலைமையை வேண்டி நிற்கிறது. வட-கிழக்கு முஸ்லிம் தேசத்தை மேலும் பலப் படுத்தி தமது அரசியல் எதிர்காலத்தைத் தீர்மானிக்கின்ற சுய நிர்ணய உரிமை தமக்கு இருக்கிறது என்ற தெளிவுடன், அவ்வுரிமையை நிலை நாட்டுவதற்கான அரசியல் நடவடிக்கைகளில் அவர்களைப் பங்கு கொள்ளச் செய்கின்ற ஒரு புதிய தலைமை அவசியமாகின்றது. தம்மை இருபுறமும் ஒடுக்குகின்ற சிங்கள இனவாதத்தையும், தமிழ் இனவாதத்தையும் எதிர்கொண்டு அந்த வழிமுறைகளை இனங்கண்டு, முஸ்லிம்களை அரசியல் போராட்ட நடவடிக்கைகளில் பங்கு கொள்ளச் செய்கின்ற ஒரு போராட்டத் தலைமை அவசிய மாகின்றது. வட-கிழக்கு முஸ்லிம்களில் தங்கியிருப்பதாயும் அவர்களின் பிரச்சினைகளையும் போராட்டத்தின் நியாயத் தன்மையையும் சர்வதேச மயப்படுத்துபவர்களாயும் அமைகின்ற ஒரு தீர்க்கமான தலைமை அவசியமாகின்றது.

இமுகவிலிருந்து வெளியேறிய அல்லது வெளியேற்றப்பட்டவர் களில் சிலர் மாற்றுத் தலைமையாக அமைவதற்கும், புதிய கட்சியை அமைக்கவும் அவ்வப்போது முயன்றுவந்துள்ளனர். ஆனால் இவர்கள் முஸ்லிம்களின் தேசிய இயக்கத்தைத் தலைமை தாங்கி உறுதியாக முன்னெடுக்க வேண்டும் என்ற நோக்கத்தைக் கொண்டிருக்கவில்லை. மாறாக, எப்படியும் அஷ்ரப்பை வீழ்த்த வேண்டும் என்பதே இலக்காக இருந்தது. இவர்கள், அஷ்ரப் தவறவிட்ட அரசியல் பாத்திரத்தை நிரப்பி, பண்பில் அஷ்ரப்பிலிருந்து வேறுபட்ட ஒரு தலைமையாகத் தம்மை வெளிப்படுத்துவதற்குப் பதிலாக, நபர் என்ற அளவில் மட்டும் அஷ்ரப்பிற்கு மாற்றாகத் தாம் வர விரும்பினர். இதனால் இவர்களின் முயற்சிகள் தோல்வி யடைந்ததோடு, இறுதியில் இவர்களின் சுயநலத் தோற்றங்களும் அம்பலமாயின. இவ்வகையில் இமுகவின் முன்னாள் தவிசாளர் சேகு இஸ்ஸதீன் இதற்கு உதாரணமாகின்றார். முன்பு கட்சியின் தீர்மானம் எதுவும் இன்றி ஜனாதிபதி தேர்தலில் பிரேமதாஸாவை ஆதரிப்பது என்று தன்னிச்சையாக அஷ்ரப் கருத்து வெளியிட்டதைக் காரணம் காட்டி இமுகவிலிருந்து வெளியேறி, 'முஸ்லிம் கட்சி' என்ற தனிக் கட்சியும் ஆரம்பித்த சேகு இஸ்ஸதீன் பின்னர், ஐக்கிய தேசியக் கட்சியில் இணைந்துகொண்டதன் மூலம் தனது உண்மைத் தோற்றத்தை அப்பட்டமாக்கிக்கொண்டார். உண்மையில், வட கிழக்கு முஸ்லிம்களின் தேசிய அரசியலில் ஊன்றி நின்று அதனை தெளிவாகவும், உறுதியாகவும் முன்னெடுப்பதால் மட்டுமே

முஸ்லிம்களின் பலமான ஆதரவை ஒரு மாற்றுத் தலைமை பெற்றுக் கொள்ள முடியும் என்பதை முஸ்லிம்களின் மத்தியிலுள்ள முற்போக்கு, ஜனநாயக சக்திகள் புரிந்துகொள்ள வேண்டும்.

கிழக்கு எங்கும் அரச படைகளும், விடுதலைப்புலிகளும் ஆதிக்கம் செலுத்துகின்ற நிலையில், முஸ்லிம் மத்தியில் உருவாகக்கூடிய முற்போக்கு, ஜனநாயக சக்திகளை அழித்தொழித்த அரசபடைகள் தீவிரமாக இருக்கின்ற நிலையில், வடக்கிலிருந்து முற்றாகவே முஸ்லிம்கள் வெளியேற்றப்பட்டுள்ள சூழலில் இன்றைய வட-கிழக்கு முஸ்லிம்கள் மத்தியிலிருந்து ஒரு புதிய போராட்டத் தலைமை உருவாவது என்பது அவ்வளவு சுலபமானதல்ல. எனினும் இத்தேவை நிறைவேற்றப்பட்டாக வேண்டும். இது இன்றைய வரலாற்றுத் தேவையாகும். வட- கிழக்கு முஸ்லிம்களிடையே ஒரு புதிய மாற்றுத் தலைமை உருவாகும் போதுதான் அவர்களின் தேசிய இயக்கம் மீண்டும் முன்நோக்கிப் பாய்ந்து சரியான திசைவழி செல்வதும் சாத்தியமாகும்.

ஓர் உண்மையான மக்கள் இயக்கம் தனது இலக்கை அடைவதில் என்றுமே தோல்வி கண்டதில்லை. இத்தகைய இயக்கம் தனது வளர்ச்சிப் போக்கில், ஒவ்வொரு கட்டத்திற்கும் பொருத்தமான புதிய, ஆற்றல்மிக்க போராட்ட தலைமைகளைத் தன்னிலிருந்து உருவாக்கியே தீரும். இந்த உண்மை வட-கிழக்கு முஸ்லிம்களின் தேசிய இயக்கத்திற்கும் முற்றிலும் பொருந்தும். எனவே ஒடுக்கப்பட்ட முஸ்லிம் மக்களின் இந்த தேசிய இயக்கம் தன்னுடைய இன்றைய கட்ட வரலாற்றுத் தேவையை உணர்ந்து பொருத்தமான ஒரு தலைமையை நிச்சயம் படைத்தளிக்கும்!

முடிவுரை

இலங்கை முஸ்லிம்கள் தெற்கு, வட-கிழக்கு என வேறுபட்ட அரசியல் தலைவிதிகளைக்கொண்ட இரு பிரிவுகளாக வாழ்கிறார்கள் என்பதையும், வட-கிழக்கு முஸ்லிம்கள் ஒரு சுயமான அரசியல் இயக்கத்தை முன்னெடுத்திருப்பதோடு, தமக்கெனத் தனியான அரசியல் அதிகார அலகைக் கோருகின்ற ஒரு தனி தேசமாக உருவாகியிருக்கிறார்கள் என்பதையும் இதுவரை வெளிப்படுத்தினோம். வட-கிழக்கு முஸ்லிம்கள் ஒரு தனியான தேசம் என்ற முடிவு தமிழ் தேசத்தின் பல்வேறு தரப்புகளிடையே வேறுபட்ட கேள்விகளையும், சர்ச்சைகளையும் உருவாக்கக்கூடும். ஏற்கனவே தனிப்பட்ட விவாதங் களிலும், சஞ்சிகைகளினூடாகவும் வட-கிழக்கு முஸ்லிம்கள் குறித்த மதிப்பீடுகளும் கேள்விகளும் எழுப்பப்பட்டிருக்கின்றன. இவற்றை உள்ளடக்கும் வகையில் விரிவாக விவாதிப்பதன் மூலமாக வட-கிழக்கு முஸ்லிம்களின் தேச இருப்பைப் புரிந்துகொள்ள முயல்வோம்.

முதலில் வட-கிழக்கு முஸ்லிம்களை, தமிழ் தேசத்திற்குள் அடையாளப்படுத்துகின்ற முயற்சிகளைத் தமிழ் தலைமைகள் இப்போது முற்றாகக் கைவிட்டுள்ளன என்ற உண்மையை மனதில் கொள்வோம். வடக்கிலிருந்து முஸ்லிம்களை வெளியேற்றிய விடுதலைப் புலி களும்கூட வட-கிழக்கு முஸ்லிம்களின் தனித்துவத்தை ஏற்றுக் கொண்டிருக்கின்றார்கள் என்பது முரண் நகையான உண்மை. தமிழ் தேசத்தின் சிந்தனைப் போக்கில் ஏற்பட்டுள்ள மாற்றம்தான் இவ்வாறான நிகழ்விற்குக் காரணம் என்பதைவிட வட-கிழக்கு முஸ்லிம்கள் தமது தனித்துவம் மற்றும் அரசியல் உரிமைகள் குறித்த உணர்வலைகளைத் தொடர்ச்சியாகவும் உறுதியாகவும் வெளிப்படுத்தி வந்திருப்பதே இதற்கு முக்கிய காரணமாகும். இன்னும் தெளிவாகக் கூறினால் வட-கிழக்கு முஸ்லிம்கள் தமது தனித்துவத்தையும் உரிமைகளையும் திட்டவட்டமாக வெளிப்படுத்திய பின்னர்தான் அவற்றை ஏற்றுக்கொள்ளும்படி தமிழ் தலைமைகள் நிர்ப்பந்திக்கப் பட்டிருக்கின்றன. எனவே, தமிழ்த் தலைமைகளும் தமிழ்த் தேசமும்

ஏற்றுக்கொண்டாலும், இல்லாவிட்டாலும் வட-கிழக்கு முஸ்லிம்கள் தம்மை அரசியல் ரீதியில் தனியாகச் சமூகமாக உருவாகிவிட்டனர் என்பதே உண்மை. இந்த உண்மையைத் தமிழ் முற்போக்கு ஜனநாயகப் பிரிவினர் புரிந்துகொள்ள வேண்டும். ஏனெனில் ஒரு சமூகத்தின் அரசியல் தனித்துவம் என்பது முற்றிலும் அந்தச் சமூகத்தின் சொந்த விருப்பினாலேயே தீர்மானிக்கப்படுகிறது என்ற உண்மை இங்கும் நிரூபிக்கப்பட்டிருக்கிறது.

இனி தமிழ் தேசத்தின் அனைத்துப் பிரிவினரும் வட-கிழக்கு முஸ்லிம்களின் அரசியல் தனித்துவத்தை ஒரே அர்த்தத்தில் புரிந்து கொள்ளவில்லை என்ற உண்மையை எதிர்கொள்ள வேண்டியுள்ள தமிழ்ப் பிரிவினர் வட-கிழக்கு முஸ்லிம்களின் அரசியல் தனித்துவத்தை முக்கியமான மூன்று வகையில் அர்த்தப்படுத்து கின்றனர் எனக் கொள்ளலாம்.

1. வட-கிழக்கு முஸ்லிம்கள் தமிழ் ஈழத்தில் அடங்குகின்ற ஒரு தேசிய சிறுபான்மையினர்.
2. வடகிழக்கு முஸ்லிம்கள் வளர்ந்து வருகின்ற ஒரு தேசம்
3. வடகிழக்கு முஸ்லிம்கள் ஒரு தனியான தேசம்.

இவற்றில் முதல் இரண்டு அர்த்தப்படுத்தல்களும் பெரிதும் தேசம் குறித்த ஸ்டாலினின் வரையறைகளை அளவுகோலாகக் கொள்வதன் வெளிப்பாடுகளாகும். குறிப்பாக வடகிழக்கு முஸ்லிம்களிடையே நிலத் தொடர்ச்சியின்மையும், பலவீனமான பொருளாதாரக் கட்டமைப்புகளும் காணப்படுகின்றன எனக் கொண்டு இத்தகைய முடிவுகள் பெறப்படுகின்றன. இவ்வாறு அர்த்தப்படுத்துவதிலுள்ள தவறுகளைச் சுட்டிக்காட்டுவதற்குப் பதிலாக, ‘வட-கிழக்கு முஸ்லிம்கள் தனியான தேசம்’ என்று இக்கட்டுரை முன் வைத்திருக் கின்ற முடிவு குறித்து விவாதிப்பதன் ஊடாக பொதுவான புரிதலை எட்டுவது பொருத்தமாக அமையும்.

முதலில் சமூக நிகழ்வுகள் தொடர்பான வரையறைகள் குறித்து சில விளக்கங்களை முன்வைக்க வேண்டியுள்ளது. வரையறைகள் என்பவை, சமூக இயக்கங்களில் இருந்து பெறப்படுகின்ற தக்க ரீதியான முடிவுகளே தவிர, சமூக இயக்கங்களைக் கட்டுப்படுத்துகின்ற அவற்றை நிராகரிக்கின்ற தடைகள் அல்ல. எந்தச் சமூகமும் வரையறை களைச் சரிபார்த்தபடி இயங்குவதில் பல பரிமாணங்களைக் கொண்டாகவும், சிக்கலானதாகவும் மாறும் புறநிலை எதார்த்தங்களை

எதிர்கொள்ளவேண்டியுள்ளது. அங்குள்ள தடைகளின் பிடியிலிருந்து தன்னை விடுவித்து முன்னேறுவதற்கான அக வலிமையை வேண்டி நிற்கின்றது. இத்தகைய ஒரு சமூகத்தின் இயக்கத்தை முற்றிலும் வேறான சமூக இயக்கத்தில் இருந்து பெறப்பட்ட வரையறைகளுடன் பொருத்தி மதிப்பிடுவது இயங்கியல் முறைமையாகாது. இது வரையறைகளை அளவுகோலாக்கிக் குறித்த சமூகத்தின் உள்ளார்ந்த இயக்கத்தை மறுப்பதாகவே அமையும். வரையறைகளின் பற்றாக் குறைகளையும் அவை மீறப்படுவதையும் அவற்றுடன் புதிய கூறுகள் இணைக்கப்படுவதையும் வெளிப்படுத்துவதாகவே இன்று வரையிலான வரலாற்று அனுபவங்கள் அமைந்திருக்கின்றன.

தேசம் குறித்து ஸ்டாலின் முன்மொழிந்த வரையறைகள் நவீன சமூகங்களின் வரலாற்றில் கடுமையான தாக்கங்களை ஏற்படுத்தி யிருக்கின்றன. பல சமூகங்களின் தேசிய உரிமைகள் பறிக்கப்படவும் தேச இருப்புகள் சிதைக்கப்படவும், தமது வாழிடங்களில் இருந்து வெளியேற்றப்படவும் ஸ்டாலினின் வரையறைகள் காரணமாயின. மக்களின் உணர்வலைகளை வரையறைகள் மிதித்து அடக்கிய சோக வரலாற்று நிகழ்வுகளை நவீன உலகம் அனுபவித்தது. எனினும், ஸ்டாலினின் வரையறைகளிலிருந்து விடுபட்டு அவற்றையும் மீறிப் பல சமூகங்கள் தம்மை தேசங்களாக அடையாளப்படுத்தி இருகின்றன. ஒரு தேசத்திற்கென ஸ்டாலின் வரையறுத்த பிரதேசம், மொழி, பொருளாதாரம், கலாசாரம் என்பவற்றைப் பூரணப்படுத்தாத சமூகங்கள் மட்டுமின்றி மதம், நிறம், பூர்விகம், இனம் பொதுவான வரலாற்று அனுபவம் போன்ற புதிய கூறுகளின் அடிப்படையில் தம்மை ஒன்றிணைத்த சமூகங்களும் தேசங்களாக உருவாகியுள்ளன. இவற்றிற்கு மாறாக, ஸ்டாலின் வரையறைகளைப் பூர்த்தி செய்த மக்கள் கூட்டம் வெவ்வேறுபட்ட தேசங்களாகப் பிரிந்திருப்பதையும் நவீன வரலாறு கொண்டிருக்கிறது.

இத்தகைய புறநிலை யதார்த்தங்களின் அடிப்படையில்தான் தேசம் குறித்த பிரச்சினையை நாம் அணுகவேண்டும். மக்கள் தேசமாக உருவாவதில் வேறுபட்ட காரணிகள் தொழிற்படுவதால், தேச உருவாக்கத்தைக் குறிப்பிட்ட சில புறக்காரணிகளின் அடிப்படையில் பொதுவான வரையறைக்குட்படுத்துவது முடியாது. ஒவ்வொரு தேசிய இயக்கமும் தனித் தனியாக மதிப்பிடப்பட வேண்டும் என்பதோடு மக்களிடையே நிலவும் பொதுவான புறநிலைக் காரணிகளில் அதிக கவனம் செலுத்துவதற்கு பதிலாக அகநிலையில் அவர்கள்

முடிவுரை ❖ 131

தமக்கிடையில் காண்கின்ற அரசியல் ஒருமையும் அதன் அடிப்படையில் அமையும் பொதுவான உணர்வும் முதன்மைப் படுத்தப்பட வேண்டும்.

மக்கள் திரளொன்று தமக்கிடையே நிலவுகின்ற ஏதேனும் பொது அடையாளத்தின் கீழ் அரசியல் ரீதியாக ஒன்றிணைந்து தமக்கெனத் தனியாக அரசியல் அதிகார அலகைக் கோரும் போது அவர்கள் தேசமாக அமைகின்றார்கள் என்பதே நவீன புரிதலாகும். இங்கு மக்கள் தமக்கிடையிலான பொது அடையாளத்தைத் தேர்வு செய்வதுகூட அவர்களின் வெறும் சுயவிருப்பின் பேரிலல்ல. மாறாக தமக்கிடையே நிலவும் எந்தப் பொது அடையாளம் அல்லது அடையாளங்களைக் கொண்டு தாம் பிற சமூகங்களால் ஒடுக்குமுறைக்கு உள்ளாக்கப்படுகின்றார்களோ, அதனை அல்லது அவற்றை ஆதாரமாகக் கொண்டுதான் அவர்கள் தேசமாக ஒன்றிணை கிறார்கள். இந்த வகையில் தேசிய எழுச்சி என்பது வரையறைகளை அனுசரித்துச் செல்லும் ஒரு முறைப்படியான நிகழ்வு என்பதைவிட ஒரு வரலாற்றுத் தற்செயல் நிகழ்வாகவே இருக்கின்றது.

இந்தப் பின்னணியில் வட-கிழக்கு முஸ்லிம்களின் தேசிய எழுச்சியையும் அவர்கள் ஒரு தேசமாக உருவாகியுள்ளதையும் புரிந்து கொள்ள முடியும். ஸ்டாலினின் ஒரு தேசத்திற்கென வரையறுத்த மொழி, வாழிடம், பொருளாதாரம், ஓரளவு கலாசாரத்திலும் தமிழ் மக்களும் முஸ்லிம் மக்களும் ஒத்திருந்தும்கூட தமிழ் தேசத்துடன் தம்மை இணைத்துக்கொள்ள வட-கிழக்கு முஸ்லிம்கள் ஒருபோதும் முற்படவில்லை. இவ்வாறு நிகழ்ந்தமைக்கு வட-கிழக்கு முஸ்லிம் களின் தனித்துவமான சமூக இயக்கமும், மதரீதியில் அவர்கள் தம்மைத் தனியாக அடையாளப்படுத்தியதும் பிரதான காரணிகளாக அமைகின்றன. இந்த நிலையில் வட-கிழக்கு முஸ்லிம்கள் தமிழ் தேசத்துடன் தாம் கெண்டிருந்த அத்தனை ஒற்றுமைக் கூறுகளையும் கடந்து, நிலத் தொடர்ச்சியின்மை என்பதையும் தாண்டி மத அடையாளத்தின் கீழ் 1980 நடுப்பகுதியில் தம்மை அரசியல் ரீதியில் ஐக்கியப்படுத்திக் கொண்டமைக்கு விடுதலை அமைப்புகள் முஸ்லிம்களை மத ரீதியில் வேறுபடுத்தி அவர்கள் மீது மேற்கொண்ட வன்முறை அராஜகங்கள் பிரதான காரணியாகத் தொழிற்பட்டிருக் கின்றது. இதன் பின்னர் வட-கிழக்கு முஸ்லிம்கள் படிப்படியே தமக்கென தனியான அரசியல் அபலாசைகளுடன் ஒரு தேசமாக உருவாகினர். வரலாற்றுத் தற்செயல் நிகழ்வாயமைந்த வட-கிழக்கு

முஸ்லிம் தேச உருவாக்கத்தில் அவர்கள் தமிழ்தேசத்திலிருந்து தம்மை வேறுபடுத்தியதும் அரசியல் ரீதியில் தமக்குள் ஒன்றுபட்டதும் பிரதானமாக அமைகின்றது.

இந்த வகையில் வட-கிழக்குத் தமது தாயகமாகக்கொண்ட தமிழ்-முஸ்லிம் என்ற இரண்டு தேசங்கள் இங்கு நிலவுகின்றன என்பதே இன்றைய யதார்த்தமாகும். இதற்கு மேல் வட-கிழக்கில் தமிழ், முஸ்லிம் மக்களிடையே ஏற்படுகின்ற உறவுகள், தனித் தனியானதும் சமத்துவமானதுமான இரு தேசங்களுக்கிடையிலான உறவுகளாகவே இருக்கமுடியும். இந்த உண்மையை இதுவரைக்கும் தமிழ்மக்கள் தெளிவாகப் புரிந்துகொள்ளாததால் வட-கிழக்கு முஸ்லிம்களுடனான உறவுகள் குறித்துத் தமிழ் மக்களிடையே இன்னமும் தவறானதும் ஆதிக்கத்தன்மை கொண்டதுமான கருத்துகளே நிலவுகின்றன. தமிழ் முற்போக்கு ஜனநாயகப் பிரிவினர் கூட இதற்கு விதிவிலக்கல்ல. எனவே வட-கிழக்கு முஸ்லிம்களின் தேசிய அரசியல் குறித்துத் தமிழ் முற்போக்கு ஜனநாயகப் பிரிவினர் மத்தியில் நிலவுகின்ற சில கருத்துகளைப் பரிசீலிப்பது இங்கு அவசியமாகும்.

வட-கிழக்கை முஸ்லிம்களும் அவர்களின் அரசியல் தலைமையும் மதத்தை உயர்த்திப் பிடிப்பதனால் பிற்போக்கானவர்கள். இந்த நிலையில் அவர்களின் தனித்துவத்தையும் அரசியல் இயக்கத்தையும் ஏற்றுக் கொள்வதால் பிற்போக்கை அங்கீகரிப்பதாயும் ஆதரிப்பதாயும் ஆகிவிடும் என்ற ஆட்சேபங்கள் எழுப்பப்படுகின்றன. அதே சமயம் வேறொரு பிரிவினர் இத்தகைய பிற்போக்கிலிருந்து வட-கிழக்கு முஸ்லிம்களை மீட்டெடுத்து சரியான திசையில் வழிகாட்டுவதற்கு தமிழ் முற்போக்கு ஜனநாயக சக்திகள் முன்வர வேண்டும் என அழைப்பு விடுக்கின்றனர். சிலர் இத்தகைய முயற்சிகளில் ஏற்கனவே இறங்கியுள்ளனர். இவ்விரு கண்ணோட்டங்களும் வெளித்தோற்றத்தில் வேறுபட்டவை போல் தெரிகின்ற போதிலும் சாராம்சத்தில் தமிழ் முற்போக்கு ஜனநாயகப் பிரிவினரிடம் காணப்படுகின்ற ஒருவகை மேலாதிக்க உணர்வின் வெளிப்பாடாக அமைகின்றன. முதற் பிரிவினரின் ஆட்சேபணைகள் குறித்து முதலில் பரிசீலிப்போம்.

மதத்தை உயர்த்திப் பிடிப்போர் பிற்போக்காளர் என்ற கருத்து நடைமுறையில் இப்போது தவறென நிரூபிக்கப்பட்டிருக்கின்றது. பல்வேறு தேசிய இயக்கங்களில் மதமும் மதத்தை உயர்த்திப் பிடிப்பவர்களும் வகிக்கின்ற பாத்திரம் முக்கியத்துவம்

பெற்றுள்ளது. நூற்றாண்டுகளாக நீடித்து வருகின்ற அயர்லாந்து தேசிய விடுதலைப் போராட்டத்திலும் வியட்நாம், நிக்கரகுவா, ஈரான், போன்ற நாடுகளின் புரட்சிகளிலும், அரபுநாடுகளின் தேசிய விடுதலைப் போராட்டங்களிலும் பாலஸ்தீனம், காஷ்மீர், காலிஸ்தான், தீபெத், பொஸ்னியா போன்ற தேசிய விடுதலைப் போராட்டங்களிலும் மதங்களினதும் மத நம்பிக்கையாளர்களினதும் பாத்திரம் முக்கியமானதும். பல இடங்களில் ஏகாதிபத்தியத்தினதும் உள்ளூர் ஒடுக்குமுறையாளர்களினதும் பிடியிலிருந்து தமது மக்களை விடுவிப்பதில் இந்த மதநம்பிக்கையாளர்களே தீவிர பங்கு வகித்திருக்கிறார்கள். எனவே, மதம் மற்றும் மத நம்பிக்கையாளர்களின் பாத்திரத்தை புறநிலையாகவும் சார்பு ரீதியாகவுமே மதிப்பிட வேண்டும்.

இங்கு வட-கிழக்கு முஸ்லிம்களைப் பொறுத்த வரையில் அவர்கள் தம்மை ஒரு தேசமாக அடையாளப்படுத்தவே மதத்தை முதன்மைப் படுத்தியிருக்கிறார்கள். அவர்களின் கோரிக்கைகள் மதத்துடன் தொடர்புபடவில்லை. அவை 'மறுவுலகில்' எவ்வாறு மீட்சி பெறுவது என்பது தொடர்பான கோரிக்கைகள் அல்ல. மாறாக, நடப்பு சமூக முரண்பாடுகளில் அந்தச் சமூகம் தன்னை வழி நடாத்திச் செல்வதற்கான அரசியல் வழிமுறைகளாகும். அவை அரசியல் ரீதியானவையும் வட-கிழக்கு முஸ்லிம்களின் பொருளாதார இருப்புடன் பிணைந்தவையுமாகும்.

இங்கு இன்னொரு விடயம் சுட்டிக் காட்டப்பட வேண்டும். வட-கிழக்கு முஸ்லிம்கள் மதத்தை முதன்மைப்படுத்துவதைப் பிற்போக்கு என அடையாளப்படுத்தும் தமிழ் முற்போக்கு, ஜனநாயகப் பிரிவினர் தமிழ் தேசிய இயக்கத்தின் இன்றுவரையிலான எதார்த்த நிலைமைகள் குறித்து புரிதலைப் பெறவேண்டும். சைவ-வேளாள சித்தாந்த ஆதிக்கத்திற்குட்பட்டதாயும் கொடுமையான சாதிய வேறுபாடுகளைக் கொண்டதாயும் இருக்கின்ற தமிழ் தேசத்தையும் அதன் தேசிய இயக்கத்தையும் நாம் எவ்வாறு மதிப்பிடப் போகின்றோம்? தனது சொந்த தேசத்தின் மீதும் வட-கிழக்கு முஸ்லிம் தேசத்தின் மீதும் அராஜகத்தையும் வன்முறைகளையும் மேற்கொண்டு வந்திருக்கின்ற விடுதலை அமைப்புகளைக் காரணமாகக் காட்டி தமிழ் தேசிய இயக்கம் பிற்போக்கானது என மதிப்பிடப் போகின்றோமா? தமிழ் தேசம் இலங்கை அரசின் ஒடுக்கு முறைகளுக்கு போராட்டத்தை அதன் குறிப்பிட்ட கட்டத்திலான தலைமையைக் கொண்டு மதிப்பிடக்கூடாது என்ற இந்த

அடிப்படையில்தானே நாம் தேசிய இயக்கம் குறித்து மதிப்பிடு கிறோம். மாறாக அது தனக்குள் கொண்டிருக்கின்ற சில பிற்போக்கு அம்சங்களை அளவுகோலாகக் கொண்டல்லவே! இந்த உண்மை வட-கிழக்கு முஸ்லிம்களின் தேசிய இயக்கம் குறித்தும் பொருந்தக் கூடியதே.

முஸ்லிம் காங்கிரஸின் ஊசலாட்டங்கள் மற்றும் ஜிஹாத், ஊர்க் காவல் படைகள், மத அடிப்படையிலான இனங்காணல் போன்ற அம்சங்கள் அனைத்தையுமே சேர்த்துப் பார்த்து முஸ்லிம் தேசிய இயக்கமே அடிப்படையில் பிற்போக்கானது என்பது இவர்களின் வாதம். இதனால் அதனை அங்கீகரிக்கக்கூடாது என வலியுறுத்து கின்றனர். ஒரு தேசத்தின் அரசியல் முன்னெடுப்பை சுயநிர்ணய உரிமையை அங்கீகரிப்பதற்கு, ஆதரிப்பதற்கு நிபந்தனை போடும் உரிமை இன்னோர் தேசத்திற்கு கிடையாது. எல்லா தேசங்களையும் போலவே முஸ்லிம் தேசமும் தனக்குள் பிற்போக்கு சக்திகளுடன் கூடவே முற்போக்கு ஜனநாயகக் கூறுகளையும் கொண்டுள்ளது. ஆனால், இன்றுள்ள குறிப்பான சூழலில் பிற்போக்கு சக்திகள் தலைமையில் இருந்தாலும், மாறிவிட்ட சூழ்நிலையில் முற்போக்கு ஜனநாயக சக்திகள் பலம் பெறும் வாய்ப்பும் உள்ளது.

தமிழ் இனவாதம் முஸ்லிம்களை அழித்தொழிக்கும் அபாயம் தொடர்ந்து நீடிக்கும் வரையில் முஸ்லிம் மக்கள் மத்தியிலுள்ள பிற்போக்கு சக்திகளே ஊட்டம்பெற்று விளங்கும். முஸ்லிம் தேசம் தனது பாதுகாப்பிற்கு சிங்களப் படையை நம்பியிருக்கும் வரையில் இந்தப் பிற்போக்கானவர்களே முஸ்லிம்களின் அரசியலைத் தீர்மானிப்பவர்களாக உள்ளனர். தமிழ் இனவாதம் இவ்வாறு கோர வடிவத்தை எடுப்பதானது முஸ்லிம் மக்கள் மத்தியிலுள்ள முற்போக்கு ஜனநாயக சக்திகளுக்கு பலத்த தார்மிக, அரசியல் நெருக்கடிகளை உருவாக்குகின்றன.

முஸ்லிம் தேசம் தனது சுயமான அரசியலை முன்னெடுக்க வேண்டியது அவசியமாகும். தமிழ் தேசத்துடன் சுமூகமான உறவுகளைப் பேண வேண்டியது அவசியம். சிங்கள பேரினவாதத்தின் உண்மையான சொரூபத்தை அறிந்துகொள்ள வேண்டும் என்பன போன்ற எந்த கருத்துகளுமே, புலிகளால் முஸ்லிம்கள் எந்நேரமும் படுகொலை செய்யப்படலாம், ஊர்களை விட்டுத் துரத்தப்படலாம் என்ற புறநிலை யதார்த்தத்தின் முன்பு எடுபடமாட்டாது.

மேலும் முஸ்லிம்கள் தமது பாதுகாப்பிற்காக சிங்களப் படைகளை நம்பியிருக்க வேண்டிய நிலையில் இங்குள்ள கைக்கூலிகள் முஸ்லிம்கள் மத்தியிலுள்ள முற்போக்கு ஜனநாயக சக்திகளை வேட்டையாடியும் வருகின்றனர். எனவே முஸ்லிம்கள் மத்தியிலுள்ள முற்போக்கு ஜனநாயக சக்திகள் பலம் பெறுவது என்பது முஸ்லிம் தேசம் இன்றைய நெருக்குதலில் இருந்துவிடுபடுவதில் பெரிதும் தங்கியுள்ளது. இதனை நோக்கி தமிழ் முற்போக்கு ஜனநாயக சக்திகள்.

1. வட-கிழக்கு முஸ்லிம் தனியான தேசமாக உருப்பெற்றுவிட்ட யதார்த்தத்தினை ஏற்றுக்கொண்டு அவர்களது சுயநிர்ணய உரிமைக்காக விரிவான பிரச்சாரத்தைத் தமிழ் தேசத்தினுள் மேற்கொள்ள வேண்டும்.

2. தமிழ் தேசத்தினுள் மேலாண்மை செலுத்தும் சைவ-வேளாள சித்தாந்தத்தையும் அதன் நேரடி விளைவான முஸ்லிம்கள் பற்றிய தப்பெண்ணங்களையும் முறியடிக்க வேண்டும்.

3. இவற்றினூடாக தமிழ் தேசத்தின் தலைமையை முற்போக்கு ஜனநாயக சக்திகள் கையேற்க வேண்டும்.

இதுவே முஸ்லிம் தேசத்திலுள்ள முற்போக்கு ஜனநாயக சக்திகள் பலம்பெற்று தலைமை சக்தியாகத் திகழவும் நீண்டகால நோக்கில் தமிழ், முஸ்லிம் உறவின் ஆரோக்கியமான முன்னெடுப்பு களுக்கும் வழிவகுக்கும்.

அவ்வாறில்லாமல் முஸ்லிம்களைத் தொடர்ந்தும் சமத்துவமாக நடத்தத் தயங்குவது, அவர்களது தேசிய இயக்கத்தை அங்கீகரிக்க நிபந்தனை போடுவது போன்ற செயற்பாடுகள் ஒட்டுமொத்தத்தில் முஸ்லிம் பிற்போக்கு சக்திகளைப் பலப்படுத்தவும் தமிழ்- முஸ்லிம் உறவுகளை மேலும் சிதைக்கவுமே வழி வகுக்கும். இது இறுதியில் தமிழ் 'பாசிச' சக்திகளைப் பலப்படுத்துவதிலேயே போய் முடியும்.

உண்மையில் தமிழ் தேசிய இயக்கத்தில் ஆதிக்கம் செலுத்தும் சைவ-வேளாள சித்தாந்தத்திற்கும் அராஜகத்திற்கும் எதிராகப் போராட முடியாதவர்கள் முஸ்லிம் தேசிய இயக்கத்தில் குறைகாண முற்படுவதன் மூலம் தம்மிடமுள்ள சை-வேளாள சித்தாந்தப் பிடிப்பையும் ஆதிக்க மனோபாவத்தையுமே வெளிப்படுத்துவதாகவே கொள்ள வேண்டும். மிதிப்பது என்றே அர்த்தப்படும். இதற்கு மாறாக ஒரு சமூகத்தின் விழுமியங்களை இன்னொரு சமூகம் தனது சொந்த விழுமியங்களின் அடிப்படையில் மதிப்பிடுவதும் முற்போக்கு, பிற்போக்கு என

அவற்றை வகைப்படுத்தி குறைகாண முற்படுவதும் சாராம்சத்தில் குறிப்பிட்ட சமூகத்தின் தனித்துவத்தை மறுப்பதாகவே ஆகின்றது.

ஒவ்வொரு சமூகமும் வரலாற்று ரீதியாக தனக்குரிய சொந்த வழியில் தன்னை உருவாக்கி வந்திருக்கிறது. எனவே ஒரு சமூகத்தின் வாழ்க்கை முறைகள், நம்பிக்கைகள், பழக்க வழக்கங்கள், ஒழுக்கநெறிகள், கலாசாரம், மதிப்பீடுகள், செயற்பாடுகள், உணவு முறைகள் என வாழ்வின் ஒவ்வொரு அம்சத்திலும் அச்சமூகத்தின் சொந்த முத்திரையும் பிற சமூகங்களில் இருந்து வேறுபட்ட தன்மைகளும் காணப்படுவது இயல்பானது. நிலைமை இவ்வாறு இருக்க, எந்தச் சமூகத்தின் விழுமியங்களை மாதிரியாகக் கொண்டு இன்னொன்றின் விழுமியங் களை தரப்படுத்தல் செய்யப் போகின்றோம்? ஒருவர் இவ்வாறு தரப்படுத்த முற்படுவதன் மூலம் அவரது ஆற்றலும் மேன்நிலையும் வெளிப்படுவதில்லை. மாறாக அவரிடமுள்ள ஆதிக்க மனோ பாவமுமே இங்கு வெளிப்படுகிறது எனலாம்.

'இன்னொரு தேசத்தை ஒடுக்கும் தேசமானது தனது அடிமைத் தளையைத் தானே போட்டுக்கொள்கிறது' என்ற மார்க்சின் புகழ்பெற்ற வாசகமானது சிங்கள தேசத்திற்கு மாத்திரமன்றி தமிழ் தேசத்திற்கும் பொருந்திவரக்கூடியதே!

இனி, வட-கிழக்கு முஸ்லிம்களைப் பிற்போக்கின் பிடியிலிருந்து விடுவிப்பதற்கு தமிழ் முற்போக்கு ஜனநாயகப் பிரிவினர் வழிகாட்ட வேண்டும் என்று கூறப்படுவதை எடுத்துக்கொள்வோம். ஒரு சமூகத்தைத் தனித்துவமானதாக கருதுவது என்பது அதன் இருப்பை அப்படியே ஏற்றுக்கொள்வது என்றே பொருள்படும். அந்தச் சமூகம் கொண்டிருக்கின்ற பல்வேறு விழுமியங்களையும் ஒருவர் தன்னிலிருந்து வேறுபட்ட விழுமியங்கள் கொண்ட இன்னொரு நபர்-சமூகத்தைத் தாழ்வாக மதிப்பிடும் போதே கூடவே அவ்வாறு தாழ்வாக மதிப்பிட்ட நபர்/சமூகத்தின் மீதுதான் அதிகாரம் செலுத்தக்கூடிய மனோ பாவத்தையும் பெற்றுவிடுகின்றனர்.

இதன் பின்னர் தாழ்வாகக் கருதப்பட்ட நபர்- சமூகத்தின் மீது தானோ தனது சமூகமோ மேற்கொள்கின்ற பாகுபாடுகளையும் ஒடுக்குமுறைகளையும் இயல்பானதாகவும் அவசியமானதாகவும் கூட அவர் ஏற்றுக்கொள்கின்றார். இதன் மூலமாக இறுதியில் சமூக ஒழுங்குகளின் முழுக் கட்டமைப்பிலும் ஏற்றத் தாழ்வுமிக்க அதிகாரத் தன்மை கொண்ட ஒடுக்குமுறை சார்ந்த படிநிலை அமைப்புகள்

ஏற்படவும் அவை இயல்பானவை என ஏற்றுக்கொள்ளப்படவும் கூடிய நிலை அவருக்குள் உருவாகின்றது.

இந்த வகையில் சமூகங்களுக்கிடையிலான முரண்பாடுகள் பொருளாதார, ஆன்மிக நலன்களின் அடிப்படையில் மட்டும் உருவாவதில்லை என்பதையும் பிறிதொரு சமூகத்தை சமத்துவமாக மதிக்கத் தவறுவதும்கூட சமூக முரண்பாடுகளைத் தோற்றுவிக்கும் என்பதையும் புரிந்துகொள்ள வேண்டும்.

தமிழ் முற்போக்கு ஜனநாயகப் பிரிவினர் தமது நல்லெண்ணத்தின் விளைவாகவே வட-கிழக்கு முஸ்லிம்களுக்கு 'வழிகாட்ட' விரும்பினாலும்உண்மையில் அது அவர்களிடம் உள்ளார்ந்து கிடக்கும் மேலாதிக்க உணர்வின் வெளிப்பாடாகவே அமைகின்றது. இந்தப் போக்கு இறுதியில் தமிழ் தேசத்திற்கும் முஸ்லிம் தேசத்திற்கும் இடையே அதிகாரப் படிநிலை சார்ந்த உறவுகள் தோன்றுவதற்கு இட்டுச் செல்லக்கூடியது. தமிழ் முற்போக்கு ஜனநாயகப் பிரிவினர் முஸ்லிம் தேசத்திற்கு உண்மையிலேயே நன்மை செய்ய விரும்புவார் களாயின் அவர்கள் முதலில் தமிழ் தேசத்தில் ஆழ வேரூன்றியுள்ள சைவ வேளாள சித்தாந்தத்தையும் ஜனநாயக விரோதக் கூறுகளையும் களைவதற்கு நேர்மையாக முயலவேண்டும். அத்துடன் முஸ்லிம் தேசத்தின் தனித்துவத்தை மதித்து அதனுடன் சமத்துவமான உறவுகளைப் பேணும் வகையில் தமிழ் தேசத்தை மாற்றியமைக்க வேண்டும். அப்போது முஸ்லிம் தேசம் தனது தலைவிதியை சொந்தக் கரங்களில் எடுத்துக் கொண்டு தன்னிடமுள்ள பிற்போக்குக் கூறுகள் என தான் கருதுபவற்றைக் களைந்துகொள்ளும் என்பதையும் இதற்கான தகுதி ஒவ்வொரு தேசத்திற்கும் உண்டு எனவும் ஏற்றுக்கொள்ளும் போதுதான் சமத்துவம் என்பதே அர்த்தமுள்ள தாகின்றது.

வட-கிழக்கு முஸ்லிம்கள் உரிமைகள் கோருவது தொடர்பாக தமிழ் தரப்பிலிருந்து இவ்வாறு குற்றச்சாட்டு எழுப்பப்படுகின்றது. அதாவது வட-கிழக்கு முஸ்லிம்கள் தமது உரிமைகளைப் பெற போராடாமல் இருக்கின்றார்கள் எனவும், தமிழ் மக்கள் நீண்ட காலம் போராடி கடுமையான இழப்புகளின்பின் பெற விளையும் உரிமைகளை முஸ்லிம்கள் மிக எளிதான முறையில் பகிர்ந்துகொள்ள முயல் கிறார்கள் என்றும் குற்றம் சாட்டப்படுகிறது. இந்தக் குற்றச்சாட்டு போராட்டம் தொடர்பான புரிதலில் நம்மிடமுள்ள பற்றாக்குறையின் வெளிப்பாடாகும்.

போராடுவது என்று நாம் எதனைக் கருதுகின்றோம்? இன்றைய நிலையில் நமது போராட்டம் என்பதை ஒடுக்குமுறை அரசுக்கும் அதன் படைகளுக்கும் எதிரான யுத்தம் என்றே நாம் கருதுகிறோம். தமிழ் தேசத்தைப் பொறுத்தவரையில் இது முற்றிலும் சரியானதே. சிங்கள அரசின் ஒடுக்குமுறைகளில் இருந்து விடுபட்டுத் தனக்கென சொந்த அரசை உருவாக்குவதிலேயே தனது இருப்பை உத்தரவாதப்படுத்த வேண்டியுள்ள தமிழ் தேசம் தனது எதிரிக்கு எதிராக ஆயுதப் போராட்டம் நடத்துவது ஒன்றே சரியான வழியாக இருக்கின்றது. ஆனால் அதே போராட்ட வடிவம் வட-கிழக்கு முஸ்லிம் தேசத்திற்கும் உடனடியாக அவசியப்படுகின்றதா என்பதைத் தமிழ் தேசத்தின் போராட்ட விதியை அப்படியே அளவுகோலாகக் கொண்டு மதிப்பிட முடியாது. வட-கிழக்கு முஸ்லிம்கள் தமக்குரிய போராட்ட வடிவத்தை தாமே தேர்ந்துகொள்வார்கள். இத்தகைய தேர்வு வேறு எவரினதும் விருப்பு வெறுப்பின் பாற்பட்டதாக இல்லாமல் தாம் எதிர்கொள்கின்ற அக, புற நிலைமைகள் வெளிப்படுத்துகின்ற அவசியத்தின் விளைவாகவே இருக்கும்.

ஒரு தேசம் தனது உரிமைகளைப் பெற முன்னெடுக்கும் போராட்டங்கள் பல பரிமாணங்கள் கொண்டவை. தேர்தலில் வாக்களிப்பதிலிருந்து, போர்க்களத்தில் உயிர்களை இழப்பது வரை பல்வேறு வடிவங்களை ஒரு தேசிய போராட்டம் கொண்டிருக்கும். இங்கு ஒவ்வொரு போராட்ட வடிவத்தையும் அதற்கேயுரிய முக்கியத்துவத்துடன் மதிப்பிட வேண்டும். ஏனெனில் ஒவ்வொரு போராட்ட வடிவமும் குறித்த கட்டத்தின் வெளிப்பாடாக இருப்பதால் அது அந்தக் கட்டத்திற்குரிய அவசியமானதும், பொருத்தமானதுமான வடிவமாக இருக்கும். ஒருவர் தனது அகவிருப்பின் பேரில் ஒரு குறிப்பிட்ட போராட்ட வடிவத்தை மாற்றவோ மற்றொரு வடிவத்தைப் பிரதியீடு செய்யவோ முடியாது. அதே போன்று குறித்த கட்டத்திற்குப் பொருத்தமில்லாத போராட்ட வடிவத்தை வைத்துக்கொண்டு எந்தவொரு தலைமையும் தேசிய இயக்கத்தில் நீண்ட காலத்திற்குத் தனது அரசியலைக் கொண்டு நடத்தமுடியாது.

வட-கிழக்கு முஸ்லிம்களின் தேசிய இயக்கம் முதலில் தன் மீதான விடுதலை அமைப்புகளின் வன்முறை அராஜகத்திற்கு எதிராக கிளர்ந்ததால் தொடக்கத்திலேயே அது வன்முறைப் போராட்ட வடிவத்தை எடுத்தது. எனினும் அப்போராட்ட வடிவத்தால் வடகிழக்கு முஸ்லிம்களின் தேசிய உணர்வை முழுமையாக

வெளிப்படுத்த முடியவில்லை. எனவே அதன் இடத்தை வன்முறை சாராத போராட்ட வடிவம் எடுத்துக்கொண்டது. வெகுசன அரசியலை முன்னெடுத்த இமுக நிரப்பியது. தமது தேசிய உணர்வைப் பிரதிபலித்த இமுகவை சூழ்ந்து வட-கிழக்கு முஸ்லிம்கள் ஒன்றிணைந்தார்கள். அதனூடாக தமது தேசிய அபிலாஷைகளை வெளிப்படுத்தினார்கள். தமக்கென தனியான அரசியல் அதிகார அலகு வேண்டும் என்பதைத் தொடர்ச்சியாக வலியுறுத்தி வருகின்றார்கள். இந்த முஸ்லிம்கள் தமது போராட்டப் பாதையில் பல நூறு உயிர்களை இழந்துள்ளனர். கோடிக்கணக்கில் மதிப்புள்ள தமது உடைமை களை இழந்துள்ளனர். வடக்கிலிருந்து முற்றாகவே வெளியேற்றப் பட்டுள்ளனர்.

எனினும் வட-கிழக்கு முஸ்லிம் தேசத்தின் வெகுசனப் போராட்ட வடிவம் சந்தர்ப்பவாத சுயநல தலைமையின் தவறான வழிகாட்டலின் காரணமாக தேர்தல் கால இயக்கமாக மட்டும் தேக்கமடையச் செய்யப்பட்டுள்ளது. தமது தேசிய இயக்கம் தேக்கமடையச் செய்யப்பட்டுள்ளது என்பதையும் இதே வடிவில் தமது உரிமைகளைப் பெற்றுக்கொள்ள முடியாது என்பதையும் அவர்கள் உணர ஆரம்பித்துள்ளனர். எனவே, தமக்குப் பொருத்தமான அடுத்த போராட்ட வடிவத்தை அவர்களே தேர்ந்துகொள்வார்கள். எனவே முஸ்லிம்கள் போராடாமல் உரிமை பெற முயல்கின்றார்கள் என்று குற்றம்சாட்டுவதில் அறியாமை மட்டுமல்ல, முஸ்லிம்களின் போராட்டத்தை நிபந்தனைக்குட்படுத்தி அவர்களின் உரிமைகளை மறுக்கின்ற ஆதிக்க மனோபாவமும் இங்கு வெளிப்படுகின்றது என்பதை நாம் அடையாளம் காண வேண்டும்.

வட-கிழக்கு முஸ்லிம்கள் மீது தமிழ்த் தலைமைகள், குறிப்பாக விடுதலை அமைப்புகளின் தலைமைகள் கொண்டுள்ள மேலாதிக்க உணர்வானது முஸ்லிம் ஊர்க்காவல் அமைப்புகள் சம்பந்தமாகவும் முஸ்லிம்களின் பாதுகாப்பு தொடர்பாகவும் இவ்வமைப்புகள் வெளிப்படுத்துகின்ற கருத்துகளின் மூலமாக துல்லியமாக வெளிப் படுகிறது.

முஸ்லிம் ஊர்க்காவற்படையினர் அப்பாவித் தமிழர்மீது வன்முறைகளை மேற்கொள்வதால் முஸ்லிம் ஊர்க்காவல் அமைப்பு களைக் கலைக்கும்படி தமிழ்த் தலைமைகள் இனவாத அரசிற்கு வேண்டுகோள் விடுக்கின்றனர். சில தமிழ் அமைப்புகள் விடுதலைப் புலிகளின் தாக்குதல்களில் இருந்து முஸ்லிம்களைப் பாதுகாக்கப்

போவதாகவும் மிகவும் 'கரிசனையுடன்' கூறுகின்றனர். இங்கு இரண்டு விஷயங்களைக் கவனிக்க வேண்டும். ஒன்று (வட) கிழக்கு முஸ்லிம்கள் தம்மைத் தாமே பாதுகாப்பதற்கு கொண்டிருக்கின்ற உரிமை. இரண்டாவது, முஸ்லிம் ஊர்க் காவல்படைகளின் வன்முறை களில் இருந்து தமிழ் மக்களைப் பாதுகாப்பது.

ஒரு தேசம் தன்னைப் பாதுகாத்து கொள்வதற்கான முழு உரிமையும் கொண்டிருக்கின்றது. வட-கிழக்கு முஸ்லிம்களை பொறுத்தவரை அவர்கள் விடுதலை அமைப்புகளின் வன்முறைத் தாக்குதல்களை இன்றுவரை எதிர்கொண்டு வருகின்றனர். வடக்கிலிருந்து முற்றாக வெளியேற்றப்பட்டுள்ளதோடு கிழக்கிலிருந்து வெளியேற்றப்படக் கூடிய ஆபத்தையும் எதிர்கொண்டுள்ளனர். இந்த நிலையில் அவர்கள் தமது உயிர்களோடு தமது சமூக இருப்பையும் பாதுகாக்க வேண்டிய அவசியத்தில் இருக்கின்றார்கள். இந்த வகையில் அவர்களுக்கு முன்னே இன்றுள்ள ஒரே ஒரு தெரிவு ஊர்க்காவல் அமைப்புகள்தான். இவ்வமைப்புகள் அரசு படைகளின் பூரண கட்டுப்பாட்டில் இருப்பதோடு, மிக நவீனமானவை அல்லாத சாதாரண ஆயுதங்களே இவர்களுக்கு வழங்கப்பட்டிருக்கின்ற போதிலும்கூட, இவற்றில் சேரவேண்டிய நிர்ப்பந்தத்தில் முஸ்லிம்கள் இருக்கின்றார்கள். நவீன ஆயுதம் தரித்த விடுதலைப் புலிகளுக்கு எதிரே தாம் ஈடு கொடுப்பது அசாத்தியம் என்பது தெரிந்தும்கூட, மாற்று வழியற்றவர்களாக முஸ்லிம்கள் ஊர்க்காவல் படைகளில் இணைந்துள்ளனர். இந்நிலையில், தமிழ்த் தலைமைகள் இவ்வமைப்புகளைக் கலைக்கும் படியும், நிராயுதபாணியாக்கும்படி கோருவதும் உண்மையில் விடுதலைப் புலிகளின் தாக்குதல்களுக்கு முஸ்லிம்களைத் திறந்துவிடும்படி கோருவதாகவே அர்த்தம் பெறுகின்றது.

மறுபுறம், முஸ்லிம் ஊர்க்காவல் படையினர் தமிழ் மக்கள்மீது மேற்கொள்கின்ற வன்முறைகளுக்கு எதிராகச் செயற்படுவதற்குத் தமிழ்தேசத்திற்கு பூரண உரிமை உண்டு. இது விஷயத்தில் தமிழ்த் தலைமைகள் பொருத்தமான மாற்றுவழிகளைக் காண வேண்டும். முஸ்லிம் ஊர்க் காவல் படையினர் தமது சமூகத்தைப் பாதுகாப்பதைத் தடுக்க முடியாது. அதே சமயம், அவர்களின் தாக்குதல்களில் இருந்து தமிழ்மக்கள் பாதுகாக்கப்பட வேண்டும். இது சிக்கலான விஷயமாக இருந்த போதிலும், தனித்தனியான இரு தேசங்களின் பாதுகாப்பும் உரிமைகளும் பேணப்பட வேண்டும் என்ற வகையில், இத்தகைய மாற்று வழியைக் காண்பது அவசியமாகிறது.

இங்கு இன்னுமொரு விஷயமும் சுட்டிக் காட்டப்பட வேண்டியுள்ளது. முஸ்லிம் ஊர்க்காவல் படையினரும், முஸ்லிம் சமூகமும் ஆயுதமாக்கப்படுவதாக கண்டனம் தெரிவிக்கின்ற இந்த 'முன்னாள்' விடுதலை அமைப்புகள் தாம் இப்போதும் ஆயுத பாணிகளாக இருப்பதை எவ்வாறு நியாயப்படுத்தப் போகின்றனர்? ஆயுதம் ஏந்துவதைத் தாம் மட்டுமே குத்தகையாக எடுத்துக் கொண்டார்களா? தமிழ் தேசிய விடுதலைப் போராட்டத்தைத் துறந்தோடி அரசபடைகளுடன் இணைந்து செயற்படுவதோடு அப்பாவி தமிழ் மக்கள்மீது வன்முறைகளை மேற்கொண்டும் வரி வசூல், போன்றவற்றை அறவிட்டும் வருகின்ற இவர்களுக்குச் சொந்த சமூகத்தைப் பாதுகாப்பதற்கு ஊர்க்காவல் படைகளில் செயல்படும் முஸ்லிம்களைக் கண்டிப்பதற்கு எந்தத் தார்மிக உரிமையும் கிடையாது. இந்த சாதாரண உண்மையைக்கூட புரிந்துகொள்ளாத இவர்கள், புலிகளின் தாக்குதல்களில் இருந்து (வட) கிழக்கு முஸ்லிம்களைத் தாம் பாதுகாப்பதாகக் கூறுவது வேடிக்கையானதே. இவ்வாறு கூறுவதில் நல்லெண்ணம் ஏதும் தொனிக்க வில்லை. மாறாக முஸ்லிம்கள் மீது தமக்குள்ள மேலாதிக்க உணர்வையே இவர்கள் மீண்டும் வெளிப்படுத்துகின்றனர்.

இவற்றுடன், முஸ்லிம் தேசத்தின் சுயநிர்ணய உரிமை தொடர்பாக எழுப்பப்படும் கேள்விகள் குறித்தும் பரிசீலிப்போம். தமிழ்மக்களும், முஸ்லிம் மக்களும் ஒரே தாயகத்தில் ஒன்று கலந்து வாழ்கின்ற நிலையில் முஸ்லிம் மக்களைத் தனித் தேசமாகக் கருதும்போது, அவர்கள் தனியே பிரிந்து செல்வார்களாயின் அது தமிழ் தேசிய விடுதலைப் போராட்டத்திற்கு குந்தகமாகாதா? அல்லது பிரிந்து செல்கின்ற முஸ்லிம் தேசம், சிங்கள அரசுடன் இணைந்து தமிழ் மக்களின் போராட்டத்திற்கு எதிராகச் செயற்பட்டால் அப்போது விடுதலைப் போராட்டம் நெருக்கடிக்குள்ளாகாதா?

முதலில் ஒரு தேசத்திற்குள்ள உரிமைகளைப் புரிந்து கொள்வோம். தேசம் என்பது ஓர் அரசியல் வகையினம். அது பிரிந்து செல்லும் உரிமை உட்பட, தனது அரசியல் வாழ்வைத் தானே தீர்மானிப்பதற்கான சுயநிர்ணய உரிமையைத் தனது பிறப்புரிமையாகக் கொண்டுள்ளது. இந்த வகையில் ஒரு தேசம் பிற தேசங்களுடன் தான் எத்தகைய உறவைப் பேண விரும்புகின்றது என்பதைத் தீர்மானிக்கும் பூரண உரிமையைக் கொண்டிருக்கின்றது. இவ்வுரிமையை எத்தகைய காரணங்களைக் காட்டியும் பிற தேசங்கள் மறுக்க முடியாது.

ஒரு தேசம் தனது உரிமைகளை அனுபவிப்பதைப் புறநிலைமைகள் எதுவுமே தடுக்க முடியாது.

இவ்வகையில் முஸ்லிம் தேசமானது பிரிந்து செல்வதற்கும், தனக்கெனச் சொந்த அரசை அமைப்பதற்கும் அது பூரண உரிமையைக் கொண்டுள்ளது. தமிழ் தேசத்திடமிருந்து பிரிந்து சென்று தனியாகத் தனது அரசியல் இருப்பைப் பேணுவதென முஸ்லிம் தேசம் முடிவு செய்தால், அந்த முடிவை ஏற்றுக்கொள்வதும், ஜனநாயக வழியில் அத்தகைய பிரிவினையை சாத்தியமாக்குவதற்குமான சூழ்நிலையை உருவாக்குவதுமே தமிழ் தேசத்தின் கடமை. இதற்கு மாறாக, தாம் முஸ்லிம் தேசத்துடன் பிரதேச ரீதியில் கலந்து வாழ்வதையோ, அவர்களின் பிரிவினை மூலம் தமது விடுதலைப் போராட்டத்திற்குப் பாதிப்பு ஏற்படலாம் என்பதையோ காரணமாகக் காட்டி முஸ்லிம் தேசம் பிரிந்துசெல்வதை மறுப்பதற்குத் தமிழ் தேசத்திற்கு உரிமை இல்லை. தமிழ் தேசத்தைப் பொறுத்தவரை அதன் தேசிய உரிமைகள் அதற்கு முக்கியத்துவமுடையவைதான். ஆயினும் தனது உரிமை களைப் பேணுவதற்கு மற்றொரு தேசத்தின் உரிமைகளை மறுக்க முடியாது. முஸ்லிம் தேசம் பிரிந்து செல்வதையே தனது தேர்வாக முன்வைக்குமாயின், அந்நிலையில் தமிழ்தேசம் தனது தேச இருப்பும், உரிமைகளும் பாதிக்கப்படா வண்ணம் பரஸ்பர பரிமாற்றங் களுக்கூடாக இப்பிரிவினையை எவ்வாறு நடைமுறைப்படுத்தலாம் என்பது குறித்துச் சிந்திக்க வேண்டுமே தவிர, பிரிவினையை மறுப்பதற்கான காரணங்களைத் தேடக் கூடாது.

முஸ்லிம் தேசம் சிலவேளை சிங்கள அரசின் கீழ், சிங்கள தேசத்துடன் வாழ முடிவு செய்யுமாயின் அந்நிலையிலும்கூட, இதே அடிப்படையிலேயே தமிழ் தேசம் நடந்துகொள்ள வேண்டும். இங்கும் இரண்டு தனித்தனி தேசங்களுக்கு இடையிலான சமத்துவ உறவு என்பதே அடிநாதமாக இருக்கவேண்டும். தனது எண்ணிக்கை பெரும்பான்மை, அதிக அளவிலான வாழிடப் பரப்பு, நீண்ட வரலாறு... போன்ற எந்தக் காரணத்தைக் கொண்டும் வட-கிழக்கு பிரதேசத்தை ஏகபோக உரிமை கொண்டாடுவதற்கும், அங்குள்ள முஸ்லிம் தேசம் முனையக் கூடாது. ஏனெனில் இவை எல்லா வற்றிக்கும் அப்பால் இந்த இரு தேசங்களும் அரசியல் மொழியில் முற்றிலும் சமத்துவமானவை. எனவே எந்த நிலையிலாவது முஸ்லிம் தேசம் பிரிந்து செல்லும் முடிவை மேற்கொண்டால் அதனை முற்று முழுதாக நடைமுறைப்படுத்துவதுதான் தமிழ் தேசத்திற்குள்ள

ஜனநாயகப் பொறுப்பாகும். முஸ்லிம் தேசம் பிரிந்து செல்வதற்கும் தனியான அரசை அமைக்கவும் கொண்டுள்ள உரிமையையும், அது பிரிந்து சென்று சிங்களத் தேசத்துடன் இணைந்து தமிழ் தேசத்தின் உரிமைகளுக்காக எதிராக நிற்பதையும் ஒன்றாகப் போட்டுக் குழப்பக்கூடாது. முன்னைய சந்தர்ப்பத்தில் தமிழ் தேசம் முஸ்லிம் தேசத்தின் உரிமையை மதிக்க வேண்டும். பின்னைய சந்தர்ப்பத்தில் தமிழ் தேசம் தனது சொந்த தேசிய உரிமையைப் பாதுகாக்க வேண்டும்.

தொகுத்துக் கூறினால், வட-கிழக்கில் தமிழ், முஸ்லிம் என இரண்டு தேசங்கள் நிலவுகின்றன என்பதையும், அவையிரண்டும் அரசியல் ரீதியில் சமத்துவமானவை என்பதையும் ஒரு தேசத்தின் உரிமைகளில் தலையிடுவதற்கு இன்னொரு தேசத்திற்கு எந்தவித உரிமையும் கிடையாது என்பதையும் தமிழ் முற்போக்கு ஜனநாயகப் பிரிவினர் உணர்ந்துகொள்ள வேண்டும். இங்கு ஒரே தாயகத்தினுள் வாழ்கின்ற வெவ்வேறு தேசங்களுக்கிடையே ஏற்படக்கூடிய உறவுகள் குறித்து சில விஷயங்களைப் பரிசீலிப்பது அவசியமாகும். ஒவ்வொரு தேசமும் இன்னொன்றிற்கு சமத்துவமானதாகவும், பிரிந்து செல்வதுடன்கூடிய அனைத்து உரிமைகளைக் கொண்டதாகவும் இருந்தபோதிலும், அது எல்லா சந்தர்ப்பத்திலும் பிரிந்து செல்ல விரும்புவதில்லை. உண்மையில், பிரிவினைக்கான எண்ணப்போக்கு பெரிதும் அக விருப்பமாக இல்லாமற் புறநிலை சார்ந்த அவசியமாகவே இருக்கின்றது. பொதுவாக, ஒரு ஜனநாயக சூழலில் அதிகாரங்கள் சமத்துவமாகப் பகிரப்படுகின்ற நிலைமையில், தொடர்ச்சியான பெரிய பிரதேசம் என்பது விரிந்த சந்தை வாய்ப்பைக் கொடுப்பதாலும், வளங்களைப் பரஸ்பரம் பகிர்ந்துகொள்ளக்கூடிய வாய்ப்புக்களை அளிப்பதாலும், கலாசார பரிமாற்றத்திற்கும், கலாசார வளர்ச்சிக்கும் வாய்ப்பாக அமைவதாலும் ஒன்றாக வாழ்வது சாதகமானது என்பதை ஒவ்வொரு தேசமும் தனது சொந்த அனுபவத்தின் மூலம் புரிந்து கொள்கிறது. இவ்வகையில், ஒரு ஜனநாயக சூழலில் பிரிந்து போவது பற்றி ஒரு தேசம் மிக அரிதாகவே சிந்திக்கிறது. சேர்ந்து வாழ்வது என்பது எப்போது இனிமேலும் சகிக்க முடியாது என்ற அளவிற்கு ஒரு தேசத்தின் மீது ஒடுக்குமுறைகள் தீவிரப்படுகின்றனவோ அப்போதுதான் அது பிரிந்து செல்வது பற்றிச் சிந்திக்க ஆரம்பிக்கின்றது.

இந்த வகையில், வட-கிழக்கு முஸ்லிம்களைத் தனியான தேசமாகத் தமிழ் தேசம் மதிக்குமானால், வட-கிழக்கு பிரதேசம் கூறுண்டு போகக்கூடிய நிலைமை தோன்றிவிடாது. மாறாக அங்குள்ள

முஸ்லிம்களின் தேசிய உரிமைகளை மறுப்பதன் காரணமாகவே இத்தகைய பிரிவினை தோன்றும். ஒரு பொதுவான தாயகத்தில், தன்னுடன் வாழ்கின்ற இன்னொரு தேசத்துடன் சமத்துவமான உறவுகளைப் பேண முடியாத ஒரு தேசம் அந்தப் பொதுத் தாயகத்தை தொடர்ந்தும் முழுமையாகப் பேணக்கூடிய தகுதியை இழந்து விடுகின்றது. அத்தாயகத்தைக் கூறு போடுகின்ற வேலையை அந்தத் தேசம் தானே தொடங்கி வைக்கின்றது என்ற உண்மையைத் தமிழ் முற்போக்கு, ஜனநாயகப் பிரிவினர் மனதில் கொள்ளவேண்டும்.

ஒரே தாயகத்தினுள் வாழ்கின்ற தமிழ், முஸ்லிம் தேசங்கள் இணைந்து வாழ வேண்டும் எனத் தமிழ் தேசம் விரும்பினால், (இங்கு தமிழ் தேசம் குறித்தே நாம் பேசுகின்றோம்.) அவ்வாறு வாழ்வது தனது நலன்களுக்கும் உகந்தது எனக் கருதினால், அதற்காகத் தமிழ் தேசம் தன்னுடைய ஜனநாயகத் தன்மையையும், முஸ்லிம் தேசத்தைத் தான் சமத்துவமாகக் கருதுவதையும் அரசியல் ரீதியில் தெளிவாக வெளிப்படுத்த வேண்டும். முஸ்லிம் தேசம் வட-கிழக்கில் தனக்குரிய அரசியல் வாழ்வைத் தீர்மானிப்பதற்கான உரிமையைக் கொண்டிருப்பதையும் ஏற்றுக்கொள்ள வேண்டும். கடந்த ஒரு தசாப்தத்திற்கும் மேலாகக் கடுமையாகப் பகையுற்றிருக்கும் தமிழ்-முஸ்லிம் உறவில் நம்பிக்கை பிணைப்பு ஏற்படுத்துவதற்கு தமிழ் தேசம் தனது பங்கை நேர்மையாக ஆற்ற வேண்டும். விடுதலை அமைப்புகளினால் முஸ்லிம் தேசத்திற்கு ஏற்படுத்தப்பட்டிருக்கின்ற சேதத்திற்கும், வடக்கிலிருந்து முஸ்லிம்கள் வெளியேற்றப் பட்டமைக்கும் பகிரங்க மன்னிப்பு கோருவதும், உரிய நஷ்டஈடுகளை வழங்கி அவர்கள் மீளக் குடியேறுவதற்கான நிலைமைகளைத் தோற்றுவிப்பதும் தமிழ்தேசம் வெளிப்படுத்தக் கூடிய ஆரம்ப நல்லெண்ண சமிக்ஞைகளாக இருக்க முடியும்.

இவ்வுண்மைகள் அனைத்தும் தமிழ் தேசத்தின் முன்பாக ஓர் அவசரப் பிரச்சினையை முன்வைக்கின்றன. தன்னுடன் ஒரே தாயகத்தில் வாழ்கின்ற முஸ்லிம் தேசத்துடன் சமத்துவமான, ஜனநாயக பூர்வமான உறவுகளை ஏற்படுத்த வேண்டுமாயின், முதலில் தமிழ் தேசம் தன்னுள் மேலாண்மை செலுத்தும் சைவ-வேளாள சித்தாந்தத்தை எதிர்த்து முறியடிப்பதும், ஜனநாயகபூர்வமான, சமத்துவமான உறவுகளைத் தமக்குள் தோற்று விப்பதும் அவசிய நிபந்தனையாகின்றன. இன்றுவரை தமிழ் தேசமானது தனது சமூக அக உறவுகளில் குறிப்பிடக்கூடிய தகர்வுகள் எதனையும்

முடிவுரை ❋ 145

ஏற்படுத்தவில்லை என்பதையும், தொடர்ச்சியாக நிலவி வருகின்ற அதிகாரப் படிநிலை வகைப்பட்ட சமூக உறவுகள், தனது விடுதலைப் போராட்டத்தில் பாசிச சக்திகள் தலைமையை கையகப்படுத்தும் நிலைக்கு இட்டுச் சென்றிருக்கின்றன என்பதையும், தமிழ் தேசமும் அதன் முற்போக்கு ஜனநாயகப் பிரிவினரும் புரிந்துகொள்ள வேண்டும்.

இந்நிலையில் நிலவுகின்ற சமூக உறவுகளை விமர்சனத்திற்கு உட்படுத்துவதும், மாற்றியமைப்பதும், அதனூடாக முஸ்லிம் தேசத்துடன் சமத்துவமான உறவை ஏற்படுத்துவதை நோக்கி முன்னேறிச் செல்வதும் தமிழ் தேசத்தின் அவசரக் கடமையாகின்றது. இவ்வாறு உள்ளும் புறமும் ஏற்படக்கூடிய உறவு மாற்றங்கள், தமிழ் தேசத்தின் விடுதலையைச் சரியான இலக்கிலும், விரைவிலும் சாத்தியமாக்குகின்ற ஊக்கிகளாகத் தொழிற்படும்.

இறுதியாக, ஒரே தாயகத்தில் இரு தேசங்களாக நிலவுகின்ற தமிழ், முஸ்லிம் மக்களின் தேசிய இயக்கங்கள் தனித்தனியாக மட்டுமல்லாமல், வாய்ப்புக்கேடாக, முரண்பட்டு நிற்பவையாகவும், பகைமை நிறைந்தவையாயும் அமைந்திருக்கின்றன. எனினும் இவ்விரு தேசங்களும் பொதுத் தாயகம், பொது மொழி, நெருக்கமான பொருளாதார பிணைப்புகள் போன்ற பல பொதுவான அம்சங் களோடு, பௌத்த-சிங்கள இனவாதத்தினால் தொடர்ச்சியாக ஒடுக்கப்பட்டு வருபவையாகவும் இருக்கின்றன. இந்த வகையில் இவ்விரு தேசங்களின் அரசியல் இயக்கங்களும் பல சந்திப்புப் புள்ளிகளைத் தம்மிடையே கொண்டுள்ளன. இவை வருங்காலத்தில் எவ்வாறு ஒன்றையொன்று பலப்படுத்தும் அல்லது பலவீனப்படுத்தும் என்பது தமிழ் தேசத்திலுள்ள முற்போக்குப் பிரிவினர் தமது வரலாற்றுப் பாத்திரத்தை எவ்வாறு ஆற்றுகின்றார்கள் என்பதிலேயே பெரிதும் தங்கியுள்ளது.

உசாத்துணை

சரிநிகரில் வெளிவந்த முஸ்லிம் தொடர்பான பல்வேறு கட்டுரைகள், விவாதங்கள்.

தினகரனில் வெளிவந்த முகம்மது சமீமின் தொடர் கட்டுரை.

ரஹீம், எம். எஸ். யாழ்ப்பாண முஸ்லிம்களின் வரலாறும் பண்பாடும்.

ஜெயபாலன், வ.ஐ.ச. தேசிய இனப் பிரச்சினையும் இலங்கை முஸ்லிம்களும்

Ephraim Nimni, *Great Historical Failure: Marxist Theories of Nationalism.*

Eugene Kamenka, *Political Nationalism, The Evolution of the idea.*

Micheal lowy, *Marxists and The National Question.*

Perinpanayagam,R.S. *The Social Foundation of Education and Economic Activity in Jaffna.*

Sivathamby, K. *The ideology of Siva: Tamil integrity, Its Social and Historical Significance in the study of Yalppanam Tamil society.*

_____. *Sri Lankan Ethinic Crisis and Muslim– Tamil Relationship: A socio political Review.*

Vasundhara Mohan, R. *Identity Crisis of Sri Lankan Muslims.*

SRI LANKA
PROVINCES AND DISTRICTS
BAY OF BENGAL
GULF OF MANNAR
PEARL BANKS
INDIAN OCEAN
INDIAN OCEAN
NORTHERN PROVINCE
S-2.98
T-92.06
M-4.75
NORTH CENTRAL PROVINCE
S-90.6
T-2.4
M-7.0
NORTH WESTERN PROVINCE
S-90.03
T-3.29
M-6.53
S-18.0
T-76.4
M-5.5
EASTERN PROVINCE
S-9.7
T-19.2
M-71.1
CENTRAL PROVINCE
S-65.66
T-26.88
M-7.82
S-78.2
T-18.4
M-3.4
PROVINCE OF UVA
S-84.95
T-7.18
M-6.89
WESTERN PROVINCE
PROVINCE OF SABARAGAMUWA
S-85.42
T-11.12
M-3.41
SOUTHERN PROVINCE
S-95.13
T-1.96
M-2.74